I0633081

आदरणीय
भागवताचार्य
श्री. रमेशभाई ओझा
यांस....

नास्ति गङ्गासमं तीर्थम्
नास्ति मातृसमो गुरुः ।
नास्ति विष्णुसमो देवो
नास्ति रामायणात् परमम् ।।

रामायण ऐकण्यापूर्वी, वाचण्यापूर्वी एक अट अशी आहे, की उत्तम साहित्याच्या सखोल अभ्यासानं मन स्वच्छ आणि निर्मळ झालेलं असलं पाहिजे. हे काव्य वाचताना त्यात तन्मय होण्याची मनापासून तयारी असणं अत्यंत आवश्यक आहे.

– अभिनव गुप्त

ही रघुनाथगाथा

सुमारे दहा वर्षांचा असताना, कोवळ्या वयात, काहीही समज आलेली नसताना जो ग्रंथ पहिल्यांदा वाचला होता; त्याचं नाव होतं – रामायण. त्या वेळी खूप काही समजलं नव्हतंच; पण वर्षं उलटत गेली तसे रामायण आणि महाभारत हे दोन्ही महाग्रंथ माझ्याकरिता खूप रुची घेऊन सखोल अभ्यास करण्याचे विषय होत गेले.

महाभारतावर मी यापूर्वी सात-आठ पुस्तकं लिहिली आहेत. त्यापैकी महाभारतातील पात्रांचा विश्लेषणात्मक अभ्यास करून लिहिलेली 'महाभारतमां मातृवंदना' आणि 'महाभारतमां पितृवंदना' ही पुस्तकं प्रसिद्ध झाल्यावर रामायणातील पात्रांबद्दलही असं विश्लेषणात्मक पुस्तक लिहावं, असा आग्रह बरेच मित्र, हितचिंतक व वाचक करत होते.

सुमारे तीन वर्षांपूर्वी रामायणातील पात्रांविषयी असे लेख लिहिले आणि 'मुंबई समाचार'च्या रविवारच्या साप्ताहिक आवृत्तीत ते लेखमालिकेच्या रूपात प्रकाशित झाले. ते लेख पुस्तकरूपात प्रसिद्ध होण्यास पुढे इतके दिवस लागले – 'बलीयसी केवल ईश्वरेच्छा।'

आपल्याकडे कथासप्ताहांच्या रूपात रामायण आणि श्रीमद्भागवत गावोगावी सांगितले-ऐकले जाते. कित्येक कथाकारांनी हे दोन ग्रंथ लोकप्रिय केले आहेत. महाभारताचं तसं झालं नाही. परंतु, सातव्या शतकात भारतात आलेला चिनी प्रवासी ह्यु-एन्-त्संग यानं 'महाभारताच्या कथेचं जाहीर वाचन-श्रवण केलं,' असा उल्लेख मात्र केलेला आहे! काळ जात राहिला तसे रामायणाला तुलसीदास मिळाले, भागवताला वल्लभाचार्य मिळाले; महाभारताला असं कोणी मिळालं नाही! त्यामुळं तुलसीकृत रामायण आणि वल्लभाचार्यांनी विशद करून सांगितलेलं भागवत यांचा खूप प्रसार झाला. कथा-कीर्तनकारांसाठीही या दोन कथा 'रेडिमेड फॉर्म्युला' होऊन गेल्या. तशा स्वरूपात महाभारताची कथा सांगणं जवळजवळ अशक्यप्राय आहे.

एक गोष्ट स्पष्ट करतो – रामायणाच्या शेकडो वेगवेगळ्या आवृत्त्यांमध्ये अगदी वेगवेगळी माहिती लिहिलेली सापडते. या पुस्तकात मूळ ग्रंथ वाल्मीकी रामायण हाच प्रमाणभूत मानण्यात आला आहे.

या पुस्तकाचे गुजराती वाचकांनी मनापासून स्वागत केले आहे. आता ते मराठी वाचकांसमोर ठेवताना आनंद वाटत आहे. याचे श्रेय मराठी प्रकाशक मेहता पब्लिशिंग हाऊसला दिले पाहिजे. माझ्या इतर पुस्तकांप्रमाणेच मराठी वाचक या पुस्तकाचेही स्वागत करतील अशी आशा आहे. या पुस्तकाचा हिंदी अनुवादही प्रकाशित झाला आहे.

– दिनकर जोषी

रामायणातील पात्रवंदना

रामायणातील पात्रांचा विश्लेषणात्मक अभ्यास...

लेखक
दिनकर जोषी

अनुवाद
अंजनी नरवणे

मेहता पब्लिशिंग हाऊस

RAMAYANATIL PATRAVANDANA by DINKAR JOSHI
Originally Published in Gujarati

Translated in Marathi Language by Anjani Narawane

रामायणातील पात्रवंदना / ललित लेख

अनुवाद : अंजनी नरवणे
Email : author@mehtapublishinghouse.com

प्रकाशक : सुनील अनिल मेहता, मेहता पब्लिशिंग हाऊस,
१९४१, सदाशिव पेठ, माडीवाले कॉलनी, पुणे ४११०३०.

मुखपृष्ठ : चंद्रमोहन कुलकर्णी

प्रकाशनकाल : नोव्हेंबर, २०११ / पुनर्मुद्रण : फेब्रुवारी, २०१९

P Book ISBN 9788184983036
E Book ISBN 9789387319486
E Books available on : play.google.com/store/books
www.amazon.in/b?node=15513892031

अनुक्रमणिका

सांस्कृतिक वारशाचा अभिमान

सांस्कृतिक वारशाचा अभिमान, त्या वारशाचा
अर्थ समजून घेतल्यावर जास्त शोभतो!

भारतीय संस्कृतीला जर काही नेमक्या आकृतिबंधाचं स्वरूप द्यायचं म्हटलं, तर रामायण आणि महाभारत या त्या आकृतिबंधाच्या दोन आधारशिला आहेत, असं निर्विवादपणे म्हणता येईल. रामायणाच्या केंद्रस्थानी रामकथा आहे; परंतु महाभारताच्या केंद्रस्थानी कृष्ण आहे, असं म्हणता येत नाही. तरीही कथेमध्ये कृष्णाचा प्रवेश झाल्यानंतर सर्व प्रमुख घटनांची सूत्रं परोक्ष किंवा अपरोक्षपणे कृष्णाच्या हातातच राहिली आहेत. महाभारत लिहिलं गेलं त्याच्यापूर्वी रामायण लिहिलं गेलं. रामायणाच्या समग्र कथेची महाभारतात पुनरुक्तीही झाली आहे. हे दोन ग्रंथ लिहिले गेले, त्यामध्ये केवढा काळ गेला असेल याची अटकळ बांधणे, हे विद्वानांचे काम आहे. कुठलीही एक अटकळ त्याच्या विरुद्ध अशा दुसऱ्या अटकळीने हाणून पाडता येईल, इतके वेगवेगळे तर्क केले गेलेले आहेत. राम आणि कृष्ण हे दोघे विष्णूचा सातवा आणि आठवा अवतार मानले गेले आहेत. रामकथा देशविदेशांमध्ये जितक्या विस्तृत प्रमाणात पसरली आहे, त्या तुलनेत महाभारताचा विस्तार आणि व्याप मर्यादित राहिला आहे. लोकांना रामायण जितकं आवडतं आणि समजतं, तितकी लोकप्रियता महाभारताला मिळालेली नाही. असं असलं, तरी रामायणातल्या रामापेक्षा महाभारतातील (आणि भागवतातीलही) कृष्ण मात्र सर्वत्र जास्त लोकांना माहीत आहे आणि लोकांमध्ये आवडताही आहे. कृष्णाची विविध रूपे हे असं होण्याचं कारण आहे. बालकन्हैयाच्या रूपापासून योगेश्वर कृष्णापर्यंत अनेक रूपांमध्ये, अनेक नावांनी श्रीकृष्ण सर्वांना ठाऊक आहे. परंतु रामाविषयी तसं म्हणता येत नाही. कृष्ण बन्सीधरही असतो, सुदर्शनचक्रधारीही असतो, अर्जुनाचा सारथीही असतो. तो गोपींची वस्त्रं पळवून कदंब वृक्षावर चढूनही

बसतो आणि संपूर्ण यादवकुलाचा संहार शांत चित्तानं बघितल्यावरही त्याच्या ओठांवरचं कारुण्यपूर्ण स्मित जसंच्या तसं राहतं. रामाविषयी असं म्हणता येत नाही. राम त्याच्या एकाच नावानं आणि एकाच स्वरूपात हजारो वर्षं, कोट्यवधी माणसांच्या मनात वसलेला आहे. श्रीकृष्णाच्या हातात सुदर्शनचक्रा-व्यतिरिक्त रथाचं चाक किंवा घोड्यांचा चाबूक हीदेखील हत्यारं असतात, परंतु धनुष्यबाणाशिवाय रामाची आपण कल्पनाही करू शकत नाही.

असं असलं, तरी राम आणि रामकथा यांचा प्रचंड प्रसार आणि व्यापक स्वीकार फक्त हिंदूंमध्येच नाही, तर देशविदेशात आणि इतर धर्मांमध्येही झालेला आहे. वाल्मीकीऋषींना त्यांचे तुलसीदास मिळाले आणि ही रामकथा फक्त एका विशिष्ट ग्रंथापुरती मर्यादित न राहता गावोगावी, रस्तोरस्ती, चौरस्त्यांवर आणि बाजारांमध्येही सर्वत्र पसरली. याला एक महत्त्वाचं कारण हे आहे की, रामकथा ही सरळ-साधी आहे. रामायण ही एक कौटुंबिक कथा आहे. कुटुंबपरिवार तर महाभारतातही आहेच आणि ही दोन्हीही कुटुंबं काही सर्वसाधारण जनतेच्या कुटुंबांची प्रातिनिधिक रूपं नाहीत. असं जरी असलं, तरी रामायणातल्या सर्व पात्रांच्या वर्तणुकीची एक निश्चित दिशा आहे. राम असो की लक्ष्मण, हनुमान असो किंवा भरत, रावण असो की कुंभकर्ण, सीता असो की कौसल्या; या सर्व व्यक्ती कोणत्या परिस्थितीत कशा वागतील, याबद्दल एक सातत्य आहे. लक्ष्मणाला जसा काही ना काही कारणानं राग येत राहतो किंवा सीता ज्याप्रमाणे रामाच्या प्रत्येक कृत्याचं अनुसरण करत राहते; त्यात कधीही कोठे विरोधाभास दिसत नाही. महाभारतातल्या कुठल्याही व्यक्तीच्या वागण्याविषयी असं निश्चितपणे सांगता येत नाही. अमुक परिस्थितीत श्रीकृष्ण, भीष्म किंवा युधिष्ठिर अमुक तऱ्हेनं वागतील, असं आपल्याला वाटलं; तर ते वाटणं चूक होतं, असं नंतर आपल्या लक्षात येऊ शकतं! कदाचित यामुळेच महाभारत हे जास्त रहस्यमय आणि जगभरातल्या विद्वानांसाठी आव्हानात्मक ठरलं आहे; पण रामायण सर्वसाधारण माणसाला जास्त 'आपलं' वाटतं. वाल्मीकींना जसे तुलसीदास मिळाले, तसे महर्षी व्यासांना अजून तरी कोणी तुलसीदास मिळालेले नाहीत!

रामायणाच्या सर्वव्यापक स्वरूपामुळे आणि लोकप्रियतेमुळे या ग्रंथात बऱ्याच जणांनी स्थळकाळाच्या संदर्भात आपापल्या मनाप्रमाणे वेगवेगळे बदल केले आहेत. वाल्मीकी रचित रामायण हीच सर्वांत पहिली रामकथा आहे, याबद्दल आता काही वाद उरलेला नाही. स्वत:ला उच्च कोटीचे विद्वान मानणाऱ्या काही लोकांनी वाल्मीकी रचित रामायणापूर्वीही रामकथा प्रचलित होती, असं मत मांडून वाल्मीकींनी ही कथा दुसऱ्या कुठल्यातरी कथेतून उचलली आहे, असं सिद्ध करण्याचा प्रयत्न केला आहे; परंतु हा निव्वळ वितंडवाद आहे. या पुस्तकात येथून पुढे आपण ज्या

रामायणाविषयी विचार करणार आहोत, त्याचा आधार वाल्मीकीकृत रामायणच आहे. या रामायणातही बालकांड हे नंतर घातले गेले आहे, असा दावा विद्वान लोक कधी कधी करून ते रद्द ठरवतातही; परंतु ज्या परंपरागत आणि अधिकृत अशा दोन आवृत्त्या उपलब्ध आहेत, त्यांत हा दावा स्वीकारलेला नाही. संपूर्ण उत्तरकांड रामायणाच्या कथेत तितकेसे नीट बसत नाही, असेही वाटते. ज्या रामकथेचा उद्देश महर्षी वाल्मीकींनी परमपिता बम्ह्मदेवांना सुरुवातीलाच सांगितला आहे; त्याचा विचार केला, तर श्रीरामाचं अयोध्येला पुनरागमन होणं आणि पुन्हा सिंहासनाधिष्ठित होणं, या घटनेबरोबरच महर्षी वाल्मीकींना जी कथा अभिप्रेत असावी असं वाटतं, ती संपते. ज्या अनेक कथा उत्तरकांडात येतात, त्यांचा मूळ रामकथेशी काही संबंध आहे, असे वाटत नाही. काही काही ठिकाणी तर उत्तरकांडामधल्या काही कथा पूर्वी सांगितल्या गेलेल्या कथांपेक्षा अगदी वेगळ्या आहेत. उदा. अहल्येविषयी बालकांडात जी कथा सांगितली आहे, त्यापेक्षा अगदीच वेगळी कथा उत्तरकांडात सांगितली आहे. अशी इतरही उदाहरणे आहेत.

रामायणाच्या या सर्वव्यापक लोकप्रियतेमुळे त्याच्या अनेक वेगवेगळ्या आवृत्त्या निघाल्या. एका मोजणीप्रमाणे सध्या जवळजवळ तीनशे वेगवेगळी रामायणे उपलब्ध आहेत. या तीनशेंपैकी अठरा तरी रामायणे फक्त संस्कृत भाषेतलीच आहेत. वाल्मीकी रामायणात चोवीस हजार श्लोक आहेत; पण जी इतर अठरा संस्कृत रामायणे मिळतात, त्यातील काहींमध्ये तर सव्वा लाख श्लोकही आहेत. याखेरीज 'पद्मचरित'सारखी जैन रामायणे, 'आनंद रामायण', 'दशरथजातक' ही बौद्ध रामायणे; याखेरीज जावा-सुमात्रा किंवा मलेशिया आणि इंडोनेशियासारख्या देशांमध्ये प्रचलित आणि लोकप्रिय अशी मुस्लीम रामायणेही आहेत. उत्तर भारतात ज्याप्रमाणे तुलसीदासांनी नव्यानं रामायण लिहिलं; त्याचप्रमाणे दक्षिण भारतात 'कम्बन रामायण' प्रसिद्ध आहे. गुजरातेत असे एक गिरिधरकृत रामायणही आहे. या सर्व रामायणांमधली रामकथा एकसारखी नाही. जैन रामायणे बहुतेक वेळा रामापासून हनुमानापर्यंत सर्वांना कथेच्या शेवटी दीक्षा देववून कैवल्यधामाला पोहोचवून देतात! 'दशरथजातक'मध्ये तर राम, सीता, दशरथाचे, रावणाचेसुद्धा एकमेकांशी असलेले संबंधही बदलतात. 'कम्बन' यांच्या रामायणात ते कथेपेक्षा कवितेला विशेष महत्त्व देतात. वाल्मीकी ज्या घटनेला मर्यादित स्वरूपात सादर करतात आणि तुलसीदास ज्या त्रिकालबाधित तत्त्वांचं 'रघुकुल रीत सदा चली आयी' अशा भारतभर गौरव प्राप्त झालेल्या शब्दांनी वर्णन करतात; त्याचा कम्बन अजिबात उल्लेखही करत नाहीत! आणि याच्या दुसऱ्या टोकाला जाऊन अलीकडे ई. व्ही. रामस्वामी नायकरांनी काही विशेष हेतू मनात धरून संपूर्ण रामायणातल्या सर्वच्या सर्व व्यक्ती आणि घटना द्वेषभरित, विकृत स्वरूपात मांडल्या आहेत. महाभारताविषयी सामान्य आवाका असलेली

कुणीही माणसं असं लिहिण्याची किंवा असा विकृत अर्थ काढण्याची हिंमत क्वचितच करतील; कारण महाभारत शांत वाटत असलं, तरी तो प्रशांत महासागर आहे. तर रामायण ही खळखळ वाहणाऱ्या गंगा, यमुना किंवा शरयूसारखी नदी आहे. थोडंसं पोहता येत असलं किंवा अजिबात येत नसलं, तरीसुद्धा रिकामा डबा पोटाला बांधून नदी ओलांडून जाणाऱ्यांची संख्या जास्त असते.

जन्म, मृत्यू आणि जीवन या तीन परिमाणांच्या परिघातच कुठलीही कथा रचलं जाणारं कथेच्या सर्जकाचं तत्त्वज्ञानच असतं; त्याहून वेगळं काही असूच शकत नाही. रामायण आणि महाभारतही याला अपवाद नाहीत. लेखकाच्या विचारांचं दर्शनच त्यातून होत असतं. महाभारताचे सर्जक महर्षी वेदव्यास यांनी आयुष्याच्या निष्फळतेची भावना मुख्यत्वे दाखवली आहे. एक लाख श्लोकांच्या शेवटी व्यासांनी हताश भावनेनं दोन्ही हात वर करून असंच म्हटलं आहे की ''न च कश्चित श्रुणोति मे।'' धर्मपालन केल्यानं अर्थ, काम, मोक्ष या तिन्ही गोष्टींची प्राप्ती होते; तरीही माणसं धर्मपालन का करत नाहीत, असा सर्वांना सदैव पडणारा प्रश्न व्यासांनी महाभारताच्या शेवटच्या भागात स्वत:लाच विचारला आहे.

रामायणाचे रचनाकार महर्षी वाल्मीकी यांची रामकथेतील सर्व पात्रे सर्वार्थाने गूढ आणि सत्त्वशील अशी आहेत. हा सर्वार्थ भाव आहे प्रेमभाव. रामायणातील पात्रे प्रेमभावात कोठे ना कोठे अशी जोडली गेली आहेत की, वाचकांच्या मनांना जर घटनांमागच्या या प्रेमभावाचं आकलन झालं, तर त्यांचे डोळे खचितच पाणावल्याशिवाय राहणार नाहीत. राजा दशरथांचं रामावर निरतिशय प्रेम आहे आणि त्यामुळे ते प्राणत्यागही करतात. लक्ष्मणाचा रामावर इतका भक्ती-प्रेमभाव आहे की, त्याने जणू स्वत:चं वेगळं असं व्यक्तिगत आयुष्यच ठेवलेलं नाही. अगदी सहजासहजी, न मागता मिळालेल्या राज्याला लाथाडून भरतानं अद्‌भुत बंधुप्रेम दाखवलं आहे. रामाचं या सर्वांवर अपार प्रेम आहे, याची तर रामायणात असंख्य उदाहरणं सापडतात. हनुमानाचे रामाबद्दलचे प्रेम, भक्ती आणि रामाचं सीतेवर व हनुमानावर असलेलं प्रेम ही तर मुद्दाम दाखवून देण्याची गोष्टच नाही. मूर्च्छित पडलेल्या लक्ष्मणाकडे बघून श्रीराम उद्‌गारले, 'तमं तु देशं न पश्यामि यत्र भ्राता सहोदर।' लक्ष्मण आणि राम हे सहोदर – एकाच आईच्या पोटी जन्मलेले नाहीत, तरीही श्रीरामाने त्याला सहोदर म्हटलं आहे. अशोकवनात बसलेल्या सीतेने श्रीरामासाठी हनुमानाजवळ जो निरोप दिला आहे; त्यात असं आहे की, लक्ष्मणावर तर माझा श्रीरामाहूनही जास्त जीव आहे. तारामती किंवा अंगदाविषयी कपिराज वालीचं प्रेमही काही कमी नाही. खुद्द दशानन रावणाचं त्याचा मुलगा इंद्रजितवर अतिशय प्रेम होतं. परंतु प्रेमाचं एक सर्वांत हीन स्वरूपही रावणाच्या व्यक्तिमत्त्वातच दिसतं. रावणाचं सर्वांत जास्त प्रेम त्याच्या स्वत:वर – अहंकारावर – आहे. त्या

अहंकारामुळेच कुंभकर्ण आणि इंद्रजित यांच्याबद्दल त्याला असलेल्या चांगल्या स्वरूपाच्या प्रेमाचा करुण अंत झाला.

अशा रीतीनं रामायण ही मुख्यत: एक प्रेमकथा आहे. मनुष्यजातीच्या आरंभापासून ही अगम्य प्रेमभावना सगळ्यांच्याच मनात वेगवेगळ्या स्वरूपात राहिली आहे. रामायणात जेव्हा वनवासाला निघालेली सीता अयोध्येत तिनं पाळलेल्या पक्ष्यांचा नीट सांभाळ करायला सारथी सुमन्तला सांगते, तेव्हा अशा प्रेमाची पराकाष्ठा दिसते. दण्डकारण्यातल्या वृक्ष-वेलींनाही हे प्रेम मिळालं आहे. असं आहे, म्हणूनच रामायण ही एक कालातीत, शाश्वत प्रेमकथा झाली आहे. महाभारतातील पात्रेही प्रेमापासून अलिप्त राहिलेली नाहीत; पण शेकडो वर्षांनंतर होऊन गेलेल्या कबीराच्या शब्दांमधे सांगायचं तर –

'प्रेमगली अति सांकरी
तामें दोउ न समाय।'

या उक्तीप्रमाणे रामायणातली पात्रं एकमेकांत विलोपन करून जणू एकच होऊन जातात. महाभारतातल्या पात्रांमध्ये तसं होत नाही. द्रौपदी असो की अर्जुन, भीष्म असो की धृतराष्ट्र; ही सगळी सर्वप्रथम स्वतंत्र व्यक्तिमत्त्वच असतात आणि युद्धाच्या मैदानात काही क्षणांपुरता अर्जुनानं श्रीकृष्णामध्ये आत्मविलोपन केल्याचा अपवाद सोडला, तर दुसरी कोणतीही व्यक्ती खुद्द कृष्णामध्येही आत्मसमर्पण करत नाही.

तुलसीदासांनी आणि त्यांच्यानंतर आलेल्या भक्तांनी परंपरा सुरू ठेवून अत्यंत श्रद्धेनं, भक्तिपूर्वक रामायण सांगितलं आहे. बुद्धिप्रामाण्य दाखवण्याचा प्रयत्न करणाऱ्यांनी ही श्रद्धा आणि भक्ती उडवून लावून कधी कधी चुकीचे अर्थही काढले आहेत; पण काही घटनांना इतकी लोकप्रियता आणि सर्वसामान्यांची स्वीकृती मिळालेली आहे की, मूळ कथानकात अजिबातच नसतानाही, त्या घटना खऱ्याच असतील इतक्या जनमानसात दृढपणे सामावल्या आहेत. उदाहरणार्थ – आंधळ्या आई-वडिलांना कावडीत बसवून यात्रेला जाणाऱ्या श्रावणची गोष्ट, शबरीने दिलेली उष्टी बोरं प्रेमानं खाणाऱ्या रामाची गोष्ट, नदीपलीकडे घेऊन जाण्याच्या वेळी होडीत चढण्यापूर्वी रामाचे चरण धुण्याचा आग्रह धरणाऱ्या निषादाची गोष्ट – या सर्व कथा अशा आहेत. कथासर्जकाच्या कल्पनाविलासानं मूळ कथानक नव्या स्वरूपात येणं, ही गोष्ट फार नवलाईची नाही. राजा दुष्यंताच्या अंगठीचा जो प्रसंग कालिदासानं लिहिला आहे आणि शापाची जी कथा 'अभिज्ञान शाकुंतलम्'मध्ये गुंफलेली आहे, ती महाभारतातील शकुंतलेच्या मूळ कथेत कोठेही नाही. असं असूनही या दोन्ही गोष्टी जणू खऱ्याच असल्यासारख्या सगळ्यांनी स्वीकारलेल्या आहेत. इतक्या कलात्मकतेशिवाय ज्यांनी मूळ कथानक बदलून, वेगळं करून लिहिलं आहे, ते

सर्व काळाच्या ओघात विस्मृतीत गेले आहेत. महाकवी भासाचं 'प्रतिमा' नाटक असो की 'ऊरुभंग' असो; त्यात कैकयीला किंवा दुर्योधनाला उच्च स्थानी दाखवण्यासाठी मूळ कथानकात पुष्कळ फेरबदल करण्यात आले; परंतु या नायकांनी लोकांच्या मनाचा ठाव घेतला नाही. त्याचप्रमाणे रामायणाच्या मुख्य घटनांमध्ये नंतरच्या रामायणकारांनी वाल्मीकींच्या लेखनात जे बदल केले, त्यात तुलसीदासांशिवाय दुसरं कोणी फारसं सफल झालं नाही, ही गोष्ट लक्षात घेण्यासारखी आहे.

आपल्या या भव्य सांस्कृतिक वारशाचा अभिमान आपण अवश्य बाळगावा; परंतु हा अभिमान समजून न घेता दाखवलेला पोकळ बडेजाव असला, तर अभिमान शब्दाला कमीपणा येतो. अभिमान बाळगण्याचा अधिकारही अशा वारसदारांनाच असतो, जे स्वत:च्या अशा वारशाला खऱ्या अर्थानं समजू शकतात. भक्ती किंवा श्रद्धा यांचा कोणत्याही तऱ्हेनं निषेध करू नये, परंतु मुळात खरी गरज अशा शुद्ध भावनांची असावी. भक्ती आणि श्रद्धा दृढ होण्यासाठी दोन हातांनी टाळ्या वाजवत तालावर डोलावं लागत नाही, उलट त्यामुळं त्याचं अवमूल्यन होतं. रामायणातली पात्रं – मग ते मर्यादा पुरुषोत्तम राम असोत की रामाची वाट पाहण्यात आयुष्य घालवणारी शबरी असो – आपल्यासाठी सर्वच जण वंदनीय आहेत. त्यांना वंदन तर अवश्यच करावं; पण त्याचबरोबर महर्षी वाल्मीकींनी आपल्यासमोर त्या सर्वांची जी व्यक्तिमत्त्वं उभी केली आहेत, ती निर्मळ डोळ्यांनी, शुद्ध मनानं बघावीत. आपल्या डोळ्यांवर आणि मनावर शेकडो वर्षांपासून कथा-कीर्तनकारांनी किंवा इतरही कोणी वेगवेगळ्या रंगांमध्ये ती पात्रं रंगवली आहेत; त्यामध्ये निव्वळ भक्तीपोटी, कोठे कोठे जे नाही तेही उच्च स्थानी दाखवलं आहे. याउलट, कधी कधी जसं आहे तसं दाखवण्याऐवजी जाणून-बुजून विकृती उभ्या केल्या आहेत. या पुस्तकात येथून पुढच्या पानांमध्ये या पात्रांचं चित्रण करण्याचा जो विचार आहे – त्यात विशुद्ध, निर्मळ भक्ती आणि श्रद्धा तर भरपूर आहेतच; पण बुद्धीनं समजून घेण्याचा प्रयत्नही आहे. या प्रयत्नात सामील होणाऱ्या सर्वांकडूनही हीच अपेक्षा आहे की, आत ताजी हवा येऊ शकेल एवढी समजूतदारपणा आणि बुद्धी यांची कवाडं अवश्य उघडी ठेवावीत. बुद्धी विरुद्ध भक्ती आणि श्रद्धा यामध्ये उभा झालेला संघर्ष जेथे अनिर्णित राहील; तेथे बुद्धीला प्राधान्य द्यावं, असा अहंकार अजिबात ठेवू नये. बुद्धीला मर्यादा असते, हे स्वीकारलं म्हणजे मगच रामायण किंवा महाभारतासारख्या ग्रंथांचा आस्वाद घेता येईल. येथे वैद्यकीय शास्त्रातल्या विच्छेदनाचा उपयोग करता येत नाही, एवढं स्पष्टपणे समजू शकणाऱ्यांना या सहयात्रेत सामील होण्यासाठी आमंत्रण आहे.

ज्या घटना सर्वांना ठाऊकच आहेत, त्यांची चर्चा येथे पुन:पुन्हा केलेली नाही. घटनांच्या नुसत्या उल्लेखानंच त्या-त्या पात्राचं व्यक्तिमत्त्व समोर येतं, त्या

व्यक्तिमत्त्वाचे सर्व पैलू समजून घेत, समजून घेतल्यावर तृप्त वाटलं तर त्यांना वंदन करत आणि आपल्या मर्यादित बुद्धीला समजलं नाही तर त्या न समजण्याचाही स्वच्छ स्वीकार करत आपली ही यात्रा कल्याणाच्या रस्त्यानं जात राहावी, अशा मनोकामनेनं रामायणातल्या पात्रांना वंदन करण्याच्या या मंगल यात्रेला आरंभ करू या. परंपरागत रामकथा सुरू करण्यापूर्वी नेहमी हनुमानाला आवाहन करून कथा श्रवण करण्यासाठी त्याला प्रथम श्रोता म्हणून निमंत्रित करण्यात येतं. रामकथेच्या शेवटी खुद्द श्रीरामाने त्याला तसं वरदानही दिलेलं आहे. जेथे-जेथे रामकथा सांगितली जात असेल, तेथे-तेथे हनुमान अदृश्य रूपानं उपस्थित राहतो, कथा ऐकतो, अशी लोकांची श्रध्दा आहे. आपल्या या कथेच्या मंगलाचरणाच्या क्षणीही आपण हनुमानाच्या दर्शनानंच प्रारंभ करू या.

■

हनुमान

आपल्या संबंध देशात लहान-मोठं शहर तर काय, एखादं गाव किंवा खेडंही असं नसेल, जिथं हनुमानचं सार्वजनिक मंदिर नसेल. इतर धर्मांच्या तुलनेत हिंदू धर्मात देव-देवींची संख्या खूपच जास्त आहे. या सर्व देव-देवतांची वेगवेगळ्या वर्गांतले लोक वेगवेगळी नावं आणि स्वरूपं देऊन पूजा करत आले आहेत. उमा, जगदंबा, वाघेश्वरी, कालिका, अंबा अशा वेगवेगळ्या नावांनी आणि स्वरूपांनी एकच देवी पूजली जाते. त्याचप्रमाणे हिंदू धर्मात ज्यांना सर्वांपेक्षा आगळंवेगळं स्थान आहे; असे श्रीकृष्णही कोठे रणछोडराय झाले आहेत, तर कोठे श्रीनाथजी किंवा कोठे बालाजी अशा नावांनी मंदिरांमध्ये स्थापित झाले आहेत. शिव, श्रीकृष्ण आणि हनुमान हे तीन देव असे आहेत, ज्यांची प्रत्येक गावी इतर सर्व मंदिरांपेक्षा जास्त मंदिरं झाली आहेत. त्यातही पुन्हा संख्येच्या दृष्टीनं हनुमानाची कदाचित सर्वांत जास्त असतील. हनुमानाच्या स्वतंत्र मंदिरांशिवाय प्रत्येक राममंदिरात आणि शिवमंदिरात हनुमानाच्या मूर्ती हटकून असतातच.

ही एक आश्चर्यकारक गोष्ट आहे. हिंदू धर्माच्या कोणत्याही ग्रंथात हनुमानाचं स्वतंत्र देव म्हणून वेगळं स्थान नाही. हनुमानाचा संबंध फक्त रामायणाशीच आहे. रामायणाहून प्राचीन ग्रंथांमध्ये हनुमानाचा कोठेही उल्लेख सापडत नाही. हनुमानाला मूळ वेदांमधून शोधून काढण्याचे काही प्रयत्न झाले आहेत खरे, पण ते यशस्वी झालेले नाहीत. 'महाभारत' या पुराणातील कथेप्रमाणे देवलोकात जेव्हा रामावताराची पूर्वतयारी चालली होती; तेव्हा भगवान शिव म्हणाले की, 'मी वायुपुत्र होऊन वानररूपात श्री विष्णूंना मदत करेन' – 'अहं वानररूपेण संभूय पवनात्मजः सहाय्यं ते करिष्यामि।', – अशा तऱ्हेनं हनुमानाला रुद्रावतार म्हणून ओळखले जावे, असा प्रयत्नही झालेला आहे.

इतर धर्मीयांनी, विशेषतः ख्रिस्ती धर्मीयांनी, हनुमानाला Monkey God

म्हटलं आहे. परंपरागत पद्धतीनं आपल्याकडे हनुमानाची मूर्तीही वानररूपीच दाखवली जाते. हनुमानाने, तसंच त्याच्या ज्या इतर साथीदारांनी श्रीरामांना मदत केली होती, ते सर्व खरोखरीचे वानर असतील, हे म्हणणं बुद्धीला पटणारं नाही. विद्वान लोकांनी कधी कधी असा निष्कर्षही काढला आहे की, किष्किंधा आणि त्याच्या आसपास राहणाऱ्या आदिवासी प्रजेच्या ध्वजावर वानराचं चित्र असे, म्हणून त्यांना वानरजाती या नावानं ओळखलं जात असेल. हनुमान, सुग्रीव, वाली, अंगद ही सर्व बुद्धिमत्ता, विद्वत्ता तसंच समजूतदारपणा या बाबतीत इतकी श्रेष्ठ व्यक्तित्वं आहेत की, त्यांना वानर किंवा Monkey म्हणता येणार नाही. आज ज्या अर्थानं आपण 'रशियन अस्वलं' म्हणतो, त्याच काहीशा अर्थानं या आदिवासींना वानर म्हटलं जात असेल, ही शक्यता जास्त वाटते.

रामायणात हनुमान सर्व प्रथम दिसतो तो सुग्रीवाचा सेवक म्हणून. सुग्रीव हा वालीच्या भीतीने कधी इथे, तर कधी तिथे असा लपून-छपून राहाणारा वानर आहे. वालीला घाबरणाऱ्या सुग्रीवाचं रक्षण त्याचा सेवक हनुमान करू शकत नाही, असाच अर्थ काढावा लागतो. त्यानंतर हनुमान हा रामाचा सेवक झाला आहे आणि रामाने हनुमान हा वाली तसेच रावण या दोघांहून जास्त बलवान आणि समर्थ आहे, असं म्हटलं आहे. म्हणजे समर्थ, बलशाली असूनही त्याचं स्थान मात्र सेवकाचंच राहिलं आहे.

येथे आणखी एका रसप्रद गोष्टीची नोंद घेतली पाहिजे. देशभर पसरलेल्या हिंदू धर्माच्या मंदिरांमध्ये ज्या देवांना सर्वांत जास्त वंदनीय समजलं जातं, त्या श्रीकृष्ण आणि हनुमान या दोन पूजनीय व्यक्तिमत्त्वांमध्ये महाभारतात आणि रामायणात खूप साम्य आहे. महाभारतात कौरव-पांडवांची कथा बरीच पुढे सरकल्यानंतर थेट द्रौपदी स्वयंवराच्या वेळी श्रीकृष्णाचा प्रवेश पहिल्यांदा झाला आहे; त्याचप्रमाणे रामायणात किष्किंधाकाण्डात रावणानं अपहरण केलेल्या सीतेला शोधण्यासाठी राम, लक्ष्मण जेव्हा पर्वतांमधून हिंडत असतात, तेव्हा हनुमानाचा प्रथम प्रवेश होतो. कुरुकथेत दाखल झाल्यानंतर श्रीकृष्णाने सर्व घटनांची सूत्रं स्वत:च्या हातातच ठेवली आहेत. जे काही घडतं, त्याला श्रीकृष्णच संपूर्णपणे कुठल्या ना कुठल्या तऱ्हेनं कारणीभूत असतात आणि शेवटी पांडवांचा विजयही श्रीकृष्णामुळेच होतो. त्याचप्रमाणे रामायणाच्या कथेत हनुमानाच्या प्रवेशानंतर कथेला महत्त्वाचं वळण देणाऱ्या ज्या काही महत्त्वाच्या घटना होतात, त्यांच्या यशाचं श्रेय हनुमानाकडेच जातं. सुग्रीव आणि रामाची मैत्री होणं असो की समुद्रोल्लंघन करून सीतेचा शोध करायचा असो; बेशुद्ध पडलेल्या लक्ष्मणाला शुद्धीवर आणायचे असो किंवा रामासहित समग्र वानरसेनाही रणभूमीवर मूर्च्छित पडलेली असो; अशा कितीतरी प्रसंगी हनुमानामुळेच श्रीरामाला विजय मिळाला आहे.

ज्याप्रमाणे श्रीकृष्णाने जे काही मिळालं ते स्वत:जवळ ठेवण्याऐवजी सगळं काही यादव परिवारालाच देऊन टाकलं आणि स्वत: अलिप्तच राहिला; त्याचप्रमाणे हनुमानाने जे काही विजय आणि सिद्धी मिळवल्या, त्यांचं यश स्वत: न घेता रामालाच अर्पण केलं. स्वत: मात्र एक सामान्य सेवकच राहिला. अशा तऱ्हेनं श्रीकृष्ण आणि हनुमान हे दोघेही अत्यंत पराक्रमी, परमज्ञानी, तसंच त्यागमूर्ती होऊन राहिले आहेत. या देशाच्या प्रजेची मनोभूमिका नेहमी अशी राहिली आहे की, पराक्रम आणि ज्ञान यांना जर त्यागाची जोड असेल, तर अशा व्यक्तींना प्रजा अत्यंत वंदनीय मानते. श्रीकृष्ण आणि हनुमान या दोघांची सर्वांत जास्त मंदिरं असण्यामागचं रहस्य भारतीयांच्या या मनोभूमिकेत आहे.

हनुमानाच्या जन्माविषयी वेगवेगळ्या आणि तऱ्हेतऱ्हेच्या कथा प्रचलित आहेत; परंतु वाल्मीकी रामायणानुसार खुद्द हनुमानाने स्वत:ची ओळख करून देताना सांगितलं आहे की, मी केसरी आणि अंजनी यांचा वायूपासून उत्पन्न झालेला पुत्र आहे. या सांगण्यामध्ये वायूने अंजनीबरोबर संबंध ठेवला आणि हनुमानाचा जन्म झाला, असं खात्रीनं म्हणता येत नाही. वायूनं अंजनीला पुत्ररत्न प्राप्त होईल असा आशीर्वाद दिला, असाही अर्थ काढता येईल. जे असेल ते असो; परंतु उगवत्या सूर्याला फळ समजून पकडण्यासाठी उडी मारणाऱ्या बाल हनुमानाची कथा येथे उल्लेख करण्यासारखी आहे. सूर्याचं रक्षण करण्यासाठी इंद्रानं वज्राचा वापर करून हनुमानाला पृथ्वीवर परत ढकललं. त्यामुळे रागावलेला वायू वाहण्याचा थांबला आणि वायूशिवाय जीवसृष्टी गुदमरू लागली. तेव्हा पिता ब्रह्मदेवानं आणि इंद्रानं वायूची समजूत काढली, तसंच बाल हनुमानाला तो अतुलनीय बलवान होईल आणि चिरंजीव होईल, असे वर दिले. यमराज आणि शिव यांनी त्याला मृत्युंजय होशील आणि शस्त्रांपासून रक्षण होईल, असेही वर दिले. अशा रीतीनं लहानपणापासूनच हनुमान अनुपम होत गेला.

किष्किंधाकाण्डामध्ये सुग्रीवाचा सेवक म्हणून हनुमान पहिल्या प्रथम जेव्हा रामाला आणि लक्ष्मणाला भेटतो, तेव्हा तो ब्राह्मणवेशात येतो. राम-लक्ष्मणाला ऋष्यमुक पर्वताकडे येताना बघून ते वालीनं पाठवलेले कोणी मायावी रूपधारी असावेत, असे समजून सुग्रीव हनुमानाला तपास करण्यासाठी पाठवतो. इच्छित रूप धारण करण्याचं वरदान, तर हनुमानाला लहानपणीच मिळालेलं होतं. ब्रह्मणरूपानं आलेला हनुमान या वेळी राम आणि लक्ष्मणांना भेटून त्यांच्याशी शुद्ध संस्कृत भाषेत, नम्रतापूर्वक खूप चांगलं संभाषण करतो. ते ऐकून प्रभावित झालेले श्रीराम लगेचच लक्ष्मणाला म्हणतात की, ज्यानं तीनही वेदांचा आणि व्याकरणाचा पूर्ण अभ्यास केला असेल, अशी व्यक्तीच असं बोलू शकेल. येथे हनुमानाच्या प्रथम प्रवेशातच महर्षी वाल्मीकींनी त्याच्यासाठी 'वाक्यकोविद' हा शब्द वापरला आहे.

प्रथम भेटीतच हनुमानाने रामाचा विश्वास संपादन केला; एवढंच नाही, तर त्याचे स्वामी सुग्रीव याच्यावरचं संकट दूर करण्यासाठी रामाची मदतही मिळवली. आत्तापर्यंत सुग्रीवाचा निष्ठावंत सेवक असलेल्या हनुमानाने रामाशी अल्पपरिचय होताच स्वत:चं जे आगळं व्यक्तिमत्त्व दाखवलं आहे, त्याची कथा अद्‌भुत आणि रोमांचकारी आहे.

वालीच्या वधानंतर विलाप करणाऱ्या त्याच्या पत्नीचं – तारामतीचं – हनुमान अतिशय चांगल्या तऱ्हेनं, ज्ञान आणि व्यावहारिक जीवन यांचा समन्वय करून सांत्वन करतो; तसंच अंगदाला युवराज म्हणून अभिषेक करण्याचा सुग्रीवाला सल्ला देतो. एवढंच नाही, तर राज्याभिषेकानंतर सीतेचा शोध घेण्याचं काम सुरू करण्यास अक्षम्य विलंब करून सुग्रीव अपराध करतो, तेव्हा सुग्रीवाला हनुमान सावधही करतो. वालीवधानंतर लगेचच वर्षा ऋतूचा आरंभ झाला; त्यामुळे पावसाळा संपल्यानंतर शरद ऋतूमध्ये सीतेच्या शोधाचा प्रयत्न सुरू करावा, असे ठरवून राम-लक्ष्मण किष्किंधानगरीच्या बाहेर डोंगरावर राहत होते. शरद ऋतू सुरू झाल्यावरही दिलेलं वचन विसरून विलासात रंगून गेलेल्या राजा सुग्रीवाला हनुमान नम्रतेनं पण निर्भयतेनं जे सांगतो, त्यात व्यवहारज्ञानाचा उत्तम पैलू दिसतो. मानसशास्त्राचा उपयोग करून हनुमान सांगतो, ''श्रीरामांनी आठवण करून देण्यापूर्वीच आपण हे काम सुरू केलं, तरच आपण काम केलं, असं म्हणता येईल. जे काम आपल्याला करायचंच आहे, ते दुसऱ्यानं आठवण करून दिल्यानंतर केलं, तर त्या कामाची किंमत कमी होते.'' हे समजावून सांगताना हनुमानाने फक्त सेवकाची भूमिकाच न बजावता; एका समजूतदार मित्राची आणि मानसशास्त्र जाणणाऱ्या अनुभवी व्यक्तिमत्त्वाची ओळख करून दिली आहे.

सीतेच्या शोधासाठी चारही दिशांना वेगवेगळ्या वानरसंघांना पाठविण्यात आलं, तेव्हा दक्षिण दिशेला हनुमान आणि अंगद या सर्वांहून जास्त समर्थ आणि विश्वासू वानरांना पाठवण्यात आलं होतं. येथे कोणी बुद्धिनिष्ठ विश्लेषक असा प्रश्न उभा करणं शक्य आहे की, सीतेला रावणानंच पळवून नेलं आहे, हे जटायू या पक्षिराज गृधश (गिधाडा) कडून श्रीरामाला आधीच समजलं होतं. लंकेचा राजा रावण आहे, हे कोणाला माहीत नव्हतं, असं तर नव्हतंच; तेव्हा सीतेचा शोध घेण्याचे प्रयत्न करण्यानं काय फायदा होणार होता, हे समजत नाही. सीतेच्या शोधासाठी दक्षिण दिशेला म्हणजेच लंकेच्या दिशेला निघालेल्या हनुमानांच्या हातात स्वत:च्या ओळखीची खूण म्हणून अंगठी देताना रामाने सांगितलं आहे की, ती अंगठी बघितल्यावर सीतेला तुझा विश्वास वाटेल. याचा अर्थ उघड आहे की, इतर वानर जरी कुठल्याही दुसऱ्या दिशांना गेले असले, तरी दक्षिण दिशेला निघालेला हनुमानच सीतेचा शोधच घेईल; कारण रावणाचं राज्य दक्षिण दिशेलाच

आहे, हे सर्वांना ठाऊक होतं. येथे पहिला प्रश्न अनुत्तरितच राहतो की, जर सीतेचं अपहरण रावणानंच केलं होतं आणि रावण लंकेचा राजा आहे, ही गोष्ट सर्वांना ठाऊक होती; तर मग सीतेचा शोध घेण्यासाठी इतके श्रम आणि वेळ वाया का घालवले असतील?

हनुमानाच्या सेवावृत्तीचं उमदं लक्षण तो रामाकडे येऊन पोहोचतो त्यापूर्वीच दिसून आलं आहे. वाली आणि सुग्रीव यांच्यामध्ये जेव्हा संघर्ष झाला, तेव्हा सुग्रीवाची बाजू न्याय्य होती, हे समजल्यानंतर हनुमान सुग्रीवाच्या बाजूला उभा राहिला. वास्तविक, हनुमान किष्किंधा नगरीचा राजसेवक आहे; तेव्हा तो जास्त सत्ता आणि बळ असणाऱ्या वालीच्या बाजूनं राहिला असता, तर सुग्रीव आणि राम यांच्यामध्ये मैत्रीही होऊ शकली नसती आणि जर असं झालं असतं, तर रामायणातील घटनांनी वेगळंच वळण घेतलं असतं. परंतु, स्वत:च्या सुरक्षेचा विचार न करता जी बाजू न्याय्य असूनही निर्बल होती, त्या सुग्रीवाच्या बाजूला हनुमान गेला यामध्ये हनुमानाच्या व्यक्तित्वाची एक असाधारण बाजू दिसते.

सीतेच्या शोधासाठी सुग्रीवानं विलंब केल्यानं क्रुद्ध झालेल्या रामाने लक्ष्मणाला किष्किंधेला सुग्रीवाच्या महालात पाठवलं. लक्ष्मण संतापून महालाकडे येत आहे, हे समजल्याबरोबर सुरा आणि सुंदरींमध्ये भान हरपून पुरता शुद्धीवरही नसलेला सुग्रीव भानावर आला आणि अतिशय घाबरला. अशा नाजूक क्षणी हनुमानाने सुग्रीवाला व्यवहारचातुर्य आणि धर्मनिष्ठा याबद्दल जे सांगितलं आहे; त्यामध्ये त्याची प्रतिमा सेवकाला नव्हे, परंतु अतिशय खऱ्याखुरा हितचिंतक आणि राजाचं कल्याण व्हावं, अशी इच्छा करणारा मंत्री या प्रतिमेला शोभणारी आहे.

यानंतर सीतेच्या शोधासाठी दक्षिणेला गेलेले हनुमानांसकट सर्व वानर सुग्रीवांनी ठरवून दिलेल्या वेळात हे काम जेव्हा पूर्ण करू शकले नाहीत, तेव्हाच्या प्रसंगाचं जे वर्णन करण्यात आलं आहे; त्यामध्ये हनुमानाचं एक वैशिष्ट्यपूर्ण मनोवैज्ञानिक, राजनीतिज्ञ आणि वीरपुरुष म्हणून दर्शन होतं. दिलेला वेळ संपला आहे आणि सीतेचा ठावठिकाणा लागलेला नाही, त्यामुळे सर्व वानर हताश आणि किंकर्तव्यमूढ झाले. असे अयशस्वी होऊन परत गेलो, तर सुग्रीव किती कडक शिक्षा करेल, या भीतीनं व्याकूळही झाले. अंगद तर परत जायलाच तयार नव्हता आणि सुग्रीवाविरुद्ध बंड पुकारण्याच्या दृष्टीनं त्याने सर्व वानरांना आपल्या बाजूने वळविले. हनुमानाने बघितलं की, सर्व वानरांनी सुग्रीवाविरुद्ध अंगदाशी सहकार केला आहे, तेव्हा त्यांनी त्या सर्वांना धैर्यानं समजावून सांगून ताळ्यावर आणलं. अंगदाशी सहकार्य करून जर वानर सुग्रीवाविरुद्ध जातील, तर फक्त सुग्रीवाशी नव्हे तर राम-लक्ष्मणांशीही शत्रुत्व ओढवून घेतील, हे हनुमानाने त्यांच्या लक्षात आणून दिलं. हनुमानाच्या समजावण्यानं अंगदाची साथ सोडण्यास सर्व वानर तयार झाले, परंतु अंगदानं

आमरण उपवास करून प्राणत्याग करण्याचं ठरवलं. नेमका त्याच वेळी जटायूचा भाऊ संपाति तेथे येऊन पोहोचला आणि त्यानंही हनुमानाच्या सांगण्याला दुजोरा दिला. सीतामाईं आता येथून खूपच जवळ आहेत, हे समजल्यावर अंगदानंही मग आत्मविलोपनाचा विचार सोडून दिला आणि सर्वांनी मिळून समुद्रोल्लंघन कसं करावं, याविषयी विचार सुरू केला.

शंभर योजने लांबी असलेला समुद्र ओलांडून जाणं, हे सोपं काम नव्हतं. सर्व वानरांनी त्यांना हे करता येणार नाही असं सांगितलं, तेव्हा हनुमान शांतपणे गप्प बसला होता. सर्वांमध्ये ज्येष्ठ असे जांबुवान होते. त्यांनी हनुमानाचं हे मौन बघून सांगितलं की, हे काम हनुमानाशिवाय कोणीच करू शकणार नाही. उत्तरकांडात एक कथा अशीही आहे – हनुमान अत्यंत सामर्थ्यवान होते, परंतु लहान असताना कोणी आश्रमवासी ऋषींनी दिलेल्या शापामुळे त्यांना त्यांच्या सामर्थ्याचा विसर पडला होता. जेव्हा कोणीतरी त्यांना आठवण करून देईल, तेव्हाच हे विस्मरण दूर होणार होतं. अशा वेळी जांबुवानानं हे काम केलं. याचा मानसशास्त्रीय अर्थ असाही काढता येईल की, अत्यंत कठीण परिस्थिती येते तेव्हाच मनुष्यामध्ये अपूर्व चेतनेचा संचार होऊ शकतो. काम पार पाडणाऱ्या माणसामध्ये निष्ठा मात्र असली पाहिजे आणि मनानं तो त्या कामासाठी समर्पित असला पाहिजे. सर्व वानरांमध्ये सीतेचा शोध घेण्याच्या कामासाठी हनुमानापेक्षा जास्त निष्ठावान आणि समर्पित भावना असलेला कोणीही नव्हता.

समुद्रोल्लंघन करत असताना हनुमानासमोर भीती दाखवणारा एक आणि लालुच दाखवणारा एक, असे दोन प्रसंग उपस्थित झाले होते. सुरसा नावाच्या शापग्रस्त राक्षशिनं हनुमानांना खाऊन टाकायला त्यांच्यावर हल्ला केला होता आणि ब्रह्मदेवानं दिलेल्या वरदानाप्रमाणे ती हनुमानाला आपल्या जबड्यात पकडू शकली असती. अशा भयंकर कसोटीच्या क्षणी बुद्धी चालेनाशी होते, हातपाय गळून जातात. मात्र अशा वेळी हनुमानाचं एक वेगळंच स्वरूप आपल्याला दिसतं. खाली अफाट सागर उचंबळतो आहे, वर अनंत आकाश पसरलेलं आहे, काही योजने दूर राक्षसांची नगरी लंका आहे आणि समोर प्रचंड जबडा वासून हनुमानाचं भक्षण करायला राक्षसी आली आहे. अशा नाजूक, अवघड वेळी हनुमान क्षणार्धात स्वत:चं शरीर आकुंचन करून आपला देह अंगठ्याएवढा करून सुरसेच्या जबड्यात शिरला. विक्राळ 'आ' वासून आपलं भक्ष्य इकडे-तिकडे शोधत असलेली सुरसा हरली आणि ब्रह्मदेवाचं वरदान पूर्ण करून बाहेर आलेल्या हनुमानाला बघून स्तब्ध झाली. अशा रीतीनं ब्रह्मदेवांचं वरदानही पूर्ण झालं, हनुमान मुक्त झाला आणि सुरसेला मोक्षही मिळाला.

सुरसेच्या संकटातून सुटलेल्या हनुमानासमोर समुद्रातून एकदम बाहेर सपाटीवर

आलेल्या पर्वताचं आकर्षण त्याचा मार्ग रोखून उभं ठाकलं. मैनाक हा समुद्राच्या तळाशी असलेला रमणीय आणि सुगंधी पर्वत होता. हनुमानानं थोडा वेळ आराम करावा आणि भोजन करावं, असं निमंत्रणही मैनाकानं दिलं. खूप दूरच्या आणि अनोळखी जागेच्या प्रवासाला निघालो असलो आणि त्यातही पुन्हा वाटेत जर कठीण प्रसंगातून पार पडावं लागलं, तर आराम करण्याच्या आमंत्रणाचा लोभ सोडणं अवघड असतं. जेव्हा काही विशिष्ट काम पार पाडायचं असतं, तेव्हा आराम करण्याच्या लोभाला बळी पडता कामा नये. हनुमान मस्तक झुकवून मैनाक पर्वताला ओझरता स्पर्श करून कृतज्ञता व्यक्त करतो आणि आपल्या कामाला पुढे जातो. काम पार पाडण्याच्या मार्गात भीती आणि लालुच ही दोन विघ्नं असतातच. ज्यांना ही विघ्नं ओलांडून पुढे जाता येतं, तेच (हाती घेतलेल्या कामाचा) समुद्र पार करू शकतात.

समुद्र ओलांडण्यात यशस्वी होऊन लंकेच्या तटाबाहेर येऊन पोहोचलेल्या हनुमानाने लंकेमध्ये रात्री प्रवेश केला. लंकेचं रक्षण लंकिनी नावाची एक आसुरी शक्ती करत होती. रावणाकडे अत्यंत समर्थ योद्धे होते. तरीही संपूर्ण लंकेच्या रक्षणाची जबाबदारी त्यानं एका स्त्रीकडे सोपवली होती, ही लक्षात घेण्यासारखी गोष्ट आहे. शारीरिक दृष्टीनं खूप मजबूत असले तरी नैतिकदृष्ट्या कमकुवत असलेले पुरुष स्वत:च्या रक्षणासाठी स्त्रीचा आसरा घेण्याच्या युक्तीचा प्रयोग करत असतात. संतापलेल्या लक्ष्मणाच्या रागापासून स्वत:चा बचाव करण्यासाठी सुग्रीवानं तारामतीला पुढे पाठवली होती, त्या प्रसंगाची येथे आठवण होते. धर्मनियमांप्रमाणे स्त्रीचा वध करू नये, असं असलं तरी जेव्हा स्त्री आततायी होते किंवा अनाठायी व्यक्तीचं रक्षण करते, तेव्हा तिचा वध करणं हा अधर्म नाही. श्रीरामाने ज्याप्रमाणे त्राटिकेचा वध केला, श्रीकृष्णाने जसा पूतना राक्षसीचा संहार केला; त्याचप्रमाणे हनुमानानेही लंकिनीचा वध करून लंकेत प्रवेश केला.

सीतेला शोधण्यासाठी हनुमानाने रावणाच्या अंत:पुरात मध्यरात्री अस्ताव्यस्त अवस्थेत झोपलेल्या स्त्रियांकडे खूप जवळून आणि लक्षपूर्वक बघितलं. त्यांच्यातल्या एकाही स्त्रीमध्ये सीतेची लक्षणं दिसली नाहीत. तेव्हा रात्रीच्या एकांतात त्या स्त्रियांना इतक्या जवळ जाऊन आपण लक्षपूर्वक बघितलं, यात आपल्याकडून धर्मच्युत होण्याचा अपराध घडला, असं त्याला वाटू लागलं. परंतु धर्माविषयीच्या त्याच्या सखोल ज्ञानानं लगेचच त्याला भानावर आणलं आणि अपराधभाव झटकून टाकत त्याने स्वत:ला समजावलं की, अशा अवस्थांमध्ये या स्त्रियांना लक्षपूर्वक बघूनही माझ्या मनात विकार उत्पन्न झाला नाही. इंद्रियांना चांगली किंवा वाईट प्रेरणा मनातून मिळते आणि माझे मन तर पूर्णपणे स्थिर आहे. हनुमानानं स्वत:च्या मनाचं हे जे समाधान केलं, त्यातून त्याची मनोवृत्ती आणि हाती घेतलेल्या

कामाबद्दलची निष्ठा दिसून येते. त्याच्या नजरेसमोर सीतेचा शोध घेणं, हे एकमेव उद्दिष्ट आहे. अर्जुनाच्या लक्ष्यवेधासारखीच ही गोष्ट आहे. त्या स्त्रियांमध्ये झोपलेल्या अतिशय सुस्वरूप आणि तेजस्वी मंदोदरीला बघून क्षणभर हनुमानाला तीच सीता वाटते. परंतु दुसऱ्याच क्षणी तर्कबुद्धी जागृत होऊन त्याच्या लक्षात येतं की, रामाचा वियोग झाला असताना सीतेला अशा आरामशीर शय्येवर गाढ झोप लागूच शकणार नाही. ही स्त्री सीता असूच शकत नाही. हनुमानाच्या विशुद्ध तर्कशक्तीचं आणि तीक्ष्ण निरीक्षणशक्तीचं हे उत्तम उदाहरण आहे.

अशोकवाटिकेत सीतेला बघितल्याबरोबर हनुमानाची कुशाग्र बुद्धी पुन्हा सतर्क होते. रात्र संपली आहे. पहाटेचा – उषःकालाचा उजेड पसरू लागला आहे. अशा वेळी वामनरूप धारण करून वृक्षाच्या फांदीवर बसलेल्या हनुमानाने विचार केला की, सीतामाईंशी मी संस्कृतमध्ये बोललो, तर त्या मला रावणाच्या राक्षसी षड्यंत्राचा भाग समजतील. हा विचार करून हनुमान अयोध्या प्रदेशातील स्थानिक भाषेत बोलण्याचं ठरवतो आणि मग त्या भाषेत रामाच्या कुलाचा इतिहास, तसंच रामकथा सांगू लागतो.

अशा तऱ्हेनं सीतामाईंचा विश्वास संपादन केल्यानंतर, ओळख पटवून दिल्यानंतर हनुमान असाही विचार करतो की, युद्धाचा परिणाम नेहमी अनिश्चित असतो आणि युद्धात भयंकर संहार होतो; शिवाय ते बरेच दिवस चालतेही. अशा परिस्थितीत आत्ताच जर सीतामाई आपल्या पाठीवर बसल्या, तर कुठलंही संकट न येता आपण त्यांना रामाकडे सुरक्षित पोहोचवू शकू. हनुमानाच्या या सूचनेचा सीतामाई स्वीकार करत नाहीत. असं करण्यात श्रीरामांच्या पराक्रमाला कलंक लागेल; शिवाय त्यांनी स्वेच्छेनं परपुरुषाचा स्पर्श स्वीकारला, असंही म्हटलं जाईल, हे सीतामाईंचं म्हणणं हनुमान मान्य करतो.

सीतामाईंशी हा संवाद झाल्यानंतर हनुमानाने अत्यंत बुद्धिमान मुत्सद्यासारखा एक विचार केला. सुंदरकांडाच्या सर्ग-४१मध्ये हनुमानाने ज्या तर्कशुद्ध मुद्द्यांचा विचार केला आहे, ते मुद्दे त्याचं व्यक्तिमत्त्व समजण्याच्या दृष्टीनं खूप लक्षात घेण्यासारखे आहेत. शत्रूची नैतिक हिंमत खच्ची करण्याची आणि लष्करी दृष्टीनं लंकानगरीच्या रचनेविषयी पूर्ण माहिती मिळवण्याची ही उत्तम संधी होती. आपण जर लंकेमध्ये काहीतरी दंगाधोपा, नुकसान करून आपल्या सामर्थ्याचं प्रदर्शन केलं, तर त्यामुळे राक्षसांचं मनोबल खच्ची होईल आणि त्यांच्यात एक तऱ्हेची भीती पसरेल. लंकिनीच्या रक्षाछत्राखाली निश्चित असणाऱ्या लंकानगरीमध्ये, लंकिनीची हत्या करून कोणी महारथी येऊन पोहोचेल; एवढंच नाही, तर अशोकवाटिकेत अत्यंत गुप्तपणे बंदिवान ठेवलेल्या सीतेचा पत्ता काढेल असा विचारही कोणी केला नसेल आणि त्याहूनही रावणाच्या नजरेसमक्षच त्याच्या नगरीत उत्पात – विनाश

केला, तर मानसशास्त्रीय दृष्टीने रामांना अर्धा विजय मिळवून देणं एकट्या हनुमानाला शक्य होतं.

अर्थात, यामध्ये खूप जोखीमही होती. असं करण्यानं रावणाला आधीपासूनच रामाच्या संभाव्य लष्करी हालचालींची माहिती मिळण्याची शक्यता होती. एवढंच नाहीतर हनुमान जर पकडला गेला, तर सीतेचा शोध घेण्याचं रामानं सोपवलेलं काम अपूर्णच राहील, ही भीतीही होती. येथे हनुमानाने स्वत:चं शौर्य आणि शक्ती यावर कमालीचा विश्वास दाखवला आणि एकट्यानं शत्रूचं मनोबल खच्ची करण्याचं प्रचंड साहस केलं. शत्रूवर विजय मिळवण्यासाठी साम, दाम, दंड, भेद असे चार उपाय असतात. हनुमानाने असा विचार केला की, हे राक्षस साम म्हणजे समजावण्याच्या मार्गानं समजतील असे नाहीत. संपूर्ण लंकानगरी सुवर्णाची असल्यानं त्यांच्याकडे धनही पुष्कळ आहे. तसंच त्यांना त्यांच्या शक्तीचा खूप अभिमान असल्यानं भेदनीती वापरण्याचाही परिणाम होणार नाही.

त्यामुळं जो उपाय शिल्लक राहिला, तो होता दंड. त्याचा उपयोग करण्याचं हनुमानाने ठरवलं. हा सर्व विचार केल्यानंतर हनुमानाने अशोकवाटिकेत विध्वंस करायला सुरुवात केली आणि त्या उद्यानातले वृक्ष, लतामंडप, जलाशय, मनोरंजनस्थळं सर्व काही विध्वंस करून उजाड करून टाकलं. तेथे जे राक्षस होते, त्यांना मृतप्राय होईपर्यंत मारलं किंवा त्यांचा वधच केला. अशोकवाटिकेचा असा विध्वंस करणं हे एक वेळ समजण्यासारखं आहे, परंतु लंकेच्या चैत्यप्रासादाच्या मोडतोडीनं आणि हिंसेनं हनुमानाच्या उत्कृष्ट चारित्र्याविषयी प्रश्न उभा होतो. हा चैत्यप्रासाद हे लंकेतील राक्षसांच्या कुलदेवतेचं मंदिर. हनुमान या मंदिरावर चढून त्याचा कळस तोडून टाकतो, पुजाऱ्याला मारून टाकतो आणि तेथे उभा राहून गर्जनाही करतो. मंदिर तोडण्याचं हे कृत्य आर्य परंपरेतील धार्मिक सहिष्णुतेला शोभणारं नाही. मृत्यू पावलेल्या शत्रूच्या मृतदेहाचाही सन्मानपूर्वक अंत्यसंस्कार करण्याच्या उज्ज्वल आर्य परंपरेत कधीही, कोठेही शत्रूचं कुठलंही पूजास्थान मोडून-तोडून टाकल्याचं उदाहरण सापडत नाही. चैत्यप्रासाद हे पूजा करण्याचं मंदिर आहे, हे हनुमानाला अगदी चांगलं ठाऊक असताना त्यानं असं का केलं, असा प्रश्न साहजिकच उपस्थित होतो.

परंतु रामायण आणि महाभारतात सर्वांत उत्कृष्ट म्हणता येतील अशा पात्रांच्या वर्तनातही कोठे कोठे असा सकृतदर्शनी विसंवाद दिसून येतो. त्याचं निराकरण आपल्या अल्पबुद्धीला करता येत नाही.

अशोकवाटिकेतल्या या विध्वंसाची बातमी रावणापर्यंत पोहोचली आणि संतापलेल्या रावणानं एकापेक्षा एक शूर राक्षस योद्ध्यांना हनुमानाबरोबर युद्ध करण्यास पाठवलं. हनुमानानं अतुलनीय पराक्रम दाखवून रावणाचा मुलगा अक्षकुमार

याच्यासकट सर्वांचा वध केला, परंतु शेवटी इंद्रजितनं त्याला बंदिवान केलं.

तुलसीरामायणात अशी घटना आहे की, लंकेत पोहोचल्याबरोबर हनुमानाला बिभीषणाची मदत मिळाली होती. याचा अर्थ असा झाला की, युद्ध होणार असं चिन्ह दिसण्यापूर्वीच रावणाचा पक्ष सोडून रामांकडे जायला बिभीषण मनानं तयार झाला होता. वाल्मीकींच्या कथानकात इंद्रजित जेव्हा हनुमानाला बंदिवान करून रावणाच्या दरबारात आणतो, तेव्हाच बिभीषण कथानकात प्रथम येतो. त्यापूर्वी रावण आणि बिभीषण यांच्यात सीतेबाबत काहीही चर्चा-विचारणा झालेली नाही. बंदिवान हनुमान भर सभेत स्वत:चा परिचय सांगतो. वानरराज सुग्रीवाचे आपण प्रतिनिधी आहोत, असं तो सांगतो आणि सुग्रीव रावणाचा भाऊ आहे, असा उल्लेखही करतो. (या विधानामागचा इतिहास माहीत नाही.)

येथे हनुमानाने पुन्हा एकदा खूपच सुंदर मानसशास्त्रीय उपायाचा उपयोग केला आहे. सुग्रीव हा वालीचा भाऊ आहे आणि रामाने वालीचा केवळ एका बाणानं वध केला होता, हे सांगून तो रावणाला आठवण करून देतो की, ज्या वालीच्या हातून पूर्वी तुझा पराजय झाला होता, त्या महाबलवान वालीलाही रामानं पराजित केलंय; तेव्हा रामाची शक्ती कमी लेखू नये.

यानंतर हनुमानाने केलेल्या गुन्ह्याबद्दल त्याला देहान्ताची शिक्षा झाली पाहिजे, अशी मागणी सभेत सर्व बाजूंनी होऊ लागली. संतापलेला रावण ही मागणी स्वीकारायला जवळजवळ कबूलही झाला, तेव्हा बिभीषणानं रावणाला सांगितलं की, हनुमानाचा वध करणं धर्मनिषिद्ध आहे. हनुमान हा खूप भीतीदायक शत्रू आहे आणि त्याने जो अपराध केला आहे, तो अक्षम्य आहे हे जरी खरं असलं; तरीही हनुमानाचा वध करू नये, अशी विनंती बिभीषणानं रावणाला केली आहे. त्यासाठी त्यानं दोन कारणं सांगितली आहेत. एक तर हनुमान हा रामाचा दूत आहे. धर्म मानणारे, विद्वान, समर्थ असे राजे शत्रूच्या दूताचा वध करत नाहीत. दूत हे नेहमीच अवध्य असतात. तेव्हा रावणानं जर हनुमानाचा वध केला, तर रावणासारखा 'सत्पुरुष' लोकनिंदेला पात्र ठरेल. दुसरे म्हणजे, जर हनुमानाचा वध करण्यात आला, तर राम आणि लक्ष्मण युद्ध करण्याची हिंमतच करणार नाहीत. आणि असं झालं तर युद्ध करण्यास तयार व उत्सुक असलेले सर्व राक्षस निराश होतील.

आश्चर्य म्हणजे, बिभीषणाच्या या सल्ल्याचा रावणानं स्वीकार केला. बिभीषणाच्या उपदेशात तर्कसंगततेपेक्षा पोकळपणा जास्त आहे; कारण हनुमान लंकेमध्ये श्रीरामाचा दूत म्हणून नव्हे, तर हेरगिरी करायला आला होता. एवढंच नव्हे, तर दूतानं कसं वागावं याविषयी जे नियम असतात, त्यामध्ये अकारण हिंसा करून घबराट पसरवण्यासारखं कृत्य स्वीकारलं गेलेलं नाही. हनुमान बंदिवान झाला होता, तो शत्रूचा गुप्तहेर होता आणि धोकादायकही होता. रावणासारख्या बुद्धिमान पुरुषाच्या

लक्षात ही गोष्ट आली नाही आणि बिभीषणाच्या अगदीच दुबळ्या समर्थनांचा स्वीकार करून त्याने हनुमानाचं शेपूट पेटवून देण्याच्या क्षुल्लक शिक्षेवर संतोष मानला. ही घटना रावणाच्या व्यक्तिमत्त्वाचा विचार करता पटण्यासारखी नाही.

शेपूट पेटवून देण्याच्या या संकटालाही हनुमान तर इष्टापत्तीच मानतो. कारण शेपूट पेटवून त्याला सोडून दिल्यावर संपूर्ण लंकानगरी, तिचे तट, दरवाजे इ. सर्व स्थळांचं तो दिवसा उजेडी पुन्हा निरीक्षण करू शकेल, या विचारानं त्याला तर बरंच वाटतं. त्यानंतर हनुमानाने जे लंकादहन केलं आहे, त्यामध्ये स्त्रिया आणि लहान मुलांचेही बळी गेले आहेत. दुसरा कुठलाही हेतू किंवा विवेकपूर्ण विचार मनात न आणता त्याने असा उपद्रव दिला होता. नंतर मात्र खुद्द हनुमान आपण भस्मीभूत केलेली लंकानगरी बघून धक्का बसून क्षुब्ध होतो. रागाच्या भरात आपण किती वाईट कृत्य केलं, अशा भावनेनं पीडित होतो. असं करताना कदाचित आपल्या हातून सीतामाईंही भस्मीभूत झाल्या असत्या, या विचारानं रामांकडे परत न जाता समुद्रात बुडून जीव द्यावा, असंही त्याला वाटतं. लंकादहनाच्या आपल्या या कृत्याला 'कपित्वमनवस्थितम्' म्हणजे वानरोचित उच्छृंखल वागणं झालं, अशा पश्चात्तापानं काही क्षण तो दु:खी होतो.

लंकेहून किष्किंधेला परत आल्यानंतर हनुमानाने आपण सीतेला शोधली असल्याचा वृत्तांत रामाला सांगितला. ज्याप्रमाणे रामाच्या अंगठीनं हनुमानाने सीतामाईंना आपली ओळख पटवून दिली होती, त्याचप्रमाणे सीतेकडून मिळवलेला चुडामणी रामाला देऊन सीता खरोखरच सापडली असल्याची त्याचीही खात्री करून दिली. हनुमानाने रामाला या भेटीचा वृत्तांत सविस्तर सांगितला आहे; परंतु आश्चर्य वाटण्यासारखी गोष्ट ही आहे की, आपण अशोकवाटिकेचा विध्वंस केला, तसंच लंकादहन केलं, याबद्दल काहीही सांगितलं नाही. लंकादहनाची हकिगत रामापासून गुप्त का ठेवली असेल, याचा एक खुलासा असू शकतो. लंकादहनानंतर हनुमान जेव्हा समुद्राच्या दुसऱ्या किनाऱ्यावर थांबलेल्या साथी वानरांना भेटला, तेव्हा जांबुवानांनी असं सांगितलं की, "हे हनुमान! सीतेचा शोध कसा घेतलात ती हकिगत सविस्तर सांगा म्हणजे आपण येथून पुढच्या योजनेचा विचार करू या. किष्किंधेला पोहोचल्यावर या सर्वांतून काय सांगायचं आणि कोणत्या गोष्टी गुप्त ठेवायच्या, याविषयी तुम्हीच निर्णय घ्या; कारण तुम्ही सुज्ञ-बुद्धिवान आहातच."

या बोलण्यातून असा संकेत स्पष्ट दिसतो की, सीतेच्या शोधाच्या सर्व हकिगतीत काही गोष्टी गुप्त राखण्यासारख्याच होत्या आणि त्या संदर्भातच हनुमानाने लंकादहनाची हकिगत रामापासून गुप्त ठेवली असावी. तरी पण ही गोष्ट गुप्त ठेवण्याचं कारण काय असेल, हे समजणं आपल्या कल्पनाशक्तीच्या बाहेर आहे.

सीता कोठे आहे, हे समजल्यानंतर लंका जिंकण्यासाठी राम जेव्हा त्याच्या सैन्याबरोबर किष्किंधेहून निघतो, तेव्हा तो हनुमानाच्या पाठीवर आरूढ झाला आहे. एका दृष्टीनं लंकेवर जरी राम विजय मिळवणार असला तरी त्या संपूर्ण योजनेची जबाबदारी हनुमानावरच आहे, असा जणू काही येथे संकेत मिळतो. खुद्द श्रीरामानेच म्हटलं आहे की, मी हनुमानाच्या खांद्यावर चढून सैन्याच्या मध्यभागी असेन (लक्ष्मण अंगदाच्या खांद्यावर आरूढ होता). हे प्रस्थान मध्यान्हसमयी झाल्याचा स्पष्ट उल्लेख युद्धकांड : सर्ग-४ च्या तिसऱ्या श्लोकात सापडतो. श्रीराम सुग्रीवाला म्हणतात, "सुग्रीवा, आपण आता या वेळी प्रस्थान करू या. सूर्यदेव आकाशाच्या मध्यावर पोहोचले आहेत आणि या श्रेष्ठ मुहूर्तावर प्रस्थान करणं उत्तम होईल."

मध्यान्ही सुरू केलेल्या या प्रस्थानाच्या याच सर्गात-४६ ते ५१ पर्यंतच्या श्लोकांमध्ये सूर्यदेवांखेरीज शुक्र, सप्तर्षी, ध्रुव, त्रिशंकू, विशाखा इत्यादी तारे आणि नक्षत्रे दिसत असल्याचं वर्णन आहे. दिवसा उजेडी हे तारे कसे दिसत होते, हा कल्पनेचाच विषय आहे. त्याहूनही आश्चर्याची गोष्ट ही आहे की, याच सर्गाच्या शेवटी हे समग्र सैन्य त्याच दिवशी संध्याकाळी समुद्रकिनाऱ्यावर पोहोचले असल्याचा स्पष्ट उल्लेख आहे. ज्या समुद्रतटी पोहोचण्यासाठी सीतेचा शोध घ्यायला गेलेल्या हनुमानाला एक महिना लागला होता आणि शोध लागल्यावर परत येतानाही किष्किंधेला पोहोचण्यास 'थोडे दिवस' लागले होते; तेच अंतर श्रीरामांच्या या विराट सैन्यानं (शंभर कोटी वानर – युद्धकांड : सर्ग-४/३३) थोड्याच तासांमध्ये कसं पार केलं असेल, असा प्रश्न जर कोणाला पडला; तर त्याचं उत्तर इथं मिळत नाही.

युद्ध सुरू होण्यापूर्वी लंका सोडून रामाचा आश्रय घेण्यास बिभीषण येऊन पोहोचला, तेव्हा ज्या घटना आणि संवाद महाकवींनी लिहिले आहेत; ते हनुमानाच्या पात्राच्या संदर्भात बघण्यासारखे आहेत. रामासकट सर्व वानर सैन्यालाही बिभीषण अनोळखी असला तरी हनुमानासाठी तो अनोळखी नाही. लंकादहनाच्या आधी हनुमानाचा वध करण्यास तयार झालेल्या रावणासकट सर्व राक्षसांना बिभीषणानंच धर्माच्या नावाखाली रोखलं होतं. बिभीषणाच्या या युक्तिवादामुळेच रावणानं हनुमानाचा वध केला नव्हता आणि त्याचं शेपूट पेटवून देण्याची मामुली शिक्षा दिली होती. अशा रीतीनं धर्म जाणणाऱ्या आणि निर्भयपणे खुद्द रावणालाही धर्माविषयी उद्‌बोधन करणाऱ्या दृष्टीतून हनुमानाने बिभीषणाला पाहिलेले होते.

म्हणजे हनुमानाला बिभीषण अनोळखी नव्हता. बिभीषणाचा आपल्या पक्षात स्वीकार करून त्याला आश्रय द्यावा की नाही, याविषयी सर्व वानर सेनापतींची मतं राम विचारतो. तेव्हा सर्वांनी एकमतानं बिभीषणाला आश्रय देण्याविषयी सावधानीचा सूर काढला आणि बिभीषणाचा हेतू काय असेल याविषयी शंका व्यक्त केली.

त्या वेळी केवळ हनुमानच एका चाणाक्ष राजनीतिज्ञासारखे बोलतो, जे अतुलनीय म्हणता येईल. रामाने जेव्हा हनुमानाचं मत विचारलं, तेव्हा त्यानं सांगितलं की, 'श्रीरामाने वालीवधानंतर सुग्रीवाला राज्य सोपवून दिलं, हे बिभीषणाला माहीत असणारच; त्यामुळे रावणवधानंतर लंकेचं राज्य आपल्याला मिळेल, अशा इच्छेनं बिभीषण रामाच्या पक्षात आला असेल, अशी शक्यता जास्त आहे. अशा परिस्थितीत त्याचा स्वीकार करणं, हे जास्त उचित आहे.'

येथे हनुमानाने बिभीषणाबद्दल जो अंदाज केला, तो खरा होता, हे नंतर युद्धकांड : सर्ग-५० मध्ये १८ व्या व १९ व्या श्लोकांमध्ये आपल्याला कळते. इंद्रजिताच्या नागपाशानं वेढले जाऊन जवळजवळ मृतावस्थेत पडलेल्या राम आणि लक्ष्मणाला बघून शोक करणाऱ्या बिभीषणाच्या तोंडी पुढील श्लोक आहेत –

ययोर्वीर्यमुपाश्रित्य प्रतिष्ठा – काङ्क्षिता मया ।
ताविमौ देहनाशाय प्रसुप्तौ पुरुषर्षभौ ॥१८॥
जीवन्नद्य विपन्नोऽस्मि नष्टराज्यमनोरथः ।
प्राप्तप्रतिज्ञश्च रिपुः सकामो रावणः कृतः ॥१९॥

'ज्यांची शक्ती आणि पराक्रमाच्या मदतीनं मी लंकेच्या राजसिंहासनावर बसण्याची अभिलाषा केली होती, ते दोघेही पुरुषश्रेष्ठ येथे मृतप्राय पडले आहेत. आज मी जिवंत असून मेल्यासारखाच आहे, कारण राज्याभिषेकाचे माझे मनोरथ नष्ट झाले आहेत. माझा शत्रू रावण यानं केलेली प्रतिज्ञा आज त्याच्या पुत्रानं पूर्ण केली आहे.'

यावरून निर्विवादपणे हे दिसून येतं की, बिभीषणाविषयी हनुमानाने केलेला अंदाज शंभर टक्के बरोबर होता. हनुमानाच्या या अंदाजाला पुष्टी देण्यासाठीच असावा; तसा श्रीरामाने बिभीषणाचा मित्र म्हणून ताबडतोब स्वीकार केला आहे. एवढंच नाही, तर रावणाचा वध करण्याआधीच लंकेच्या सिंहासनावर त्याला अभिषेक करून, आता तो कोठेही जाऊ शकणार नाही, असं मधाचं बोट लावून ठेवलं आहे.

युद्धभूमीवर यानंतर असे अनेक प्रसंग घडले; ज्यात हनुमानाच्या फक्त शौर्याचंच दर्शन झालं असं नाही, तर सर्वच दृष्टींनी त्याची प्रतिभा दिसली आहे. श्रीरामाच्या विजयाचा एकमात्र तारणहार तो ठरतो. रावणाच्या शक्तीचा प्रतिकार करण्यास असमर्थ ठरलेला लक्ष्मण बेशुद्ध होऊन युद्धभूमीवर पडला, तेव्हा रावणानं त्याला उचलून पळवून नेण्याचा प्रयत्न केला. त्या क्षणी हनुमानाने रावणावर प्रहार केले आणि बुक्के मारून-मारून त्याला खाली पाडले. रावणाच्या या अवस्थेचा फायदा घेऊन हनुमानाने मूर्च्छित लक्ष्मणाला उचललं आणि रामाकडे आणलं. या वेळी हनुमानाने फक्त शौर्यच नव्हे, तर अतिशय विलक्षण बुद्धिचापल्यही

दाखवलं आहे. कारण एखाद्या क्षणाचाही उशीर झाला असता, तर रावणानं लक्ष्मणाला उचलून नेलं असतं (युद्धकांड : सर्ग-५९). यानंतरही युद्धामध्ये अशा घटना दोनदा घडल्या आहेत; ज्या वेळी हनुमानाशिवाय रामविजय शक्यच झाला नसता, असं नि:शंकपणे म्हणता येईल.

इंद्रजिताच्या मायावी युद्धाचा प्रतिकार करण्यास राम-लक्ष्मणांसहित समग्र वानरसेना असमर्थ ठरली आणि राम-लक्ष्मणांसकट या सर्वांना इंद्रजितानं जवळजवळ मूर्च्छित अवस्थेत मृतप्राय करून टाकलं. राम-लक्ष्मण बेशुद्ध पडले होते, सर्व सेना बेहोश अवस्थेत पडली होती; तेव्हा तपास करत रात्रीच्या वेळी युद्धभूमीवर हिंडणाऱ्या बिभीषणाला अर्धवट शुद्धीवर असलेल्या जांबुवानानं विचारलं, "हे बिभीषण! मी तुम्हाला फक्त अंदाजानंच ओळखतो आहे. कारण मी डोळे उघडू शकत नाही आणि माझ्या सर्वांगावर जखमा आहेत. मला तुम्ही एकच गोष्ट सांगा की, वायुपुत्र हनुमान सुरक्षित आहे की नाही?"

अर्धमृतावस्थेत पडलेल्या जांबुवानांनी सुग्रीव, अंगद, लक्ष्मण किंवा रामाच्या सुरक्षित असण्याबद्दल काही विचारलं नाही; फक्त हनुमानाच्या सुरक्षित असण्याबद्दल चिंता व्यक्त केली, त्याबद्दल बिभीषणाला आश्चर्य वाटलं. तेव्हा जांबुवानानं जे उत्तर दिलं, त्यात हनुमानाचं संपूर्ण योगदान आणि चरित्र अगदी सूर्यप्रकाशासारखं स्वच्छ दिसतं. जांबुवान म्हणाला, "हनुमान जर सुरक्षित असतील, तर हे मृतप्राय झालेलं सैन्य पुन्हा सजीव होऊ शकेल आणि जर हनुमान मृत्यू पावले असतील, तर आपण सर्व जण जिवंत असलो तरी मेल्यासारखेच असू; कारण जर हनुमान असतील, तर आपण सर्व जिवंत होऊ शकू."

जांबुवानाचं हे सांगणं किती बरोबर होतं, हे हनुमानाने लगेचच खरं करून दाखवलं. हनुमान तेव्हा सुरक्षित होता आणि जांबुवानानं त्याला हिमालय पर्वतावर कैलास शिखराजवळ ज्या चार उत्तम औषधी आहेत, त्या तत्काळ घेऊन येण्यास सांगितलं. या चार औषधींमध्ये मृतसंजीवनी नावाची एक औषधीही होती. जांबुवानानं सांगितलेल्या मार्गानं हनुमान तत्काळ हिमालयावर पोहोचले.

येथे एका अत्यंत नवल वाटेल अशा गोष्टीचा वाल्मीकींनी उल्लेख केला आहे. वनस्पतींमध्ये जीव असतो, असं या वर्णनात सांगितलं आहे. या अद्भुत आणि दैवी औषधी वनस्पतींनी हनुमान आपल्याला घेऊन जातील या भीतीनं स्वत:ला अदृश्य करून टाकलं. हनुमानाने जेव्हा जांबुवनानं सांगितलेल्या शिखरावरून या वनस्पती अदृश्य झालेल्या बघितल्या, तेव्हा त्याने सबंध पर्वतशिखर भूमीपासून वेगळं करून उचललं! (हनुमान वनस्पतींना ओळखू शकले नाहीत म्हणून त्यांनी सबंध पर्वत उचलून घेतला, अशी कथा वाल्मीकी रामायणात नाही.) अदृश्य वनस्पती असलेला तो पर्वत जेव्हा हनुमानाने समुद्रकिनाऱ्यावर रणभूमीवर ठेवला,

तेव्हा त्या वनस्पतींच्या केवळ वासानंच मूर्च्छित किंवा मृत पडलेले राम-लक्ष्मणांसकट सर्व वानरयोद्धेही स्वस्थ आणि निरोगी अवस्थेत जागृत झाले. त्यानंतर पहाटेची पहिली किरणं दिसू लागण्यापूर्वीच हनुमान या पर्वताला परत हिमालयावर ठेवून आला.

येथे कुठल्याही जिज्ञासू माणसाच्या मनात जर असा प्रश्न उभा राहिला असेल की, आपण आज ज्या प्रदेशाला लंका म्हणतो, तिच्या समुद्रकिनाऱ्यावरून रात्रीच्या थोड्या तासांमध्ये चार वेळा हजारो मैल दूर असलेल्या हिमालयापर्यंतचा प्रवास कसा झाला असेल? तर, ढोबळ अर्थानं या प्रश्नाचं उत्तर मिळवणं शक्य नाही. येथे आपल्याला अभिप्रेत आहे हनुमानाचं प्रचंड सामर्थ्य आणि त्या सामर्थ्याचा आपण सर्वांनी स्वीकार केलेलाच आहे. त्यानंतर पुन्हा एकदा रावणाच्या प्रहारानं लक्ष्मण बेशुद्ध झाला. लक्ष्मण मृत्यू पावला, या भीतीनं श्रीराम करुण विलाप करू लागले. तेव्हा सुषेणाच्या सांगण्यावरून हनुमान पुन्हा एकदा हिमालयावर जाऊन औषधी वनस्पती असलेला डोंगर उचलून घेऊन आला. या दुसऱ्या वेळी असा उल्लेख आहे की, हनुमान डोंगरावरच्या औषधी वनस्पती ओळखू शकला नाही म्हणून त्यांनी सबंध डोंगरच उचलून आणला. अशा तऱ्हेनं हनुमान दोन वेळा जीवनदाता झाला आहे.

असेही उल्लेख आहेत की रावण, इंद्रजित किंवा कुंभकर्ण जेव्हा त्यांच्या रथात बसून किंवा विराट मायावी रूप धारण करून लढत असत, तेव्हा हनुमानाच्या खांद्यावर बसून त्यांच्याकडील वाहनांची उणीव भरून काढण्याचा प्रयत्न राम करत असत. अशा तऱ्हेनं विजयाचं सर्व यश जरी वाल्मीकींच्या कथेत रामांना दिलं गेलं असलं, तरी विजयश्रीच्या या इमारतीची आधारशिला मात्र हनुमानच आहे.

विजयप्राप्तीनंतर सीतामाईंना हा शुभ समाचार देऊन, त्यांना रामांकडे घेऊन येण्याचं सर्वांत महत्त्वाचं आणि आनंददायक काम रामाने हनुमानाकडे सोपवलं होतं. सीतेकडे जाऊन रामविजयाचा समाचार तर हनुमान देतोच, पण त्याचबरोबर असंही सांगतो, "हे माते! तुम्ही येथे होतात, त्या काळात या सर्व राक्षशिणींनी तुम्हाला खूपच त्रास दिला. मला या सर्व राक्षशिणींचा वध करून सूड घ्यावयाचा आहे."

हनुमानाचा हा राग एक अवघड समस्या उभी करतो. आपल्या शास्त्रांमध्ये स्त्रियांच्या वधाला प्रतिबंध नाही. स्त्री असली तरी ती जर आततायीपणाचं आणि धर्माविरुद्ध वर्तन करत असेल, तर तिचा वध धर्माला धरूनच आहे. भगवान विष्णूंनी भृगुऋषींच्या पत्नीचा वध केला होता, असा उल्लेख रामायणातच एका ठिकाणी आहे. त्याशिवाय रामाने त्राटिकेचा, तसंच लक्ष्मणाने अधोमुखी नावाच्या राक्षशिणीचा यापूर्वी वध केला होता. शूर्पणखेचं नाक कापणंही अशा गोष्टींमध्येच

मोडतं. या सर्व स्त्रिया आततायी होत्या आणि त्या कोणा स्वामीच्या आज्ञेनं असा जुलूम करत नव्हत्या; त्या स्वत:च अधर्मपालन करत होत्या. परंतु येथे अशोकवाटिकेत सीतेच्या भोवताली ज्या राक्षशिणीं ठेवल्या होत्या, त्या रावणाच्या दासी होत्या आणि त्यांच्या मनाप्रमाणे वागण्याची त्यांना परवानगी नव्हती. त्यांचं वागणं धर्माला सोडून असलं तरी त्याचा दोष त्यांना देता येत नाही. शिवाय आता तर त्या सर्व स्त्रिया लाचार होत्या, नि:शस्त्र होत्या, आक्रमक नव्हत्या आणि युद्धही संपलं होतं. अशा वेळी या स्त्रियांची हत्या करण्याइतका क्रोध किंवा सूडाची भावना हनुमानाच्या मनात का यावी, असा प्रश्न पडतो. अर्थात, हनुमानाने तसं केलं नाही, कारण सीतामाईंनीच त्याचा राग शांत केला.

विजयी रामासमोर सीता जेव्हा आली, तेव्हा रामाने तिच्या चारित्र्याबद्दल शंका घेतली आणि पत्नीचा स्वीकार करण्याऐवजी तिनं अग्निदिव्य करावं, असं सुचवलं. ते ऐकत असलेले हनुमानांसहित सर्व जण प्रथम दु:खी झाले आणि नंतर त्यांना राग आला. त्यांची ही मनोव्यथा वाल्मीकींनी शब्दांकित केलेली नाही, कारण हनुमानाचं आयुष्य पूर्णतया रामाला समर्पित आहे. त्यामुळे रामाच्या या न कळण्यासारख्या वागण्याबद्दलही हनुमान मौन राहिला, परंतु महर्षी वाल्मीकींनी हनुमानांची नि:शब्द व्यथा स्पष्टपणे सूचित केली आहेच.

अयोध्येला परत येण्यासाठी रामाने त्याच्या येण्याची बातमी नंदिग्रामात वाट बघत असलेल्या भरताला आधी मिळावी म्हणून हनुमानालाच पाठवलं. ज्याप्रमाणे अशोकवाटिकेत सीतेकडे निरोप घेऊन हनुमान जातो; त्याचप्रमाणे आता नंदिग्राममध्ये भरताला आपण येत असल्याचा समाचार सांगण्यासाठी हनुमानालाच राम निवडतात; हे विशेष सूचक आहे. लंकेहून निघालेला राम जेव्हा प्रयागला पोहोचला, तेव्हा तेथून त्याने हनुमानाला पुढे पाठवलं (युद्धकांड : सर्ग-१२५/१२-१३). लंकेहून प्रयागला पोहोचायला त्यांना पाच दिवस लागले असतील, असे वाटते. (युद्धकांड : सर्ग-१२५/२३-२४). प्रयागहून अयोध्या अगदीच जवळ असताना हनुमानाला पुढे पाठवण्यामागचं कारण काय असेल, असं वाटून आपल्या मनात दुसरे काही विचार येतात. त्याबद्दल रामाची पात्रवंदना करताना योग्य वेळी आणि योग्य स्थानी आपण विचार करू. येथे त्याचं विशेष औचित्य नाही.

श्रीरामाच्या आगमनाचा शुभ समाचार हनुमानाकडून मिळाल्यावर प्रसन्न झालेल्या भरतानं हनुमानाला तऱ्हतऱ्हेच्या उत्तम वस्तू भेट म्हणून दिल्याचा उल्लेख वाल्मीकींनी केला आहे. त्यात एक लाख गाई, शंभर गावे आणि सोळा सुंदर मुलींचा समावेश आहे. या सोळा मुलींच्या केवळ उल्लेखानं कित्येक विद्वान लोकांनी हनुमानाच्या ब्रह्मचर्याविषयी शंका व्यक्त केली आहे खरी; परंतु ज्याप्रमाणे एक लाख गाई, शंभर गावांचा हनुमानांनी प्रतीकात्मक स्वीकार केला असेल, तसेच या सोळा

मुलींच्या बाबतीतही समजले पाहिजे. या गाई किंवा गावे हनुमानाने स्वीकारली किंवा त्यांचा उपयोग केला, असा उल्लेख पुढे कोठेही येत नाही. जर या गोष्टीकडे आपण दुर्लक्ष करतो, तर त्या सोळा मुलींबद्दल तेवढे सतत लक्षात ठेवून त्यातून हवे तसे अर्थ काढणे योग्य ठरणार नाही. कुमारी कन्या या स्वागताच्या इतर भेटवस्तूंबरोबर त्या काळी दिल्या जात असत, असे उल्लेख आहेत. विशिष्ट कारण अथवा प्रसंगांना हस्तिनापूरला येणाऱ्या श्रीकृष्णाच्या सत्कारासाठी हत्ती, सोन्यानं मढवलेले रथ आणि अन्य दासांशिवाय अतिशय सुरेख शंभर स्त्रियाही भेट म्हणून देण्याची आज्ञा धृतराष्ट्रानं दिलेली आहे. तसंच येथेही सुंदर स्त्रिया भेट म्हणून, सन्मानाचं प्रतीक म्हणून देण्यात आल्या असाव्यात; ही त्या काळातली पद्धत असावी, हे असं शक्य आहे.

श्रीरामाच्या राज्यरोहणाप्रसंगी वेगवेगळ्या नद्यांचं, तसंच महासागरांचं पाणी आणून एकत्रित केलं गेलं. ती खास कामगिरीही हनुमानानेच पार पाडली आहे. अशा तऱ्हेनं राज्याभिषेकाचं शेवटचं कामही हनुमानानेच केलं, ही घटना खूपच सूचक आहे. राज्याभिषेकानंतर सर्व वानर आणि बिभीषण यांना निरोप देताना श्रीरामानं प्रत्येकाला काही ना काही शुभेच्छा भेटवस्तू दिल्या आणि चांगला उपदेशही केला. त्या वेळी हनुमानाने रामाकडे एवढंच मागितलं, ''हे रघुनंदन! आपल्याबद्दल माझ्या मनात असलेला स्नेह आणि भक्ती सदैव अशीच राहो, एवढा एकच वर मला द्या!''

येथे महाभारतातील एक प्रसंग अभ्यासूंना आठवेल. खांडववनदहनाच्या वेळी कृष्ण आणि अर्जुन यांच्याकडून पराभूत झालेल्या इंद्रानं अर्जुनाला अमोघ शस्त्रं दिली आणि श्रीकृष्णाला काही वर मागायला सांगितलं, तेव्हा श्रीकृष्णानं जे म्हटलं, ते आदिपर्वाच्या अंतिम सर्गाच्या तेराव्या श्लोकात आहे. श्रीकृष्ण म्हणाले की, मला दुसरं काहीच नको आहे. फक्त 'प्रीति पार्थेन शाश्वतीम्।' म्हणजे पार्थाचं प्रेम मला सतत मिळत राहो. येथे पार्थ म्हणजे पृथेचा पुत्र असा शब्द वापरला आहे. अर्जुनासाठी दुसरा कोणताही शब्द वापरण्याऐवजी पार्थ शब्द जाणून-बुजून वापरला असावा, असे वाटते. पृथा हे कुंतीचं नाव आहे; पण 'पृथा'चा अर्थ पृथ्वी असाही होतो. त्या अर्थानं 'पार्थ'चा अर्थ पृथ्वीचा पुत्र म्हणजे संपूर्ण मानवजात, असाही घेता येईल.

श्रीकृष्ण हे लोकोत्तर परमपुरुष आहेत आणि हा लोकोत्तर परमपुरुष पृथ्वीवासीयांचं प्रेम मागत आहेत. दुसरीकडे रामायणातला हनुमान पृथ्वीवासी असूनही लोकोत्तर आहे आणि असा पृथ्वीवासी लोकोत्तर हनुमान रामासारख्या परमपुरुषाचं प्रेम मागत आहे. अशी ही श्रीकृष्ण आणि हनुमान दोन्ही परम व्यक्तिमत्त्वं आहेत; ज्यांनी प्राप्ती होत असताना प्रेम आणि समर्पणाशिवाय दुसऱ्या कसल्याच प्राप्तीची इच्छा

दाखवली नाही.

एका विशेष गोष्टीची नोंद येथे घेतली पाहिजे. रामाने आपल्या जीवनकालात माता, पिता, पत्नी, भाऊ, मित्र या सर्वांवर प्रेम केलं, हे खरं; परंतु एका कौसल्येचा अपवाद वगळता वेगवेगळ्या वेळी या प्रत्येकाबद्दल काही ना काही शंकाही घेतल्या आहेत आणि नाराज होऊन दोषही दिले आहेत. कौसल्या समग्र रामकथेत फारशी दिसत नाही. तेव्हा हनुमान हे एकच व्यक्तिमत्त्व आहे, ज्याच्या कुठल्याही कामाबद्दल रामाने कधीही किंचितही शंका घेतली नाही किंवा त्याला कधीही दोष दिला नाही. हनुमानाचं हे यश त्याला रामायणातल्या इतर पात्रांपेक्षा आगळंवेगळं स्थान देऊन श्रीरामांच्या सर्वांत निकटचे करते.

असंख्य देवी-देवतांमध्ये श्रीकृष्ण आणि हनुमानाचीच मंदिरं या देशातील प्रजा सर्वांत जास्त बांधते, ते का, असा जो प्रश्न या लेखाच्या आरंभी उपस्थित केला होता; त्याचं उत्तर श्रीकृष्ण आणि हनुमान यांच्या या विलक्षण, चतुर आणि बुद्धिवान मागणीत आहे. यशाच्या सर्वोच्च शिखरावर पोहोचल्यानंतरही त्यांना प्रेम आणि भक्तीशिवाय काहीच नको असतं. त्यांच्यासाठी महाकालही क्षणभर थांबेल आणि युगानुयुगांपर्यंत जन्म घेणाऱ्या सर्व पिढ्यांमधली जनता त्यांना नतमस्तकानं वंदन करेल, यात नवल ते काय?

■

राजा दशरथ

मिथिलानगरीत राम आणि सीता यांचा विवाह संपन्न झाला, तेव्हा राजा जनकाला महर्षी वसिष्ठांनी अयोध्येच्या इक्ष्वाकुवंशाचा परिचय करून दिला. त्या परिचयाप्रमाणे अयोध्येचा प्रथम राजा इक्ष्वाकु होता आणि तो प्रजापती ब्रह्माचा पाचव्या पिढीतील वारस आहे. या प्रथम पुरुष इक्ष्वाकुनंतर तेहेतिसाव्या पिढीत राजा दशरथ जन्माला आले. एवढा काळ लोटल्यानंतरही ज्यांची कीर्ती कमी झालेली नाही, असे पुराणांमध्ये आणि इतिहासामध्ये प्रसिद्ध असलेले मांधाता, सगर, भगीरथ, अंबरीश, नहुष आणि ययाती यासारखे राजे मधल्या पिढ्यांमध्ये होऊन गेले.

इक्ष्वाकुवंशी राजाची राजधानी अयोध्या ही बारा योजने लांब आणि तीन योजने रुंद होती, असा बालकांडात उल्लेख आहे. महाभारतात श्रीकृष्णाच्या द्वारकानगरीची लांबी-रुंदीही एवढीच आहे, ही विशेष लक्षवेधक गोष्ट आहे. अयोध्या ही कोशल देशाची राजधानी असल्याचा उल्लेख वरचेवर केला जातो. वाल्मीकी रामायणाच्या बालकांडात या नगरीचं जे वर्णन करण्यात आलं आहे; त्याप्रमाणे रोज सकाळी अयोध्येच्या राजमार्गावर फुले पसरण्यात येत असत आणि पाणी शिंपडण्यात येत असे. शहराच्या चारी बाजूंना शेकडो तोफा लावण्यात आल्या होत्या. तेथे फक्त स्त्रियांनीच चालवलेल्या अनेक नृत्य-नाटक मंडळ्या होत्या. शहरात अनेक लोक परदेशातून येऊन राहिलेले होते आणि शहराची वस्ती खूप होती. तमिळ भाषेत असलेल्या 'कम्बन' रामायणात या कोशल देशाचा परिचय खूप काव्यात्मक पद्धतीनं करून दिलेला आहे. कम्बन लिहितात की, येथे दानाचं महत्त्व नाही, कारण कोणी याचकच नाही. शौर्याचं महत्त्व नाही, कारण युद्धं होतच नाहीत. खरं बोलण्याचं महत्त्व नाही, कारण खोटं कोणी बोलतच नाही. विद्वान पंडितांचं महत्त्व नाही, कारण सर्वच लोक ज्ञानी आहेत.

अशा कोशल प्रदेशाविषयी दुसरा एक प्रश्नही विचार करण्यासारखा आहे. राजा दशरथाची पहिली राणी कौसल्या ही कोशल देशाचा राजा भानुमानाची मुलगी होती, असा दुसरीकडे उल्लेख सापडतो. मिथिलेच्या राजाची मुलगी जशी मैथिली म्हणून ओळखली जाते, कैकेयनरेशाची मुलगी कैकेयी, तशीच कोशलच्या राजाची मुलगी ती कौसल्या, असे सांगितलेले आहे. आता जर इक्ष्वाकुवंशीयांची राजधानी हाच कोशल प्रदेश असेल, तर जरा गोंधळ होण्यासारखी स्थिती आहे. कौसल्या ही कोशल प्रदेशाची पुत्री आणि दशरथ हा कोशल प्रदेशाचा राजा – म्हणजे एकाच प्रदेशाचं नाव दोन वेगवेगळ्या ठिकाणी वापरलं गेलं आहे, असं दिसतं. कदाचित कौसल्येचे वडील भानुमान यांना ईशान्य कोशल किंवा दक्षिण कोशल प्रदेशाचा राजा म्हटलं जात असेल. आणि अयोध्या राजधानी असलेल्या तळकोशल प्रदेशापासून तो वेगळा असेल.

माणसाच्या आयुष्यात जे खरोखर कल्याणप्रद आहे – ते श्रेयस आणि जे ऐहिक सुख मिळवून देणारं आहे – ते प्रेयस. या दोघांमधला संघर्ष सतत सुरू असतो. असा संघर्ष आयुष्यात निर्माण होणारच नाही आणि मनुष्य नेहमीच फक्त हितकारक किंवा फक्त ऐहिक सुख देणाऱ्या गोष्टींच्याच मागे लागेल, असे कधीही होत नाही. असं ज्यांच्या आयुष्यात होईल, तो मनुष्य देव तरी असेल किंवा पशू तरी असेल. राजा दशरथ रामायणातलं सर्वप्रथम पात्र आहेत आणि रामायणातली सर्व पात्रं नखशिखांत सामान्य माणसासारखी वागणारी आहेत. श्रेयस आणि प्रेयस यांच्यामधील संघर्षाचं दशरथ हे या सर्व पात्रांमधील सर्वांत उत्तम उदाहरण आहे. असा संघर्ष जेव्हा होतो; तेव्हा बहुतेक माणसं हितकारक, कल्याणकारी मार्ग सोडून ऐहिक सुखाच्या मागे लागतात; परंतु लोकोत्तर माणसं मात्र ऐहिक सुखाचा त्याग करून जो कल्याणप्रद आहे, मोक्षाकडे नेणारा मार्ग आहे, तो स्वीकारतात. कारण भावी पिढ्या अशा माणसांच्या वागणुकीचा आदर्श समोर ठेवतात. गीतेमध्ये श्रीकृष्णानं अर्जुनाला सांगितलेली एक गोष्ट येथे लक्षात ठेवण्यासारखी आहे. श्रीकृष्णाने म्हटलं आहे की, 'यद्यदाचरति श्रेष्ठस्तत्देवेतरो जन:।' म्हणजे श्रेष्ठ पुरुष जसं वागतात, त्याचं इतर लोक अनुकरण करतात. दशरथाच्या आयुष्याकडे नजर टाकताना ही गोष्ट लक्षात ठेवण्यासारखी आहे.

राजा दशरथाला कौसल्या, सुमित्रा आणि कैकेयी अशा तीन राण्या होत्या, ही गोष्ट कथाकारांनी आणि त्यांचे अनुयायी अशा रामायण वाचणाऱ्या रामभक्तांनी आपल्याला गेली शेकडो वर्षं सतत सांगितली आहे. हे सांगणं अर्धसत्य आहे. राजाला या तीन राण्या तर होत्याच; परंतु फक्त तीनच होत्या, असं सांगणं हे वाल्मीकींवर अन्याय करण्यासारखं आहे. कारण महर्षी वाल्मीकींनी त्यांच्या रामायणात एकाहून जास्त वेळा, जराही शंका राहणार नाही अशा तऱ्हेनं, असं स्पष्ट सांगितलं

आहे की, दशरथांना अनेक बायका होत्या. अयोध्याकांड : सर्ग-३४/१३ तसेच सर्ग-३९/३६ प्रमाणे तर या राण्यांची संख्या साडेतीनशे होती. ही सत्य परिस्थिती जेव्हा जेव्हा आणि जेथे जेथे उल्लेखली जाते, तेथे तेथे आणि तेव्हा तेव्हा ज्यांनी मूळ रामकथेचा अभ्यास किंवा रसग्रहण केलेलं नाही, फक्त कथा-कीर्तनकारांनी सांगितलेलंच ऐकलं आहे; ते लोक नाकं मुरडतात. खरं पाहता यामुळे राजा दशरथाचं व्यक्तिमत्त्व किंवा स्वभावचित्रण यात काही कमीपणा येतो, असं नाही. कारण त्या वेळची समाजव्यवस्थाच तशी असावी, असं वाटतं. यामध्ये राम हे आदर्शरूप अपवाद आहेत; कारण महाभारतातील श्रीकृष्णच नव्हेत, पण धृतराष्ट्र किंवा युधिष्ठिरांसारखे लोकही बहुपत्निगामीच आहेत.

रामायणाच्या सुरुवातीलाच राजा दशरथ कथेत येतो; तेव्हा त्याचं वय साठ हजार वर्षांचं होतं, असं लिहिलं आहे. खुद्द राजा दशरथच सांगतो की, इतकं वय झाल्यानंतरही मला संतानप्राप्ती झालेली नाही. संतानप्राप्तीसाठी कुलगुरू वसिष्ठांच्या संमतीनं राजा अश्वमेध यज्ञ करतो. सामान्यत: हा यज्ञ एखाद्या सम्राटाची सत्ता किंवा चक्रवर्ती असण्याचं प्रतीक म्हणून केला जातो; परंतु अश्वमेधाच्या फळांमध्ये पुत्रेष्टि हे एक फलही आहे. या यज्ञाच्या शेवटी प्रसन्न झालेल्या यज्ञपुरुषाने एक पायसकुंभ (खीर असलेलं पात्र) प्रसाद म्हणून राजाला दिला. आणि पुत्र व्हावा अशी इच्छा असलेल्या आपल्या पत्नींना तो प्रसाद योग्य रीतीनं वाटून देण्यास त्याला सांगितलं. राजाने या प्रसादाचा अर्धा भाग वरिष्ठ राणी कौसल्या हिला दिला आणि उरलेल्या अर्ध्या भागातला अर्धा भाग सुमित्रेला दिला. बाकी राहिलेल्या प्रसादातला अर्धा भाग कनिष्ठ राणी कैकेयी हिला दिला आणि नंतर जो भाग उरला, त्याबद्दल 'विचार करून' तो पुन्हा सुमित्रेला दिला. येथे राजाने 'विचार करून' असे शब्द वापरले आहेत; परंतु प्रसादाचे असे भाग पाडण्यामागे काय विचार होता, याचे स्पष्टीकरण मिळत नाही.

या यज्ञानंतर राजा दशरथाला पुत्रप्राप्ती झाली. पण या पुत्रप्राप्तीपूर्वीच राजाला शांता नावाची एक पुत्री झाली होती, असे रामायणाचे काही अभ्यासक कधी कधी म्हणतात. या समजाचे मूळ अंगनरेश राजा रोमपाद याच्याशी राजा दशरथाच्या असलेल्या मैत्रीत असावे, असे वाटते. शांता ही रोमपादांची मुलगी होती आणि शांतेचे पती महर्षी ऋष्यशृंग यांना पुत्रकामेष्टि (अश्वमेध) यज्ञाचे मुख्य पुरोहित म्हणून निमंत्रण देण्यासाठी राजा दशरथ स्वत: गेले होते. रोमपादांची व त्यांची गाढ मैत्री होती आणि म्हणून शांता ही त्यांना मुलीसारखीच होती. राजांनी निमंत्रण देताना स्पष्ट सांगितले आहे, "हे राजा, तुम्ही तुमची मुलगी शांता आणि तिचे पती, सर्व जण माझ्या या यज्ञासाठी या." यावरून निर्विवादपणे सिद्ध होते की, शांता ही दशरथांची मुलगी नाही, पण दशरथांचे मित्र रोमपाद यांचीच मुलगी आहे.

पुत्रप्राप्तीनंतर राजाच्या आयुष्यातला सर्वांत महत्त्वाचा प्रसंग येतो, तो विश्वामित्रांचं आगमन, हा. विश्वामित्र स्वत: करत असलेल्या यज्ञाच्या रक्षणासाठी राजा दशरथाकडे त्याच्या ज्येष्ठ पुत्राची मागणी करण्यासाठी आले. दशरथ या पात्राचं लक्षात येण्यासारखं वैशिष्ट्य हे आहे की, त्याच्या मृदू आणि सौजन्यशील स्वभावामुळे तो जास्त काही पुढची-मागची चौकशी न करताच वचन देऊन टाकतो. विश्वामित्र कशासाठी आले आहेत, हे समजण्याआधीच कुलगुरू वसिष्ठांच्या उपस्थितीतच ते वचन देऊन टाकतात की, विश्वामित्रांना जे काही हवं असेल, ते नक्की दिलं जाईल. या वागण्यातून राजाचा मऊ आणि निष्पाप स्वभाव दिसून येतो. परंतु आधुनिक दृष्टीनं विचार केला, तर एक शासक म्हणून त्याचा भोळेपणाही दिसतो. मग विश्वामित्रांनी जेव्हा रामाची मागणी केली आणि तीही रावणाच्या सांगण्यावरून येणाऱ्या मारिच वगैरे राक्षसांचा संहार करण्यासाठी; तेव्हा मात्र राजा दशरथ भयभीत होतो. रावणाचं नाव ऐकूनच त्याचा थरकाप होतो. तो म्हणतो की, खुद्द मी स्वत:ही रावणाशी युद्ध करू शकणार नाही.

येथे प्रथमच राजाच्या मनात चालणारा श्रेयस आणि प्रेयस (कल्याणकारी आणि ऐहिक सुखदायी) यांमधील संघर्ष दिसून येतो. त्याने वचन तर देऊन टाकलं होतं आणि तुलसीदासांनी ज्याचं वर्णन 'रघुकुल रीत सदा चली आयी, प्राण जाए पर वचन न जाए' असं केलं आहे; ती रीत त्याला चांगली माहीत होती. परंतु आयुष्याच्या उत्तरार्धात मिळालेल्या लाडक्या मुलाला संभाव्य विनाशाकडे पाठवायला त्याचा जीव धजत नाही.

श्रेयस आणि प्रेयसच्या या संघर्षात जेथे सामान्य माणूस ऐहिक सुखाकडेच वळेल; तेथे राजा सुरुवातीला मनात येणाऱ्या शंकाकुशंकांचा स्वीकार केल्यानंतर लगेच मनानं सावरतो आणि रामाला विश्वामित्रांच्या स्वाधीन करतो. विश्वामित्रांनी लक्ष्मणाचीही मागणी केल्याचा कोठे उल्लेख नाही, परंतु लक्ष्मण तर रामाच्या सावलीसारखाच आहे, त्यामुळे त्याबद्दल काही चर्चाही न करता राजा लक्ष्मणालाही रामाबरोबरच सोपवून देतो.

येथे एक गोष्ट लक्षात घेण्यासारखी आहे. विश्वामित्रांनी यज्ञ करण्याची दीक्षा घेतली आहे. राक्षसांचा संहार करण्यास ते स्वत: असमर्थ नाहीत, तरीही ते स्वत:च स्वत:च्या यज्ञाचं रक्षण करत नाहीत आणि रामाकडून हे काम करवून घेतात. असं करण्याच्या कारणांमध्ये असा उल्लेख आहे की, यज्ञ करण्याची दीक्षा ज्यांनी घेतली असेल, त्यांनी राग येऊ द्यायचा नाही. यज्ञामध्ये विघ्न आणणाऱ्या राक्षसांचा संहार करावा लागला, तर राग येणारच. यज्ञाचे शेवटचे दहा दिवस बाकी असताना विश्वामित्र अयोध्येला आले आहेत आणि अयोध्येहून यज्ञस्थळी पोहोचण्यास त्यांना चार दिवस लागले, असे वाल्मीकींनी लिहिले आहे. आता यज्ञाचे फक्त सहा

दिवसच बाकी राहिले होते. ज्या रागापासून दूर राहण्यासाठी विश्वामित्रांनी दशरथाकडे रामाची मदत मागितली, तोच राग राजांनी त्यांची मागणी प्रथम नाकारली, तेव्हा त्यांना आलाच होता, याची नोंद घेतली पाहिजे!

विश्वामित्रांच्या यज्ञाचं रक्षण केल्यानंतर, श्रीरामाने मिथिलानगरीत धनुर्भंग केला. सीतेला मिळविण्याचा अधिकार प्राप्त केला, ही बातमी राजा जनकांनी त्यांच्या दूतांमार्फत राजा दशरथांना कळवली. वाल्मीकींच्या सांगण्याप्रमाणे राम विश्वामित्रांबरोबर अयोध्येहून निघाले. विश्वामित्रांच्या यज्ञाचं रक्षण केलं, नंतर ते मिथिलेला आले आणि धनुर्भंग केला. त्यानंतर मिथिलेच्या दूतानं अयोध्येला पोहोचून राम-सीतेचा विवाह होणार असल्याचा शुभसमाचार सांगितला.

हे सर्व मिळून पंधरांहून जास्त दिवस झाले असतील, असं वाटत नाही. विश्वामित्रांनी अयोध्येत दशरथांना सांगितलं की, आता त्यांच्या यज्ञाचे दहा दिवस बाकी आहेत. त्यानंतर अयोध्येहून यज्ञस्थळी पोहोचण्याचा प्रवास संपला, तेव्हा वाटेत चार रात्री गेल्या होत्या. त्यानंतर सहाव्या दिवशी यज्ञाचा विध्वंस करण्यास आलेल्या राक्षसांचा संहार श्रीरामाने केला, असा स्पष्ट उल्लेख बालकांडाचा श्लोक : ३०/५-७ मध्ये आहे. त्या दिवशी यज्ञाची समाप्ती झाली. दुसऱ्याच दिवशी विश्वामित्र, त्यांचे शिष्य राम व लक्ष्मण यांच्याबरोबर मिथिलेला जाण्यास निघाले. वाटेत त्यांनी पहिली रात्र शोणभद्र नदीच्या काठी घालवली, दुसरी रात्र गंगातटी घालवली; तसेच तिसरी रात्र विशालानगरीचा राजा सुमती याच्याबरोबर घालवली. चौथ्या दिवशी ते मिथिलेला पोहोचले. एक रात्र मिथिलेत घालवल्यानंतर दुसऱ्या दिवशी रामाने धनुर्भंग केला. धनुर्भंगाची वार्ता सांगण्यास अयोध्येला गेलेला दूत वाटेत तीन रात्री थांबत गेला, असं बालकांड : ६९/७ मध्ये स्पष्ट लिहिलेलं आहे. एकंदरीत, या सर्व घटना होण्यास पंधरा दिवसांहून जास्त दिवस लागले असतील, असं वाटत नाही. राजा दशरथ प्रसन्न मनानं लग्नाचं वऱ्हाड घेऊन मिथिलेला पोहोचले, तेव्हा त्यांनाही प्रवासाला चार दिवस लागले. (बालकांड : ६९/७).

दशरथांच्या आयुष्यातील सर्वांत महत्त्वाची घटना मुलांच्या लग्नांनंतर लगेचच घडून आली आहे. मिथिलेत असतानाच तेथे भरताचे मामा केकय देशाचे राजकुमार युधाजित आपली बहीण व भाचा यांची बातमी ऐकून अनपेक्षितपणे आले आणि लग्नानंतर लगेचच भाचा भरत याला आजोळी घेऊन गेले. लक्षात घेण्यासारखी गोष्ट म्हणजे, भरताची पत्नी त्याच्याबरोबर गेलेली नाही. आता एकाएकी राजा दशरथाला स्वत:च्या म्हातारपणाचा विचार येतो आणि असं वाटतं की, राम आता राज्य सांभाळायला सक्षम झाले आहेत. ते आता युवराजपदी विराजमान व्हावेत.

रामांचा राज्याभिषेक करण्यापूर्वी मंत्री आणि प्रजेचे प्रतिनिधी यांच्याबरोबर राजा

दशरथ विचारविनिमय करतात आणि त्यांचा सल्ला घेऊन मगच निर्णय घेतात. या घटनेवरून प्राचीन आर्यावर्तात निरंकुश राजेशाही नव्हती, तर एका तऱ्हेची प्रजाकीय शासनपद्धती होती, असं दिसतं. आपल्यानंतर प्रजेनं रामाला राजा म्हणून स्वीकारावं यासाठी दशरथाने प्रजापरिषदेला एक उत्तम प्रश्न विचारला आहे – "मी धर्मपालन करून राज्य चालवतो, तरीही तुम्ही सर्व जण रामाकडे राज्यकारभार सोपवण्याच्या माझ्या सूचनेला इतक्या उत्साहानं होकार का देता?" राजाचा हा प्रश्न मानसशास्त्राला अत्यंत धरून आहे. प्रजा आणि मंत्री केवळ राजाच्या दबावाखाली येऊन रामाचा स्वीकार करत नाहीत, तर त्यांच्या मनात रामाविषयी एक खास वेगळं असं स्थान निर्माण झालं आहे की कसं, हे जाहीरपणे सांगितलं जावं, अशी दशरथाची इच्छा आहे.

त्यानंतर राजा दशरथाने राज्याभिषेकाची तयारी केली आणि त्यासाठी वेगवेगळ्या शहरांमध्ये राहणारे प्रमुख लोक, तसंच इतर राजांना निमंत्रणं पाठवून अयोध्येला बोलावलं. त्या सर्वांचं योग्य स्वागत करून त्यांना राहण्यासाठी निवासस्थानंही देण्यात आली (अयोध्याकांड : १/४६-४७). परंतु त्यानंतरच्या दुसऱ्याच श्लोकात म्हणजे अयोध्याकांड : १/४८ मध्ये असं सांगितलं आहे की, घाई झाल्यामुळे दशरथाने केकयनरेशांना आणि मिथिलापती जनकराजांना बोलावलं नाही आणि असा विचार केला की, त्यांना ही आनंदाची बातमी नंतर समजेल. ही गोष्ट साधी सरळ वाटत नाही. एवढंच नव्हे, तर त्यानंतर राज्याभिषेकाची बातमी सांगितली गेल्यावर राम जेव्हा राजा दशरथाला भेटायला येतो, तेव्हा दशरथ असं सांगतो, "भरत हा धर्मात्मा आणि सत्पुरुष आहे, परंतु अशा सज्जनाचं मनही काही कारणानं केव्हा बदलेल, हे सांगता येत नाही; म्हणून भरताच्या अनुपस्थितीतच तुझा अभिषेक होऊन जाणं जास्त योग्य आहे."

फार थोड्या रामायणप्रेमींना ही घटना ठाऊक आहे. असं वाटतं की, दशरथाच्या मनात भरताबद्दल जी शंका आहे, तिचं मूळ राजानं कैकेयीशी केलेल्या लग्नाच्या वेळच्या एका वचनात असणार. भरत जेव्हा रामाला वनवासात चित्रकूट पर्वतावर भेटले, तेव्हा रामाने या घटनेबद्दल भरताला सांगितलं आहे. (अयोध्याकांड : १०७/३). दशरथाचं कैकेयीशी लग्न या अटीवरच झालं होतं की, राजाच्या मृत्यूनंतर कैकेयीचा मुलगाच राज्यावर येईल. दशरथाने या अटीचा स्वीकार केला होता. असं असलं, तरी इक्ष्वाकुकुलाची परंपरा ज्येष्ठ पुत्रालाच राज्याभिषेक करण्याची आहे. यात एखादा अपवाद झाला आहे, हे खरं; पण तो अपवाद ज्येष्ठ पुत्र लायक नसल्यामुळं झाला आहे. राम तर सर्वगुणसंपन्न ज्येष्ठ पुत्र होते. त्यामुळे राजा दशरथासमोर पुन्हा एकदा श्रेयस आणि प्रेयस यांमधला संघर्ष उभा राहिला आहे. रामाचा राज्याभिषेक ही कुलपरंपरा आहे, म्हणून ती श्रेयस्करही आहे.

भरताला राज्याभिषेक करणं श्रेयस नाही हे उघडच आहे; परंतु राजा तसं करण्यासाठी वचनबद्धच आहे. तेव्हा प्रिय पत्नीला दिलेलं वचन पूर्ण करण्याची इच्छाही मनात असणारच. यातून एकच मार्ग निघू शकतो. तो असा की, याबद्दल जास्त चर्चा न करता, भरत उपस्थित नसताना रामाचा राज्याभिषेक करून टाकावा. येथेही राज्याभिषेकाच्या सर्व तयारीबद्दल अंत:पुरातील राण्या अनभिज्ञच आहेत. कैकेयीला ही बातमी मंथराच सांगते. म्हणजे, सर्व राण्यांना रामाच्या राज्याभिषेकासारख्या महत्त्वाच्या प्रसंगाची माहिती होऊच दिलेली नाही, असे वाटते.

रागावलेल्या कैकेयीने जेव्हा राजाजवळ आपला राग प्रकट केला, तेव्हाही कैकेयीशी लग्न करताना कबूल केलेली अट राजा पार विसरून गेला असावा. तो अगदी सरळ मनानं सांगतो की, तू जे मागशील ते मी तुला देईन आणि असं म्हणून विनाकारणच वचनबद्ध होतो. या विसंवादी वागण्याचं स्पष्टीकरण फक्त वाल्मीकीच देऊ शकतील. काही जणांनी लोकांच्या मनावर असं ठसवण्याचा प्रयत्न केला आहे की, दशरथ कामलोलुप होता आणि कैकेयीसारख्या तरुण, रूपवान पत्नीसमोर त्यांच्या मनावर नियंत्रण राहत नसे, म्हणूनच असं वचन त्यानं दिलं असेल. ते जे काही असेल ते असो; पण राजा कपटी किंवा कारस्थानी नव्हता, अतिशय सरळ मनाचा होता, हे मात्र येथे दिसून येतं.

कैकेयीनं मागितलेल्या दोन वचनांपैकी भरताला राज्यावर बसवण्याचं वचन स्वीकारायला तर दशरथ तयारही झाला, परंतु रामाच्या वनवासाची कल्पना मात्र त्याला असह्य होते. या केवळ कल्पनेनंच राजाला किती प्रचंड धक्का बसला; ते त्याने कैकेयीचे पाय पकडून, काकुळतीला येऊन जी आर्जवं केली आहेत, त्यातून दिसून येतं. वृद्ध राजानं असं काकुळतीला येऊन पायावर लोळण घेणं त्याला गौरवास्पद नाही; परंतु अशा वेळीही त्याचं व्यक्तिमत्त्व किती सौम्य आणि मृदू राहतं, हे या वेळी दिसून येतं. ज्यांच्या व्यक्तिमत्त्वात असे गुण असतील, त्यांना प्रचंड धक्का बसेल; तेव्हाही रौद्र, क्रूर होताच येत नाही.

लक्षात घेण्यासारखी दुसरी एक गोष्ट अशी आहे की, रामाला वनवासाचा आदेश दशरथाने दिला नाही; तर कैकेयीनंच राजांची तशी इच्छा आहे, असं रामाला सांगितलं. रामाने मातेचं हे सांगणं पित्याची आज्ञा म्हणून स्वीकारलं होतं. राजा स्वत: कधीही हे शब्द आपल्या मुलाला सांगू शकले नाहीत. राम अयोध्या सोडून गेला तोपर्यंत राजाने वारंवार विलाप केला, कैकेयीला अपशब्द बोलला, अनेकदा अतिशय दु:खानं मूर्च्छित पडला आणि शेवटी-शेवटी मुलाला असं सुचवलं, "मी वचन दिल्यानं जरी अडकलो असलो तरी तू माझी आज्ञा पाळणं जरूर नाही. मला कैद करून तू अयोध्येचा राजा म्हणून सिंहासनावर बसून जा!" (अयोध्याकांड : ३४/२६)

पित्याची ही प्रेमासक्त अवस्था बघून रामाने सांगितलं, “हे राजन! ज्याप्रमाणे माझा (पुत्र) धर्म तुमच्या आज्ञेचं पालन करणं हा आहे; त्याचप्रमाणे तुमचा धर्म तुम्ही दिलेलं वचन पाळणं, हा आहे.” राम वनवासाला गेल्यानंतर सहाव्या दिवशी राजाने प्राण सोडले. हे सहा दिवस त्याने प्रिय पत्नी कैकेयीच्या महालात नाही तर ज्येष्ठ राणी कौसल्येच्या महालात काढले. पुत्रविरहानं त्याचा प्राण जाईल, असा जो शाप त्याला फार पूर्वी मिळाला होता; त्याची कथा त्या दिवसांमध्ये राजाने कौसल्येला सांगितली.

राजाची ही कथा श्रवणकुमार नावाच्या कोणा तरुण पुत्राच्या नावाला जोडून आपल्याला कथा-कीर्तनकार सांगत आले आहेत. श्रवण आपल्या आई-वडिलांना कावडीत बसवून यात्रेला घेऊन चालला होता. तेव्हा वाटेत रात्रीच्या वेळी राजा दशरथांनी जंगली सावज समजून त्याला बाण मारला, अशी कथा प्रसिद्ध आहे. या अचानक आणि अजाणता झालेल्या हत्येमुळे राजाला श्रवणाच्या अंध पित्यानं शाप दिला, असं या लोककथेत आपल्याला सांगितलं जातं; पण ते अर्धसत्य आहे. पुत्रशोकानं व्याकूळ झालेल्या दशरथाच्या तोंडून वाल्मीकी जी कथा कौसल्येला सांगतात, त्यात श्रवणकुमाराचं नावच नाही आणि अशा कावडवाल्या यात्रेची गोष्टही नाही. वैश्य पिता आणि शूद्र माता यांच्या पोटी जन्माला आलेला एक मुलगा नदीकाठी आश्रमवासी जीवन जगत होता आणि पहाटेच्या अंधूक उजेडात, पावसाळ्याच्या दिवसांमध्ये त्या मुनिकुमारावर राजानं चुकून शस्त्रप्रहार केला आणि तो मारला गेला. हे कुटुंब ब्राह्मण नव्हतं. साधारणपणे शाप देण्याचा अधिकार ब्राह्मणांनाच असे. वैश्य पिता आणि शूद्र मातेचा तो एकुलता एक मुलगा होता. ब्राह्मणेतर जातींना, विशेषत: शूद्रांना तपाचा अधिकार नाही, असं कारण सांगून उत्तरकांडामध्ये रामाने शंबूक नावाच्या शूद्राला तपस्या करण्याच्या अपराधाबद्दल देहान्ताची शिक्षा दिली. येथे अयोध्याकांडात हे वैश्य-शूद्र जोडपं तपश्चर्या करत होतं आणि ती दोघं दशरथाला शापही देतात; परंतु हा शाप स्वत:च्या अपराधाचं प्रायश्चित्त म्हणून स्वत: राजपुत्र दशरथानं मागून घेतलेला आहे.

शापाबद्दलची ही गोष्ट सहाव्या रात्री राजाने सांगितली आणि त्यानंतर मूर्च्छित अवस्थेतच त्याने प्राणत्याग केला. त्याचे प्राण गेले आहेत, हे त्याच्या जवळ झोपलेल्या कौसल्या आणि सुमित्रा यांनाही सकाळी भाट स्तुतिगायन करू लागले, तेव्हाच लक्षात आलं. राजाच्या मृत्यूबरोबरच अयोध्येचं राजसिंहासन रिक्त झालं, कारण कोणताच राजपुत्र तेथे उपस्थित नव्हता. अशा परिस्थितीत राज्याचे मंत्री, प्रजाजन, तसंच मार्कंडेय आदी मुनींनी कुलगुरू वसिष्ठांना जी विनंती केली आहे, ती लक्षात घेण्यासारखी आहे.

त्यांनी सांगितलं की राजाच नाही, असं राज्य ठेवणं योग्य नाही. म्हणून आता

वसिष्ठांनीच निर्णय घ्यावा आणि इक्ष्वाकुवंशी कोणत्याही राजपुत्राला किंवा दुसऱ्या एखाद्या योग्य पुरुषाला राजा म्हणून नियुक्त करावं. यावरून असं दिसून येतं की, कुलगुरूच्या स्थानाला विशेष महत्त्व होतं आणि ते सर्वोच्च होतं. वसिष्ठांनी भरताला घेऊन येण्यासाठी केकयदेशी दूत पाठवले; परंतु अत्यंत कुशाग्र बुद्धिमत्ता दाखवून दूतांना असंही सांगितलं की, भरताला रामवनवास किंवा दशरथाचा मृत्यू हे समाचार देऊ नयेत. अयोध्येहून निघालेले दूत त्याच रात्री केकयदेशात पोचले. (येथे कोणाही तल्लख बुद्धीच्या वाचकाच्या मनात ताबडतोबच एक प्रश्न उभा राहू शकेल की, अयोध्या आणि केकय देशांमधलं अंतर जर थोड्या तासांच्या प्रवासाएवढंच होतं, तर दशरथराजानं रामाच्या राज्याभिषेकाच्या वेळी जी घाई केली, त्याविषयी उद्भवणाऱ्या शंकेला पुष्टीच मिळते. एवढंच नाही, तर राम वनवासाला गेल्यावर सहाव्या दिवशी दशरथराजाचे प्राण गेले. तरीही केवळ थोड्या तासांच्या अंतरावर असलेल्या केकयदेशात त्या सहा दिवसांत काहीही का कळवलं नसेल?)

मामाच्या घरून अयोध्येला परत येताना भरत वाटेत सात रात्री थांबत आठव्या दिवशी अयोध्येला पोहोचला. (अयोध्याकांड : ७१/१६) जे अंतर अयोध्येच्या दूतांनी एकाच दिवसात पार केलं, तेच अंतर वास्तविक भरतानं तर त्याहून कमी वेळात कापलं पाहिजे; कारण त्याला 'ताबडतोब' बोलावलं होतं. असं वाटतं की, दूतांनी ज्या मार्गानं प्रवास केला, तेथे वाटेत विपाशा नदीचा (म्हणजे आजची बियास नदी) उल्लेख आहे. दूतांचा प्रवास अयोध्येच्या पश्चिम दिशेला झाला आहे. भरताचा परतीचा प्रवास केकयदेशापासून पूर्व दिशेला झाला आहे; परंतु त्यात विपाशा नदीचा उल्लेख नाही, तर शतद्रु (म्हणजे आजची सतलज नदी) नदीचा उल्लेख आहे. त्याचा अर्थ असा होतो की, केकय प्रदेश पंजाबमध्ये कोठेतरी असणार आणि अयोध्येहून आलेल्या दूतांनी ज्या मार्गानं प्रवास केला होता, त्यापेक्षा वेगळा आणि लांबचा रस्ता भरतानं घेतला असणार. असं का केलं असावं, हे एक न उलगडणारं कोडं आहे. जे कोडं खुद्द वाल्मीकींनी घातलं आहे, त्याचं उत्तर आपण कसं शोधणार?

त्या मधल्या काळात राजा दशरथाचा मृतदेह तेल भरलेल्या लोखंडाच्या मोठ्या भांड्यात सांभाळून ठेवलेला होता. मृतदेह अशा तऱ्हेनं कितीतरी दिवस सांभाळून ठेवू शकणं, ही गोष्ट आपल्यासाठी तेव्हाचा तो काळ शास्त्रीय आणि ऐतिहासिक दोन्ही बाबतींत जिवंत करते. इजिप्तच्या संस्कृतीत मृतदेहांना पिरॅमिडमध्ये 'ममी' करून सांभाळून ठेवण्याची जी पद्धत होती, तो काळही दशरथाचा काळ निश्चित करण्यासाठी विचारात घेऊन काही निष्कर्ष निघू शकतील.

राजा दशरथाचे अंत्यसंस्कार कोणी केले, ते नक्की कळत नाही. स्मशानगृहात भरत आणि शत्रुघ्न यांच्याबरोबर ऋषिवृंद, अंत:पुरातील स्त्रिया, प्रजाजन आणि

सेवक सर्वच उपस्थित होते. राजानं त्याच्या मृत्यूपूर्वी कैकेयीबद्दल तिरस्कार दाखवत सांगितलं होतं की, कैकेयीनं तसंच भरतानं राजाच्या मृत्यूनंतर त्याला तिलांजलीही देऊ नये आणि दाह-संस्कारही करू नयेत. या सांगण्यात राजाच्या इच्छेपेक्षा राग आणि तिरस्कारच जास्त दिसतो. कैकेयीबद्दलच्या तिरस्कारामुळं त्यांनी भरतालाही अंत्येष्टिसंस्काराच्या अधिकारापासून वंचित केलं होतं. अंत्येष्टिसंस्कार म्हणजे चितेवर ठेवलेल्या राजाच्या देहाला अग्नी कोणी दिला याबद्दल वाल्मीकींनी स्पष्ट काही सांगितलेलं नाही. राजाच्या मृतदेहाला चितेवर ठेवलं, श्रुतिमंत्रांचा पाठ केला, राण्यांनी देहाला प्रदक्षिणा घातली आणि नंतर दाहकर्म उरकण्यात आलं; एवढंच वाल्मीकींनी लिहिलं आहे, ही गोष्ट लक्षात घेण्यासारखी आहे.

राजा दशरथ प्रजावत्सल होते, इक्ष्वाकुवंशाच्या परंपरांचे श्रेष्ठ संरक्षक होते, याबद्दल शंकाच नाही. पिता म्हणून रामाच्या बाबतीत त्यांचं प्रेम अनिर्वचनीयच म्हणता येईल. पण त्यांच्या इतर मुलांबद्दल त्यांचं हे प्रेम इतकं नव्हतं, असं दिसतं, हे आपल्याला स्वीकारलंच पाहिजे. पती म्हणून त्यांचं वागणं कैकेयी आणि कौसल्या यांच्या बाबतीत नक्कीच वेगळं होतं. कौसल्येनं रामासमोर, ते वनवासाला निघाले तेव्हा विलाप करताना, पतिगृही तिला सुख मिळालं नाही, हे मनातलं दुःख बोलून दाखवलं आहे. राजाचे सर्वांत श्रेष्ठ गुण त्याची धर्मनिष्ठा, सालस आणि सरळ स्वभाव हे आहेत; परंतु एक शासक म्हणून जे बुद्धिचातुर्य आणि मुत्सद्दीपणा असला पाहिजे, त्या गुणांचा त्याच्यात अभाव दिसतो. असं असलं, तरी दशरथ हे आपल्या पौराणिक कथांमधलं एक तेजस्वी आणि सन्माननीय व्यक्तिमत्त्व नक्कीच आहे. नंतर लिहिल्या गेलेल्या रामायणांनी या व्यक्तीविषयी अनेक गैरसमज उभे केले आहेत; तसंच शब्दाचे ओढून-ताणून वेगवेगळे अर्थ लावणाऱ्या बुद्धिवादी लोकांनीही त्यांच्यावर कधी कधी अन्याय केला आहे. त्याचबरोबर हेही कबूल केलं पाहिजे की, नव्या कीर्तनकारांनी दशरथाच्या पात्राला चहू बाजूंनी विचार करून, नीट विश्लेषण करून न्याय दिलेला नाही.

■

भरत

कवींनी, कलाकारांनी आणि जवळजवळ सर्वांनीच रामायणातील सर्वांत उपेक्षित पात्र म्हणून लक्ष्मणाची पत्नी ऊर्मिला हिचा उल्लेख वारंवार केला आहे. ऊर्मिला उपेक्षिता नाही, असं तर कोणीच म्हणणार नाही. पण तसं पाहिलं, तर ऊर्मिलेपेक्षाही जास्त उपेक्षित भरताच्या पत्नीला – मांडवीला म्हणता येईल. खरं पाहिलं तर असं आहे की, रामायणाचे रचनाकार महर्षी वाल्मीकी यांनी ऊर्मिला असो की, मांडवी – त्यांना गौण पात्रं म्हणून गणलं आहे आणि रामायणाच्या घटनाप्रवाहात ही पात्रं फारशी महत्त्वाचीही नाहीत. सुमित्रेलाही असंच एक उपेक्षित पात्र म्हणता येईल; परंतु एक लक्षात घेतलं पाहिजे की, या व्यक्तींना नंतर झालेल्या ललित साहित्यलेखकांनी 'उपेक्षित' म्हटलं आहे. वाल्मीकींच्या दृष्टीनं ही पात्रं उपेक्षित नाहीत; परंतु कथेच्या प्रवाहात त्यांचं महत्त्व कमी असल्यामुळं त्यांचा जिथं आणि जितका उल्लेख करणं उचित आहे, तितकाच केलेला आहे. कुठल्याही साहित्यसर्जनाचं संतुलन ठेवणं आवश्यक असतं. कुठलाही लेखक सर्वच्या सर्व पात्रांबद्दल जन्मापासून मृत्यूपर्यंत सविस्तर लिहू शकणार नाही आणि तसं करण्याचा कोणी प्रयत्न केला, तर ते साहित्य ही कलाकृती समजली जाणार नाही.

परंतु, भरत या पात्राला अशा तऱ्हेच्या भूमिकेतून बघता येणार नाही. भरत हे रामायणातील अत्यंत महत्त्वाचं पात्र आहे. वाल्मीकींनी रामायणात ज्या पात्रांची आपल्याला ओळख करून दिली आहे, त्यामध्ये श्रीरामांनंतर कदाचित भरत हेच सर्वांत जास्त नोंद घेण्यासारखं व्यक्तिमत्त्व आहे. घटकाभर समजा की, माता कैकेयीकडून प्राप्त झालेल्या राज्याचा भरतानं स्वीकार केला असता, तर कदाचित रामायणाची रचनाच बदलली असती. खुद्द कुलगुरू वसिष्ठांनी भरताला अयोध्येच्या सिंहासनावर बसणं हा त्याचा धर्म आहे, असं सांगितलेलं आहे. प्रजा, मंत्रिगण किंवा इतरही सर्व जण भरतानं आता राजा व्हावं, अशी इच्छा साहजिकच करतात.

भरतानं गुरूच्या आज्ञेचा स्वीकार केला असता, तर रामायणाचा घटनाक्रम कसा झाला असता याची आज कोणालाही कल्पना करता येणार नाही. अरण्यात रामाला भेटायला गेलेल्या भरताबद्दल निषादराजा गुहानंही म्हटलं आहे की, विनासायास हातात आलेल्या राज्यलक्ष्मीचा आपण होऊन त्याग करणारा मनुष्य आजपर्यंत पृथ्वीवर झालेला नाही. रामाचा राज्यत्याग आणि अरण्यवास दोन्ही पित्याच्या आज्ञेनं झाले. लक्ष्मणाने स्वेच्छेनं अरण्यवास स्वीकारला खरा; परंतु भरतानं तर राज्यत्याग आणि अरण्यवास दोन्ही स्वेच्छेनं स्वीकारलं, ही गोष्ट लक्षात घेतली पाहिजे.

एका दृष्टीनं पाहिलं तर भरतानं श्रीराम, लक्ष्मण किंवा शत्रुघ्न या तिघांपेक्षा जास्त कष्टांचा स्वेच्छेनं स्वीकार केला आहे. लग्नानंतर लगेचच तो मामा युधाजिताबरोबर आजोळी गेला आणि तेव्हा त्याने पत्नी श्रुतकीर्तीला बरोबर नेलं नव्हतं. म्हणजे लग्नानंतरच्या सुरुवातीच्या काळात तो पत्नीशिवाय राहिला. भरताचं आजोळी जाणं आणि तेथून राजा दशरथाच्या मृत्यूनंतर परत येणं, यामध्ये नेमका किती काळ गेला असेल, ते खात्रीनं सांगता येत नाही. अर्थात, हा काळ थोडाच असेल, हे नक्की. परत आल्यानंतर भरत थोरला भाऊ राम याला अयोध्येला परत घेऊन येण्यासाठी चित्रकूटाला गेला आणि तेथून परत आल्यानंतर पुरी चौदा वर्षे अयोध्येच्या बाहेर नंदिग्रामात एखाद्या साधूसारखं आयुष्य व्यतीत करत राहिला. भरताचा त्याग अन्य कोणाच्याही त्यागापेक्षा जास्त मोठा आहे, यात शंकाच नाही.

आणि असं असूनही भरतावर रामायणातील सर्व पात्रांकडून – जवळच्या कुटुंबातील व्यक्तींकडून – भरपूर अन्याय झालेला आहे. वसिष्ठांशिवाय इतर कोणत्याही व्यक्तीनं – रामानेसुद्धा, भरताला पूर्ण न्याय दिलेला नाही. भरताबद्दल या सर्वांच्या मनामध्ये नेहमी शंका आलेल्या आहेत किंवा गैरसमज राहिलेले आहेत. आई कैकेयीनं भरताच्या व्यक्तिमत्त्वाचा आणि त्याला रामाबद्दल व कुलपरंपरांबद्दल असलेल्या प्रेमाचा विचार न करताच राजा दशरथाकडून भरतासाठी सिंहासन मागून घेतलं. आता पोटच्या मुलाला कैकेयी समजू शकली नाही; एवढंच नाही, तर ज्या दुष्ट कृतीबद्दल भरत अजिबात जबाबदार नव्हता, त्या दुष्टपणाच्या कृतीत तोही सहभागी असेलच, असा इतरांच्या मनाचा समज झाला.

आजोळहून परत आलेल्या भरतावर पित्याचा मृत्यू आणि वडीलभावाचा वनवास हे दोन मोठे आघात झाले होते, तरीही भरत जेव्हा माता कौसल्येला भेटला; तेव्हा कौसल्येनं पहिलाच प्रश्न असा विचारला आहे, "बेटा, तुला राज्य हवं होतं ना? घे, आता या राज्याचा तू निष्कंटक उपभोग घे. मला तू आता माझ्या मुलाकडे – रामाकडे पाठवून दे."

हा कौसल्येनं पण भरताबद्दल घेतलेला दुष्ट संशयच आहे आणि सर्व दुष्ट

कामांमध्येही भरतच भागीदार असेल, अशा तऱ्हेनं ती त्याच्याशी वागली आहे. अर्थात, त्यानंतर भरताने माता कौसल्येच्या गळ्याला मिठी मारून, हुंदके देऊन रडता-रडता, मी स्वत: जर या दुष्ट कामांमध्ये थोडाही भागीदार असेन, तर मला कसल्या-कसल्या पापकृत्यांचं फळ मिळावं, असं म्हणत शपथा घेतल्या आहेत. आपल्या सामान्य आयुष्यामध्ये पाप कशाला म्हणावं, असा प्रश्न जेव्हा आपल्याला पडेल, तेव्हा ही पापकृत्यांची यादी वाचण्यासारखी आहे.

एवढं कमी होतं म्हणून की काय, निषादराज गुह आणि मुनी भरद्वाजही असाच संशय घेतात. रामांना परत बोलावून नेण्यासाठी चित्रकूटाला जात असलेल्या भरताला वाटेत निषादराज गुह असाच प्रश्न विचारतात, "तुमच्या या सैन्याकडे बघून माझ्या मनात शंका येते आहे. तुम्ही मला आधी एक गोष्ट स्पष्टपणे सांगा की, तुमच्या मनात श्रीरामचंद्रांबद्दल काही वाईट विचार तर नाही ना?" भरताला असा प्रश्न विचारणाऱ्या निषादराज गुहांनी त्यांच्या लोकांना असंही सांगितलं की, "दुर्बुद्धी झालेल्या या भरताचा नक्कीच आपल्याला मारून मग वडिलांनी ज्यांना राज्यातून हाकलून दिलंय, त्या रामांचाही वध करण्याचा विचार आहे." म्हणजे, गुहालाही भरताविषयी शंकाच येते. गुहाच्या या संशयानं व्यथित झालेल्या भरताने त्याला आश्वासित तर केलं; परंतु तो पुढे जातो, तेव्हा महर्षी भरद्वाजही त्याला असाच प्रश्न विचारतात की, "भरता, तुला जर राज्य करायचं होतं, तर मग येथे का आला आहेस? मला तुझ्याबद्दल विश्वास वाटत नाही, कारण तुझी दानत चांगली नाही, असं मला वाटतं." एवढं जणू कमी होतं म्हणून भरद्वाजांनी जास्त स्पष्टपणे असाही प्रश्न विचारला की, "निरपराध राम आणि लक्ष्मणाला नष्ट करून तुझं राज्य निष्कंटक करण्याचा तुझा विचार आहे का?" त्यानंतर भरत जेव्हा चित्रकूटावर राम राहत असलेल्या जागेजवळ पोहोचतो, तेव्हा लक्ष्मणही भरताबद्दल अतिशय राग आणि तिरस्कार दाखवतो. भरताचा वध करून टाकण्याचा विचारही संतापानं तो बोलून दाखवतो.

भरत चित्रकूटावर येऊन रामाला विनवतो आणि रामाच्या पादुका अयोध्येच्या सिंहासनावर स्थापन करून स्वत: चौदा वर्षं नंदिग्राममध्येच राहतो, हे माहीत असूनही लंकाविजयानंतर परत येताना रामाच्या मनातही भरताबद्दल शंकेचा किडा वळवळतोच! भरताबद्दल खूप प्रेम असूनही आणि कैकेयीनं मिळवून दिलेलं राज्य भरत स्वीकारणार नाही, असं स्वत:च पूर्वी म्हणणाऱ्या श्रीरामानेही अयोध्येला पोहोचण्याच्या आदल्या संध्याकाळी हनुमानाला सांगितलं, "आम्ही येत असल्याचं तू आधी जाऊन भरताला सांग आणि ते ऐकल्यावर भरताच्या चेहऱ्यावरचे भाव बदलतात का, हे लक्षपूर्वक बघ. भरताचा चेहरा आणि बोलणं यावरून त्याच्या मनातले विचार ओळखून मला येऊन सांग; कारण संपत्ती आणि समृद्धीनं भरपूर

असं राज्य सहजासहजी मिळाल्यावर कोणाचं मन फिरणार नाही? तुझ्याकडून याबद्दल आम्हाला आगाऊ माहिती मिळेल, असं बघ.''

म्हणजे, येथेही भरताच्या उमद्या व्यक्तिमत्त्वावर रामाने अजाणता का होईना, अन्याय केलाच आहे. रामाच्या मनात भरताविषयी असा संशय यावा, असं भरत एकदाही वागलेला नाही. असं असूनही रामाने भरतावर जो संशय घेतला आहे, त्यात कदाचित माणसाचं मन किती गूढ, खोल असतं, हेच दाखवायचं असेल, असं वाटतं. फक्त गुरू वसिष्ठांनी तेवढा भरताला पूर्णपणे न्याय दिला आहे, असं म्हटलं पाहिजे; कारण राम वनवासाला निघाले, तेव्हाच त्यांनी कैकेयीचा धिक्कार करत म्हटलं होतं की, अशा तऱ्हेनं वडिलांच्या या राज्याचा स्वीकार भरत कधीही करणार नाही. तो वल्कलं नेसून थोरल्या भावासारखा – रामासारखाच – वनवास स्वीकारेल. भरत कुलपरंपरेच्या विरुद्ध कोणतंही काम करणार नाही, हे वसिष्ठांनी पूर्ण विश्वासानं सांगितलं होतं.

एक गोष्ट येथे लक्षात ठेवण्यासारखी आहे की, श्रीराम ज्येष्ठ बंधू होते, हे खरं; परंतु राम आणि भरत यांच्या जन्मामध्ये दोन-चार दिवसांपेक्षा जास्त अंतर असेल, अशी शक्यता नाही. मातांचं गर्भाधान एकाच वेळी झालेलं होतं. त्यामुळे या दोन भावांच्या जन्मांमध्ये जास्त अंतर असणार नाही. एवढंच नाही, तर रामायणात अशीही एक गोष्ट आहे, जिची फारशी माहिती लोकांपर्यंत पोहोचलेली नाही. राजा दशरथाने कैकेयीशी लग्न केलं, तेव्हा कैकेयीच्या पित्याची ही अटही स्वीकारली होती की, या लग्नातून जन्माला आलेला मुलगाच अयोध्येचा भावी राजा होईल. ही गोष्ट खुद्द रामालाही माहीत होती आणि रामाने ती भरताला चित्रकूटावर सांगितलीही होती (अयोध्याकांड : सर्ग-१०७/३). म्हणजे भरत अयोध्येचा राजा होणार, हे त्याच्या जन्माच्याही आधीच ठरलेलं वास्तव होतं. जर भरताने राज्य स्वीकारलं असतं, तर या अटीप्रमाणे त्याने पित्याच्या वचनाचं पालन करण्याचं कर्तव्यच पाळलं असतं, असंही म्हणता येईल. ज्याप्रमाणे वनवास हा पित्यानं दिलेल्या वचनाचं पालन करण्याचा रामाने पाळलेला पुत्रधर्म होता; त्याचप्रमाणे लग्नापूर्वीच पित्यानं दिलेलं वचन आचरणात आणणं, हा भरताचाही पुत्रधर्म होता, असं म्हणता आलं असतं. परंतु भरतापुढे हा पुत्रधर्म आणि ज्येष्ठ पुत्रालाच सिंहासन मिळावं, हा कुलधर्म या दोन्हींमध्ये जे जास्त योग्य असेल तेच करणं, अशी द्विधा मन:स्थिती उभी झाली होती, असं म्हणता येईल. इक्ष्वाकुकुलाच्या परंपरेप्रमाणे ज्येष्ठ पुत्र योग्य असेल तर तो सिंहासनावर बसणार, हे ठरलेलं होतं. राम हा सर्व प्रकारे योग्य ज्येष्ठ पुत्र होता याविषयी तर खुद्द कैकेयीनंही शंका घेतलेली नाही. भरताच्या मनात श्रीरामाबद्दल अत्यंत प्रेम आहे, पूज्यभाव आहे आणि रामच सर्व दृष्टींनी योग्य उत्तराधिकारी आहे, याबद्दल तिळमात्र शंका नाही. अशा प्रसंगी धर्मसंकट उभं होतं,

तेव्हा जणू काही महाभारतात सांगितलेल्या धर्माबद्दलच्या कल्पनेचंच अनुसरण जाणता–अजाणता भरतानेही केलं आहे. वाल्मीकींनंतर महर्षी व्यास होऊन गेले आणि महाभारतातील घटनाही रामायणातील घटनांनंतर झालेल्या आहेत. असं असलं, तरी धर्माविषयीचे विचार तर शाश्वतच आहेत. धर्मतत्त्वे शब्दांमध्ये सांगितली गेली नसली, तरीही श्रेष्ठ व्यक्ती ती मनातून समजूनच असतात. महाभारतात विदुर, तसंच खुद्द श्रीकृष्णाच्या तोंडूनही धर्माबद्दल एक स्पष्ट शिकवण महर्षी व्यासांनी वारंवार दिलेली आहे –

त्यजेदेकं कुलस्यार्थे ग्रामस्यार्थे कुलं त्यजेत् ।
ग्रामं जनपदास्यार्थे आत्मार्थे पृथिवीं त्यजेत् ।।

(कुलाच्या कल्याणासाठी एका व्यक्तीचा त्याग करावा, गावाच्या कल्याणासाठी कुलाचा त्याग करावा, देशाच्या कल्याणासाठी गावाचा त्याग करावा; परंतु आत्म्याच्या कल्याणासाठी जगाचाही त्याग करावा.)

भरतासमोरील या धर्मसंकटाबद्दल असे म्हणता येईल की, दोन धर्मतत्त्वांमध्ये संघर्ष उभा राहिला, तर व्यक्तिगत धर्माची आहुती देऊन समष्टिप्रेरित धर्माचा स्वीकार करावा, असा विचार त्याने केला असावा.

लग्नानंतर लगेचच मामा युधाजिताबरोबर आजोळी गेलेल्या भरताच्या अनुपस्थितीत रामाला राज्याभिषेक करून टाकण्यामागे राजा दशरथाच्या मनातही कदाचित चलबिचल असेल, हे शक्य आहे. आजोळी गेलेल्या भरताला वडिलांची आणि भावांची रोज आठवण येते आणि सर्व जण ठीक असतील ना, अशी काळजीही वाटते. राजाच्या मृत्यूनंतर भरताला अयोध्येला घेऊन जाण्यास गुरू वसिष्ठांनी जे दूत पाठवले होते, त्यांना अयोध्येची जी खुशाली भरत विचारतो, त्यात आपल्या तीनही मातांबद्दलच्या त्याच्या भावना स्पष्ट होतात. कौसल्येसाठी 'धर्मपरायणा' आणि सुमित्रेसाठी 'धर्मज्ञा' ही विशेषणं तो वापरतो; परंतु स्वतःची आई कैकेयी हिच्यासाठी 'तापट स्वभावाची', 'रागीट' तसंच 'स्वार्थी' अशीच विशेषणं वापरतो. याचा अर्थच हा की, जे घडलं होतं, ते समजण्यापूर्वीच भरताने आपल्या मातेच्या स्वभावाचं योग्य मूल्यांकन केलं होतं. कैकेयी जन्मदात्री आई असूनही भरताने जे मूल्यांकन केलं आहे, त्यातून त्याची तटस्थ आणि संतुलित बुद्धीच दिसून येते.

अयोध्येला पोहोचल्याबरोबर माता कैकेयीच्या महालात तो सर्वप्रथम वडिलांबद्दल विचारतो. राजाच्या मृत्यूबद्दल आईकडून समजल्यावर भरत अत्यंत दुःखी होतो आणि लगेच शांत होऊन ज्येष्ठ बंधू रामाबद्दल विचारतो. रामाच्या वनवासाची हकिगत समजल्यावर भरताच्या मनात सर्वांत पहिली शंका अशी आली, 'ज्येष्ठ बंधूंनी काय काही धर्माविरुद्ध काम केलं असेल? रामाने काय कोणा ब्राह्मणाचं धन घेतलं असेल की निर्दोष माणसाची हत्या केली असेल? की रामांचं मन एखाद्या

परस्त्रीवर आसक्त झालं असेल?'

फक्त या गोष्टीच अशा आहेत की, ज्यांच्यामुळे राजा मुलाला वनवासाची आज्ञा देतील; याखेरीज भरताच्या मनात दुसरी काहीच शंका नाही. आईनं जेव्हा तिनं स्वत: पतीकडून मिळवलेल्या वरदानाची हकिगत सांगितली, तेव्हा भरत म्हणतो, "माते, तू मला मारून टाकलंस!" त्यानंतर कैकेयीसमोर भरत जो आक्रोश करतो, त्यात कधी कधी तर औचित्यमर्यादाही ओलांडली गेली आहे, असं कोणालाही वाटेल. "तू माझ्या पित्याच्या आयुष्यात पेटत्या निखाऱ्यासारखी आहेस! तू पापी आहेस, कुलाला कलंक लावणारी आहेस, दुराचारी आहेस! तू नरकात जाशील! तुझा पुत्र असण्याचा कलंक मला लागला आहे. अग्नीत उडी मारून जळून जा किंवा गळफास घेऊन जीव दे!" भरत असे आणखी कितीतरी कटू शब्द बोलतो. भरताला तेव्हा आलेल्या संतापाचं शब्दांकन म्हणजे हे कटू शब्द म्हटले पाहिजेत; कारण असं बोलल्यानंतरही शत्रुघ्न जेव्हा मंथरेवर प्रहार करतो, तेव्हा मात्र भरत त्याला रोखतो. म्हणजे भरत मनानं मृदू तर आहेच; पण पित्याचा मृत्यू ज्या परिस्थितीत झाला आणि रामांना ज्या परिस्थितीत वनवासाला जावं लागलं, त्या धक्क्यानं माणसाला होणारं सहज दु:ख त्याने व्यक्त केलं आहे.

राजाच्या मृत्यूनंतर आठव्या दिवशी भरत अयोध्येला पोहोचला आहे. एक असा अडनिडा प्रश्न इथं उभा राहतो की, केकयहून अयोध्येला पोहोचण्यासाठी भरताला सात दिवसांइतका अधिक वेळ का लागला असेल? इथं एक गोष्ट लक्षात ठेवली पाहिजे की, अयोध्येहून भरताला घेऊन यायला केकयला गेलेले दूत एकाच दिवसात पोहोचले होते (अयोध्याकांड : सर्ग-६८/२२). परंतु केकयहून घाईघाईनं परत येणारा भरत तेवढं अंतर कापायला सात दिवस लावतो (अयोध्याकांड : सर्ग-७२/८). भरताने दूतांपेक्षा वेगळा मार्ग घेतला, याची स्पष्टताही झाली आहे. दूतांचा मार्ग जर कमी अंतराचा होता, तर भरताने ही लांबची वाट का घेतली, या प्रश्नाचं उत्तर मिळत नाही. राजाची अग्निक्रिया भरत आल्याच्या दुसऱ्या दिवशी, म्हणजे मृत्यूनंतर आठ दिवसांनी झाली आहे; परंतु अग्निक्रिया भरतानेच केली किंवा कसे, याविषयी शंका राहते. राजाच्या मृत्यूपूर्वी त्याने कैकेयी आणि भरत यांना सर्व अंत्येष्टि तसंच श्राद्धसंस्कारांपासून वंचित ठेवावे, असा आदेश दिला होता. त्याप्रमाणे भरताने हे संस्कार केलेही नसतील असं वाटतं, कारण अंतिम संस्काराचं जे वर्णन अयोध्याकांडाच्या ७६ व्या सर्गात आहे, त्यात फक्त 'अग्निसंस्कार झाले' एवढंच लिहिलेलं आहे. एवढंच नाही, तर राजाच्या श्राद्धकर्माचा बारावा आणि तेरावा दिवसही अग्निसंस्कारांच्या दिवसापासूनच मोजले गेले आहेत. याचा अर्थ असा झाला की, राजाच्या मृत्यूनंतर एकोणीस आणि विसाव्या दिवशी श्राद्धसंस्कार झाले आहेत. शास्त्रोक्त विधीचे हे दिवस लक्षात घेण्यासारखे आहेत. हिंदू धर्मविधींप्रमाणे

श्राद्धकर्माचा तेरावा दिवस मृत्यूच्या दिवसापासून नाही, परंतु अग्निसंस्कार होतील त्या दिवसापासून मोजला पाहिजे, अशी स्पष्ट सूचना त्यातून मिळते.

त्यानंतर राज्य स्वीकारण्यास नकार देऊन रामाला परत आणण्यासाठी चित्रकूटाला भरत गेला. वाटेत त्याची निषादराज गुह आणि मुनी भरद्वाज यांच्याशी भेट झाली. भरद्वाजऋषींच्या आश्रमात भरताने मंत्रिगण, लष्कराचे लोक आणि सर्व राज्यपरिवार यांच्यासह रात्री मुक्काम केला आहे. मुनी भरद्वाजांनी यौगिक शक्तीने आश्रमात अशा मुक्कामासाठी सर्व उत्तम सोई उपलब्ध करून दिल्या. या सर्व राजकुलातील पाहुण्यांसाठी मद्यपान, मांसभक्षण, तसंच एकेका पुरुषाला अंघोळ घालण्यासाठी सात-आठ तरुण स्त्रियांचाही त्यात समावेश होता.

मद्य आणि मांस याबद्दल मधून-मधून वादविवाद होत राहतात. मांस शब्दाचा एक अर्थ फळांचा आतला गर असाही होतो. म्हणून पाहुणचारासाठी फळं आणली असतील असा अर्थ लावण्याचा जर कोणी शुद्ध शाकाहारी वैष्णवजनांनी प्रयत्न केला, तर तो लगेचच मोडून काढता येईल इतकी स्पष्ट माहिती अयोध्याकांड : सर्ग-९१/७० मध्ये आहे. त्यात लिहिलं आहे की, 'विहिरीच्या काठी तापवलेल्या कुंडांमध्ये हरीण, मोर, तसंच कोंबड्यांच्या स्वच्छ मांसाचे ढीग करण्यात आले होते.' पूर्वीच्या काळी क्षत्रिय मांसाहारी असतील, तर त्यात धक्कादायक काही नाही. इक्ष्वाकुवंशीयांना शुद्ध शाकाहारीच ठरवण्याचा आग्रह तर्कशुद्ध नाही. मांसाहाराविषयी राम आणि सीता यांनी रामायणात अन्यत्र तिरस्कार व्यक्त केला आहे, हे खरं आहे आणि क्रूरकर्मा राक्षसांना मांसाहारी म्हणून नावंही ठेवली आहेत. असं असलं, तरी मांसाहार आणि सुरापान या दोन गोष्टी इक्ष्वाकुवंशात प्रचलित असतीलही, असं स्वीकारण्याने राग येण्याची जरुरी नाही. आजही या देशात मोठ्या संख्येने लोक मांसाहारी आहेत. त्याला स्वत:ला ब्राह्मण म्हणवणारे बंगालीही अपवाद नाहीत. श्री रामकृष्ण परमहंसांनी त्यांच्या प्रार्थनासभेत येण्यासाठी आमंत्रण देताना सर्वांना असंही सांगितलं होतं की, "भक्तजनहो, इथं या आणि कीर्तन करा. या कीर्तनात माशांच्या स्वादापेक्षाही जास्त चांगला स्वाद येतो."

चित्रकूटाला जेव्हा भरत रामाला भेटतो, तेव्हा त्यांच्यात एक अतिशय सुंदर संवाद झाला आहे. भरत आणि कुलगुरू वसिष्ठ रामाला सांगतात की, इक्ष्वाकु परंपरेचं रक्षण करणं, हा रामाचा धर्म आहे, म्हणून त्यानं परत फिरावं. परंतु पित्याची आज्ञा हाच माझा धर्म आहे, असा युक्तिवाद राम पुढे करतो. समजावून सांगून जेव्हा भरत रामाला त्याच्या विचारांपासून ढळवू शकत नाही, तेव्हा तो हट्ट करून बघतो. रामाऐवजी मी स्वत: चौदा वर्षं वनवासात राहीन, असंही सुचवून बघतो. जर राम परत आला नाही, तर तो स्वत:ही तेथेच राहील, असा सत्याग्रहही करतो. समजावणं आणि सत्याग्रह दोन्हींचा उपयोग होत नाही, तेव्हा भरत रामाला

शरण जातो आणि रामाच्या आज्ञेप्रमाणे तो अयोध्येला परत जाऊन रामाच्या वतीनं राज्य सांभाळीन, असं कबूल करतो. त्याचबरोबर रामाचं प्रतीक म्हणून त्याच्या पादुका सिंहासनावर ठेवून त्या पादुकांचा सेवक म्हणून काम सांभाळीन, असंही स्पष्ट करतो. त्याच्या बदल्यात रामाने बरोबर चौदा वर्षं पूर्ण होतील त्या दिवशी अयोध्येला परत यावं आणि राज्यकारभार हाती घ्यावा, असंही ठरतं.

येथे विचारात घेण्यासारखा एक प्रश्न उभा होऊ शकतो. रामाला वनवास आणि भरताला राजसिंहासन हे पित्याचं वचन होतं आणि पित्याचं वचन पाळणं हा आपला धर्म आहे, असं राम सतत म्हणत आला आहे. या वचनात चौदा वर्षांनंतर रामाने पुन्हा राजा बनावं, असं कोठेही नव्हतं. वास्तविक, भरतानेच राजा म्हणून राहावं, असं ते वचन होतं. चौदा वर्षांच्या वनवासानंतर राम जरी परत अयोध्येला आला तरी त्यानं राजा होण्यात पित्यानं दिलेल्या वचनाला हानीच पोहोचते. असं असलं, तरी भरत आणि राम यांच्यामध्ये वसिष्ठांच्या उपस्थितीत ही एक प्रकारची तडजोडच झाली आहे, असं म्हटलं पाहिजे. या तडजोडीप्रमाणे भरताने रामाबरोबरच वनवासात राहणं, तसंच पित्याच्या वचनाप्रमाणे राजसिंहासन स्वीकारणं, या दोन्ही गोष्टी सोडून दिल्या आणि त्याच्या बदल्यात भरताने रामाचा प्रतिनिधी म्हणून त्याच्या पादुकांच्या वतीनं चौदा वर्षं राज्यकारभार सांभाळायचा आणि श्रीरामानं चौदा वर्षांनंतर राजसिंहासन स्वीकारायचं, अशी तडजोड झाली.

येथे रामाने भरताचं क्षेम विचारण्याबरोबर जे काही प्रश्न विचारले आहेत, ते व्यावहारिक आयुष्य आणि त्या वेळचं राजकारण यावर फार चांगला प्रकाश टाकतात. अयोध्याकांडाच्या शंभराव्या सर्गात या प्रश्नांमधून रामाच्या राजनीतीचंही दर्शन होतं. राजानं कसे मंत्री निवडावेत, कुठल्या कामासाठी कोणाला नेमावं, कोणाबरोबर कशा प्रकारची चर्चाविचारणा करावी, तसंच प्रजेनं निर्भयपणे राजाला भेटायला येणं किती मर्यादेपर्यंत योग्य आहे – या आणि अशा अनेक प्रश्नांविषयी रामाने सुंदर मार्गदर्शन केले आहे. यामध्ये जो राजा शत्रू असेल, त्याच्या सेवकांना फितूर करून घेऊन आपलं हित साधावं, असं राजकारणही रामाने वर्णन केलं आहे. (बिभीषणाबरोबरच्या रामाच्या वागण्याच्या मुळाशी अशी राजनीती असणं शक्य आहे.)

चित्रकूटावरून परत आल्यानंतर भरत नंदिग्रामातच राहिला आहे. नंदिग्रामामध्ये रामाच्या पादुकांना सिंहासनावर अभिषिक्त करून ठेवल्यावर भरताने मंत्रिगणांना, तसंच सर्व प्रजाजनांनाही सांगितलं आहे की, येथून पुढे तुम्ही सर्व या पादुकांनाच राजा माना आणि रामाच्या या ठेवीचा सांभाळ करण्यापुरता मी राज्यकारभार करेन. म्हणजे, वनवासासारखंच आयुष्य भरतानं स्वीकारलं आणि रामाच्या पुनरागमनापर्यंत त्याने हा त्याग प्रसन्न चित्तानं निभावला. त्याच्या या त्यागाविषयी खुद्द लक्ष्मणानेही

वनवासात असताना श्रीरामाने सांगितलं होतं की, भरताने अशा परमावधीच्या त्यागानं स्वर्गलोकावर विजय मिळवला आहे.

भरताचं पात्र आलेखताना महर्षी वाल्मीकींनी रामायणात जणू दोन वेगळे भाग पाडले आहेत. अयोध्याकांडानंतर भरताच्या थोड्या फार उल्लेखांव्यतिरिक्त क्वचितच महत्त्वाची कामगिरी भरताने केल्याची नोंद आहे. अरण्यकांड, किष्किंधाकांड, सुंदरकांड, तसंच युद्धकांडाच्या शेवटच्या श्लोकाशिवाय कोठेही भरत दिसत नाही. नंदिग्राम येथील चौदा वर्षांच्या आयुष्यात भरताने अयोध्येचं शासन कशा तऱ्हेनं केलं, तीन माता किंवा पत्नीबरोबर कौटुंबिक जीवन तो जगला किंवा नाही, तसंच तो राज्यकारभार बघत होता त्या काळात इतर काही समस्या उभ्या राहिल्या का, या सर्वांविषयी रामायणात काहीही उल्लेख नाही. नंदिग्राममधील भरताच्या वास्तव्यानंतर त्याच्याविषयीचा विशेष असा उल्लेख युद्धकांडाच्या शेवटच्या श्लोकामध्ये, राम जेव्हा अयोध्येला परत येतो, तेव्हाच झाला आहे. (फक्त रावणाबरोबरच्या युद्धात बेशुद्ध पडलेल्या राम-लक्ष्मणांसाठी औषधी वनस्पती घेण्यास गेलेल्या हनुमानावर बाण मारून भरताने त्याला जखमी केलं होतं, अशी कथा तुलसीरामायणात आहे आणि ती बरीच लोकप्रियही आहे. असं असलं, तरी मूळ वाल्मीकी रामायणात या घटनेचा उल्लेख नाही.)

लंकाविजयानंतर परत येत असलेला राम जेव्हा प्रयागजवळ पोहोचतो, तेव्हा हनुमानाला आधी नंदिग्रामाला जाऊन भरताला भेटण्याची जी सूचना तो देतो; त्याचा उल्लेख पूर्वी केलेला आहे. या चौदा वर्षांच्या काळात भरत कदाचित बदलला असेल आणि आता आपलं पुनरागमन व्हावं असं कदाचित त्याला वाटतही नसेल, अशी शंका रामाच्या मनात आली होती. जर खरोखर तसं असेल, तर आपण परत जाऊ आणि भरतालाच सुखाने राज्य करू देऊ, असा उदात्त विचारही रामाने व्यक्त केलेला आहेच. हनुमान भरताला भेटून परत आल्यावर भरताच्या भावनांबद्दल विशेष माहिती देईल; त्यानंतरच मी अयोध्येला परत येईन, असा संकेतही रामाने दिलेला आहे.

परंतु, यानंतर ज्या तऱ्हेनं घटना झाल्या असं लिहिलेलं आहे, त्यात हनुमान परत येण्याआधीच राम नंदिग्रामात येऊन पोहोचले होते, असं स्पष्ट लिहिलेले आहे (युद्धकांड : सर्ग-१२५/१८, तसंच १२७/३९). रामाच्या पुनरागमनाचा समाचार समजला, तेव्हा भरताने अपार प्रसन्नता व्यक्त केली, तसंच असा शुभ समाचार दिल्याबद्दल हनुमानाला पुरस्कार दिले. या क्षणापर्यंत रामाच्या वनवासकाळातल्या कुठल्याही घटनांबद्दल भरताला माहिती होती, असं दिसत नाही. कारण युद्धकांड : सर्ग-१२६/३ मध्ये भरत हनुमानाला विचारतो, ''हे सौम्य, श्रीरामांचा आणि वानरांचा संबंध कसा आला? कुठल्या देशात आणि काय कारणानं हे सर्व घडलं,

ते मला सविस्तर सांग.'' याचा स्पष्ट अर्थ एवढाच होतो की, सीतामाईंचं अपहरण झालं आणि रामाचं रावणाबरोबर युद्ध झालं, याची काहीही माहिती भरताला नव्हती. त्यानंतर हनुमानाने ती सर्व हकिगत भरताला सविस्तर सांगितली. असं असलं, तरी इतर काही ठिकाणी (म्हणजे उत्तरकांड : सर्ग-३८) भरत असंही म्हणाला आहे की, सीतामाईंच्या अपहरणाचा वृत्तांत ऐकून मी इतर राजांना एकत्र केलं होतं आणि रामाच्या मदतीला जाण्याचा विचार केला. ('ओरिएन्टल इन्स्टिट्यूट, बडोदा'ने प्रसिद्ध केलेल्या रामायणाच्या अधिकृत प्रतीत उत्तरकांडाचा समावेश करण्यात आला आहे, हे खरं; परंतु बरेच विद्वान लोक संपूर्ण उत्तरकांड हे नंतर लिहून जोडलेले आहे, असे म्हणतात.)

उत्तरकांडातील या म्हणण्याचा स्वीकार केला, तर लगेच असा प्रश्न उभा राहतो की, भरताने इतर राजांना मदतीला बोलावल्यानंतरही रामाच्या मदतीला तो गेला का नाही? सीताहरणाच्या, तसंच रावणाशी झालेल्या जीवघेण्या युद्धाच्या वेळी भरत अलिप्त राहील, हे शक्य नाही. याचा अर्थ असाच होतो की, उत्तरकांडातील ही हकिगत बहुधा नंतर जोडलेलीच असणार.

राज्यारोहणाच्या वेळी युवराज म्हणून राम कोणाला अभिषेक करणार, हा प्रश्नही उपस्थित झाला होता. सर्वसाधारणपणे आनुवंशिक धोरणानं रामानंतर भावांमध्ये भरत दुसऱ्या क्रमावर असल्यानं त्याचा युवराजपदासाठी नैसर्गिक अधिकार धरला जाणार. असं असूनही रामाने युवराजपदासाठी लक्ष्मणाला पसंत केलं होतं. लक्ष्मणाने ते पद स्वीकारले नाही, तेव्हा रामाने भरताला युवराजपदी स्थापित केले. भरताचा युवराजपदावर अधिकार असूनही रामाने प्रथम लक्ष्मणाला का निवडले, असा प्रश्न साहजिकच उभा राहणार. एवढेच नाही, तर ज्याला युवराज म्हणून अभिषेक होईल, तो राजाचं एकाएकी निधन होण्यासारख्या प्रसंगी राजा होतो, ही धर्माप्रमाणे परंपरा होती. ज्या इक्ष्वाकुकुल परंपरेप्रमाणे ज्येष्ठ पुत्रालाच राजा म्हणून अभिषेक होवो, असा आग्रह भरताने धरला होता; त्याच कुलपरंपरेचे येथे उल्लंघन झालं, असं वाटल्यावाचून राहत नाही. थोरल्या भावाच्या राज्यारोहणापूर्वी भरताने त्याच्या पादुका त्याच्या पायांमध्ये घातल्या आणि सांगितले, ''माझ्या जवळ ठेव म्हणून तुम्ही जे राज्य ठेवलं होतं, ते राज्य मी तुम्हाला परत देतो आहे.'' अशा तऱ्हेने भरताचे संपूर्ण चारित्र्य सदैव निष्कलंक राहिले.

रामाच्या राज्यशासनकाळात भरताने सिंधू नदीच्या काठी असलेल्या गंधर्वांशी युद्ध केले. उत्तरकांडात शंभराव्या सर्गात भरताने गंधर्वांवर केलेल्या आक्रमणाची कथा आहे. येथेही भरताचे मामा युधाजित यांनी पुढाकार घेतलेला आहे. युधाजितांनी महर्षी गार्ग्य यांना अयोध्येला पाठवले होते आणि गार्ग्यऋषींबरोबरच निरोप पाठवला होता की, सिंधू नदीच्या काठी असलेला गंधर्व देश अतिशय समृद्ध प्रदेश आहे.

तेथील लोकवस्ती तीन कोटींची आहे, तसेच ते युद्धकलेत निपुण आहेत. एवढे सांगितल्यावर मामा युधाजितांनी रामाला विनाकारणच असा आग्रह केला की, गंधर्वांचा नाश करून तो प्रदेश जिंकून घ्यावा. रामाने ही सूचना ताबडतोब स्वीकारली आणि भरताला गंधर्वांचा नाश करून तो प्रदेश जिंकून घेण्यास सांगितले. या सांगण्यावरून एक प्रश्न उभा राहतो. गंधर्व हे शांतताप्रिय लोक होते. त्यांच्या प्रदेशात कोणाला उपद्रव न करता राहत होते. अयोध्येशी किंवा दुसऱ्याही कोणाशी त्यांचं काही भांडण नव्हतं. एवढंच नाही, तर यज्ञकर्म किंवा ऋषींच्या तपश्चर्येतही ते विघ्नं आणत नसत. असं असतानाही या गंधर्वांचा नाश करून त्यांचा देश जिंकून घेण्याची सूचना रामाने का स्वीकारली असेल, ते समजत नाही. भरत या युद्धामध्ये सेनापती होता आणि गंधर्वांचा नाश करून त्याने सिंधू नदीच्या काठी तक्षशिला तसंच पुष्कलावत (पेशावर?) नावाची दोन शहरे वसवली आणि या दोन शहरांचा कारभार स्वत:च्या दोन मुलांकडे सोपवून भरत अयोध्येला परत आला.

कालांतरानं जेव्हा रामाने आपले जीवन संपवले, तेव्हा भरतही त्याच्याबरोबरच स्वर्गवासी झाला, असा उल्लेख उत्तरकांडात आहे. अशा रीतीने भरताच्या यशस्वी आणि अनुपम आयुष्याची समाप्ती झाली असली, तरी या माळेतल्या मोत्यांमध्ये सर्वांत जास्त मौल्यवान आणि तेजस्वी मोती म्हणून भरत शोभतो.

■

कौसल्या

दशरथराजाच्या अंत:पुरात एकूण तीनशेपन्नास राण्या होत्या, असे स्पष्ट उल्लेख वाल्मीकींच्या रामायणात आहेत. या साडेतीनशेंपैकी फक्त तीन राण्यांचीच नावं आपल्याला सांगितलेली आहेत. या तीन राण्या म्हणजे कौसल्या, सुमित्रा आणि कैकेयी. त्यात कौसल्या सर्वांत वरिष्ठ राणी आहे, असं महर्षी वाल्मीकींनी स्पष्ट केलं आहे. राणी सुमित्रेचं स्थान मधली राणी म्हणून आहे आणि कैकेयी कनिष्ठ राणी आहे. भगवान विष्णूंनी जेव्हा पृथ्वीलोकावर जन्म घेऊन रावणाचा वध करण्याच्या देवतांच्या विनंतीचा स्वीकार केला, तेव्हा देवतांनी या तीन राण्यांचा जो उल्लेख केला आहे, त्यात त्यांची ओळख ऱ्ही, श्री आणि कीर्ती अशी दिली आहे. 'ऱ्ही' म्हणजे मर्यादा आणि त्या दृष्टीनं या शब्दाचा अर्थ शालीनता असा होऊ शकेल. 'श्री' शब्दाचे जे अनेक अर्थ संस्कृत शब्दकोशांमध्ये दिले आहेत; त्यात एक अर्थ बुद्धी, तसंच दुसरा अर्थ धर्म असाही दिला आहे. 'कीर्ती' शब्दाचे जे अर्थ दिले आहेत; त्यात यश, प्रसन्नता, कांती, प्रतिष्ठा यांचा समावेश आहे. देवतांनी दशरथांच्या ज्या तीन राण्यांसाठी हे तीन शब्द वापरले आहेत, त्यात कोठेही हे स्पष्ट केलेलं नाही की, कोणता विशिष्ट गुण कोणत्या राणीसाठी त्याच्या मनात अभिप्रेत होता. असं असलं, तरी राजाच्या या तीन राण्यांची व्यक्तिमत्त्वं आणि पात्रांचं आलेखन यांच्या संदर्भात अभ्यासकांनी 'ऱ्ही' म्हणजे शालीनता – वरिष्ठ राणी कौसल्या हिच्यासाठी, 'श्री' म्हणजे धर्म आणि बुद्धी – मधली राणी सुमित्रा हिच्यासाठी आणि यश तसंच प्रतिष्ठा – कनिष्ठ राणी कैकेयीसाठी अत्यंत योग्य ठरवले आहेत. देवतांनीही हे तीन शब्द ज्या क्रमानं योजले आहेत; तो क्रमही कौसल्या, सुमित्रा आणि कैकेयी असाच आहे.

सर्वांत प्रथम महाराणी कौसल्येविषयी विचार केला तर कौसल्या ही कोसल देशाची राजकन्या असल्याचा उल्लेख दुसरीकडे सापडतो. पांचाल देशाची राजकन्या

जशी पांचाली म्हटले जाते, केकयच्या राजकन्येला कैकेयी म्हटलं जातं आणि मिथिलेच्या राजकन्येला मैथिली; तसंच कौसल्या हे नावही वडिलांच्या बाजूनं कोसल देशाशी संबंध असल्याचा संकेत देतं. अयोध्यानगरी कोसल नावाच्या देशात शरयू नदीतीरी वसलेली होती, असं बालकांडाच्या पाचव्या सर्गात सांगितलेलं आहे. उत्तरकांडाच्या एकशेसातव्या सर्गामध्ये रामाने स्वर्गरोहण करण्यापूर्वी त्याचा कोसल देश लव आणि कुश या दोघांमध्ये वाटून दिला, असा उल्लेख आहे. याचा अर्थ असा होतो की, दशरथ ज्या देशाचा राजा होता, ते इक्ष्वाकुवंशीयांचं राज्य हाच कोसलप्रदेश होता. जर तसं असेल, तर माहेर तसंच सासर दोन्ही बाजूंनी कोसल देशाशी कौसल्या जोडलेली होती, असं म्हटलं पाहिजे. म्हणजेच, कोसल देश दोन भागांत विभागलेला असणार.

लग्नाला बरीच वर्षं झाली तरी मूलबाळ नसलेल्या राजा दशरथानं पुत्रकामेष्टी यज्ञ केला आणि यज्ञदेवतेकडून प्रसादरूपानं मिळालेली खीर त्यानं त्याच्या तीन राण्यांना वाटून दिली. राजानं या खिरीचा अर्धा भाग महाराणी कौसल्येला दिला. हे लक्षात ठेवलं पाहिजे की, रामायणात वारंवार स्पष्ट लिहिलेलं आहे की, कौसल्या जरी पट्टराणी असली तरी राजाची आवडती राणी कैकेयीच होती. असं असलं, तरी यज्ञाच्या आदल्या संध्याकाळी पतीबरोबर यज्ञासाठी दीक्षा घेणारी राणी कौसल्याच होती आणि यज्ञाच्या अश्वाबरोबर विधिपूर्वक पूजा इ. कार्य कौसल्येनंच केलं होतं. यज्ञदेवतेचा तो प्रसाद राजानं तीनही राण्यांना समान भागांत वाटला नाही; तर कौसल्येला अर्धा भाग दिला. जर कैकेयीला अर्धा भाग दिला असता तर ती राजाची आवडती राणी होती म्हणून तसा दिला, हे समजण्यासारखं होतं. इक्ष्वाकुवंशात सर्वांत मोठा मुलगा सिंहासनावर येतो, ही परंपरा लक्षात घेऊन राजानं पट्टराणीला अर्धा भाग दिला असेल, हे शक्य आहे.

कैकेयी जरी आवडती राणी होती आणि राजा बराच वेळ कैकेयीबरोबर घालवत असला, तरीही राजाच्या मनात कौसल्येबद्दल प्रीती होती आणि कैकेयीबरोबरच्या स्वत:च्या वागणुकीत आपण कौसल्येवर अन्याय केला आहे, अशी राजाच्या मनात खोल कुठेतरी टोचणी होती, असं वाटतं (अयोध्याकांड : १२/६८-६९). राजानं रामाच्या वनवासगमनाच्या वेळीही जो शोक केला आहे, त्यातही कैकेयीपायी मी कौसल्येवर अन्याय केला आहे, असं त्यानं कबूल केलेलं आहे. याखेरीज मंथरेनं रामाला वनवासाला पाठवण्याबद्दल कैकेयीबरोबर जे बोलणं केलं, त्यात तिनं असं म्हटलं आहे की, सुरुवातीला राजाचं अतिशय प्रेम मिळाल्यामुळं कैकेयी गर्विष्ठ होऊन कौसल्येशी तुच्छतेनं वागली होती (अयोध्याकांड : ८/३७).

वनवासाला जाण्यासाठी निरोप घेताना रामाने आईचे आशीर्वाद मागितले, तेव्हा कौसल्येनं जो शोक केला आहे; त्यात स्वत:च्या वैवाहिक जीवनाविषयी तिनं

असंतोषही प्रकट केला आहे. जेवढं सुख मिळायला हवं होतं, ते राज्याचं शासन पती करत असल्यानं कधीही मिळालं नाही आणि आता मुलगा राज्य करेल तेव्हा सुख मिळेल, अशी जी अपेक्षा होती; तीही नष्ट झाली. त्याबद्दल तिनं दु:ख व्यक्त केलं आहे. पतीकडून तिची नेहमीच अवहेलना झाली आणि तिचं स्थान कैकेयीच्या दासीसारखं राहिलं, असं तिनं म्हटलं आहे.

असं असूनही, या प्रसंगापूर्वी तिच्या वागण्यातून हा असंतोष तिनं कधीही दाखवलेला नाही. रामाच्या राज्याभिषेकाचा समाचार तिला समजला, तेव्हा त्या सुखाच्या क्षणी ती परमेश्वराची आराधना करते आणि प्रार्थना करते. आनंदाचा हा क्षण बदलला आणि जी अनपेक्षित परिस्थिती उत्पन्न झाली, त्यानं तिचा धीर खचला आणि मनानं कोसळून जाण्यासारख्या त्या परिस्थितीत वर्षानुवर्षं मनात कोंडून ठेवलेला असंतोष तिनं व्यक्त केलेला आहे. मुलगा वनवासाहून परत येईपर्यंत मी जिवंत राहणार नाही – वियोगाच्या दु:खानंच मी मृत्यू पावेन, असा आक्रोश ती करते. मीही रामाबरोबरच वनवासाला जाईन, असंही म्हणते.

एका क्षणी तर जेव्हा लक्ष्मण असं म्हणतो की, वृद्ध राजाची ही धर्माला सोडून असलेली आज्ञा पाळण्याची जरुरी नाही आणि त्यांना कैदेत टाकून रामाने राजा व्हावं; तेव्हा लक्ष्मणाच्या या म्हणण्याला कौसल्याही पाठिंबा देते आणि योग्य तो निर्णय घ्यायला रामाला सांगते. या वेळी तिच्या मनाचा तोल क्षणभर ढळला आहे, असं वाटल्यावाचून राहत नाही. यानंतर पतीची सेवा हे तिचं प्रथम कर्तव्य आहे, असं राम तिला समजावतो तेव्हा ती रामाबरोबर जाण्याचा आपला विचार बदलते आणि नंतर रामाला त्याच्या वनवास यात्रेसाठी आशीर्वादही देते.

वनवासासाठी मुलाला आशीर्वाद दिल्यानंतर तिनं आपलं कर्तव्य काय आहे, ते ठरवलं तर खरं; पण त्याचं पालन करणं किती अवघड आहे, ते नंतर वरचेवर लक्षात येत राहतं. रामाला निरोप द्यायची वेळ येते, तेव्हा वल्कलं नेसलेल्या सुनेकडे तिला बघवत नाही आणि सारथी सुमंत जेव्हा रामाच्या घोड्यांना हाकारतो तेव्हा ती विलाप करते की, मी नक्कीच पाषाणहृदयी असणार; कारण नाही तर माझं हृदय फाटलं कसं नाही? रामवियोगाच्या या क्षणी कौसल्येचं मन अतिशय विचलित झालं; परंतु त्या अत्यंत अवघड घडीलाही, राजा दशरथ अतीव दु:खानं मूर्च्छित होऊन खाली पडतो, तेव्हा कौसल्येनं आपलं दु:ख मनात ठेवून पतीला आधार दिला. त्यानंतर राजा कैकेयीच्या महालात परत गेला नाही, परंतु त्याच्या हातून जो अन्याय झाला, त्याचं जणू प्रायश्चित्त घेत असावा, अशा रीतीने तो कौसल्येच्या महालात प्रवेश करतो.

रामाला वनात सोडून परत आलेला सुमंत जेव्हा कौसल्येला रामाचा निरोप सांगतो, तेव्हा महाराणी पुन्हा एकदा अस्वस्थ होते आणि त्या अस्वस्थ मन:स्थितीत

पतीला कठोर शब्दही बोलते. ती म्हणते की, मुलाला वनवासाला पाठवून तुम्ही संपूर्ण देश तसंच आर्यावर्ताच्या राज्यपरंपरेशी द्रोह केला आहे. तसंच कोसल देशाच्या प्रजेचा वध केला आहे. ते ऐकून दशरथ मनानं पूर्णपणे मोडून पडतो आणि कौसल्येसमोर हात जोडून स्वत:चे अपराध कबूल करतो आणि तिनं त्याला क्षमा करावी यासाठी पुन:पुन्हा विनवणी करतो.

दशरथाची ही दयनीय अवस्था बघितल्यावर कौसल्येला तिच्या कठोर वागणुकीची जाणीव होते आणि आता आपलं प्रथम कर्तव्य पतीचं सांत्वन करण्याचं आहे, हे तिच्या लगेच लक्षात येतं. दशरथाची चूक आहे, राम वनवासाला गेला आहे, भरत आता राजा होणार आहे, म्हणजे कैकेयी आता राजमाता होईल – असे सर्व अवघड प्रश्न समोर असतानाही कौसल्येच्या वागण्यात पुन्हा मर्यादशील शालीनता आली आहे आणि ती पतीला नम्रपणानं म्हणते, "हे राजा, मी कठोर शब्द वापरून तुमचं मन दुखावलं, त्याबद्दल मला क्षमा करा! तुम्ही माझी क्षमा मागाल, तर मला पाप लागेल. माझ्या पत्नीधर्माप्रमाणे आता या संकटसमयी मी तुमच्याबरोबर राहिलं पाहिजे. मी जे काही बोलून गेले, ते अयोग्य होतं; पुत्रवियोगाच्या दुःखानं ते घडलं." अशा रीतीनं कौसल्या पुन्हा तिच्या मूळ स्वभावाप्रमाणे वागू लागते.

पुत्रवियोगानंतरच्या सहाव्या रात्री दशरथाने प्राण सोडले, तेव्हा कौसल्या आणि सुमित्रा दोघी राण्या त्याच्याजवळच होत्या. परंतु ज्या क्षणी राजानं देह ठेवला, त्या क्षणी या दोन्ही राण्या शोक करता-करता निद्रावश झालेल्या होत्या. महर्षी वाल्मीकींनी पतीच्या देहाजवळच रडत असणारी कौसल्या निद्रावस्थेत कशी दिसत होती, त्याचं वर्णन केलं आहे. झोपी गेलेली कौसल्या निस्तेज झाली होती, तिच्या देहाचा रंग बदलला होता आणि अंधारात अंधूक दिसणाऱ्या एखाद्या चांदणीसारखी ती दिसत होती. कौसल्येने डोळे उघडले आणि पतीला मृतावस्थेत बघितलं तशी ती बेशुद्ध पडली. आता दुःखाच्या परमावधीच्या या क्षणी तिच्या संतापाचा रोख कैकेयीकडे वळावा, हे साहजिक आहे. ती कैकेयीला दुराचारिणी, क्रूर इ. शब्दांनी दोष देते आणि आता मी पूर्णपणेच अनाथ झाले, असं म्हणत पुन्हा शोक करते.

दशरथाच्या मृत्यूनंतर भरताला घेऊन येण्यास गेलेल्या दूतांना भरताने अयोध्येबद्दल जे क्षेमकुशल विचारलं, त्यात माता कौसल्येला 'धर्मपरायणा' असं विशेषण वापरलं आहे. अयोध्येला परत आल्यावर भरत जेव्हा पहिल्या प्रथम कौसल्येला भेटतो, तेव्हा कौसल्येनं तिच्या शालीन स्वभावाला न शोभणाऱ्या कुशंकाही घेतल्या आहेत. भरताला ती म्हणते की, जे राज्य मिळावं अशी तुझी इच्छा होती, ते आता तुला मिळालं आहे. त्याचा आता तू यथेच्छ उपभोग घे आणि मला व सुमित्रेला वनवासाला पाठवून दे. भरतासाठी कैकेयीचं वर्तन जसं धक्कादायक होतं, तसं आणि तितकंच धक्कादायक कौसल्येचं हे बोलणं होतं. भरताने कौसल्येच्या

या आरोपानंतर जो विलाप केला, त्यामुळं कौसल्येला लगेच आपली चूक उमजली आणि तिनं पुत्र भरताला जवळ घेतलं. त्यानंतर रामाला परत आणण्यासाठी भरताने जेव्हा वनाकडे प्रयाण केलं, तेव्हा कौसल्याही त्याच्याबरोबर गेली. ज्या वृक्षाखाली गवताची गादी करून राम झोपत होता, ती जागा निषादराज गुहांनी दाखवली, तेव्हा भरताला मूर्च्छा आली. त्या वेळीही कौसल्येनंच भरताला जवळ घेऊन त्याचं सांत्वन केलं. वाटेत भरद्वाजऋषींच्या आश्रमात भरत रात्रभर राहिला, तेव्हा मुनींशी कौसल्येची ओळख करून देताना भरताने सांगितलं की, दु:खानं आणि उपवासांनी ज्या अत्यंत अशक्त आणि दु:खी दिसत आहेत, त्या या माझ्या ज्येष्ठ माता कौसल्या आहेत. रामाच्या वनवासगमनाच्या वेळी, तसंच दशरथाच्या मृत्यूप्रसंगी कौसल्या अत्यंत व्यथित झालेली दिसते, परंतु आपल्या दु:खावर ती लगेचच ताबा मिळवते आणि नंतर ज्याप्रमाणे पतीसमोर ती पश्चात्ताप प्रकट करते, तसंच रामालाही ती सांगते की –

'धर्मज्ञ इति धर्मिष्ठ धर्मं चरितुमिच्छसि।' (अयोध्याकांड : २१/३३)

म्हणजे, "हे पुत्रा! तू धार्मिक आहेस. धर्माप्रमाणे जे योग्य असेल, तसंच वाग." अशा तऱ्हेनं काही अवघड क्षण वगळले, तर कौसल्या जवळजवळ मनानं नेहमीच शांत राहिलेली आहे.

रामवनवासानंतर जवळजवळ पूर्णपणे अदृश्य असलेली महाराणी कौसल्या त्यानंतर रामाचं पुनरागमन होतं तेव्हाच दिसते, तेव्हा पुत्राच्या विरहानं आणि वैधव्यानं ती कशी निस्तेज आणि अशक्त दिसते, याचं करुण चित्रण वाल्मीकींनी आपल्यासाठी केलं आहे. पुत्राच्या पुनरागमनानंतर तिनं राजमातापद दीर्घकाळ भोगलं असेल, असं वाटतं; परंतु कथेत तिचं योगदान मात्र काहीच दिसत नाही. दीर्घकाळानंतर कौसल्या मृत्यू पावली असावी, असा उल्लेख उत्तरकांडाच्या सर्ग-१००/१५ मध्ये आहे.

■

सुमित्रा

भारतीय साहित्यिकांनी जेव्हा जेव्हा रामायणाबद्दल काही चर्चा केली आहे, तेव्हा सुमित्रा आणि लक्ष्मणाची पत्नी ऊर्मिला यांना नेहमी उपेक्षित स्त्रिया म्हटलं आहे. गुरुदेव टागोरांनी त्यांच्या 'एकोत्तरशती' नावाच्या ग्रंथात ऊर्मिलेला काव्यातील उपेक्षिता स्त्री म्हटलं आहे. हिंदी साहित्यकार मैथिलीशरण गुप्त यांनी त्यांच्या 'साकेत' नावाच्या ग्रंथातही ऊर्मिलेच्या पात्राबद्दल बरंच लिहिलं आहे. ऊर्मिला आणि सुमित्रा या दोघींमध्ये घटनाक्रमाच्या संदर्भात बघितलं, तर ऊर्मिलेचं योगदान काहीच नाही. तिच्या असण्यानं किंवा नसण्यानं रामायणाच्या कथाप्रवाहावर काहीच परिणाम होत नाही. कविहृदयाला आकर्षून घेईल असं मूक वेदनांचं चित्रण करणारं ऊर्मिलेचं पात्र आहे, हे अगदी खरं आहे. असं असूनही या सासू-सुनेच्या जोडीबद्दल एवढं नक्कीच म्हणावंसं वाटतं की, सुमित्रा हे दोन्हींपैकी जास्त महत्त्वाचं आणि जास्त उपेक्षित पात्र आहे.

देवतांनी रामाचा अवतार होण्यापूर्वी जिचं 'श्री' म्हणजे धर्म आणि बुद्धी अशा सांकेतिक शब्दांत वर्णन केलं आहे, ती सुमित्रा राजा दशरथाची मधली राणी आहे. राजाच्या साडेतीनशे राण्यांपैकी ज्या तीन मुख्य राण्यांची नावं आपल्याला ठाऊक आहेत, त्यात पट्टराणी कौसल्येनंतर दुसरं नाव सुमित्रेचं घेतलं जातं. सुमित्रेविषयी सर्वांत जास्त लक्षात घेण्यासारखी आणि कुतूहल वाटेल अशी गोष्ट ही आहे की, ती कुठल्या राजाची मुलगी आहे किंवा तिच्या माहेरी कोण कोण आहे. ती कुठल्या प्रदेशातली आहे, याविषयी काहीच उल्लेख महर्षी वाल्मीकींनी कोठेही केलेला नाही. ज्येष्ठ राणी कौसल्या आणि कनिष्ठ राणी कैकेयी कुठल्या ना कुठल्या नेमक्या प्रदेशाच्या नावानं ओळखल्या गेल्या आहेत. एक ही मधली राणी सुमित्राच अशी आहे की, जी फक्त तिच्या नावानंच ओळखली जाते. नाव आणि अंगचे गुण यांचा काही संबंध नसतो, असं होतं; पण सुमित्रेच्या व्यक्तिमत्त्वात नाव आणि गुण

एकत्र जुळून आले असतील, असं चरित्र वाल्मीकी रामायणातून उमटतं. सुमित्रेच्या स्वभावातला मित्रभाव तिच्या वागण्यातून दिसून येतो. तिच्याशी संबंध येणाऱ्या सर्वांची ती चांगली मित्र झाली असेल, अशी तिची प्रतिमा वाटते.

पुत्रकामेष्टि यज्ञानंतर यज्ञदेवतेचा आशीर्वाद असावा, अशी प्रसाद म्हणून मिळालेली निम्मी खीर दशरथाने पट्टराणी कौसल्येला दिली, यातलं औचित्य समजण्यासारखं आहे. अर्थात; महर्षी वाल्मीकींनी स्पष्ट करून सांगितलेलं नाही, पण राजानं विचारपूर्वकच तसं केलं, असं तर सांगितलं आहेच. त्यानंतर उरलेल्या खिरीचा अर्धा भाग त्यांनी सुमित्रेला दिला आणि शेवटी जो एक-चतुर्थांश भाग राहिला, त्याचाही अर्धाच भाग कैकेयीला दिला. अशा तऱ्हेनं कैकेयीला दिल्यानंतर जवळजवळ साडेबारा टक्क्यांएवढा भाग दशरथराजानं का वगळला असेल, ते सांगता येणं अवघड आहे आणि हा राहिलेला भाग पुन्हा सुमित्रेलाच का दिला त्याचंही कारण लक्षात येत नाही. सुमित्रेला एका वेळी हे दोन्ही भाग दिले नाहीत आणि दोनदा वेगवेगळ्या भागांत तिला तो प्रसाद दिला आहे. कदाचित त्यामुळेच सुमित्रेला दोन मुलगे झाले असावेत, असा अंदाज करता येतो.

रामायणाच्या संपूर्ण कथेत सुमित्रेचे संबंध राजा दशरथ, महाराणी कौसल्या आणि पुत्र राम व लक्ष्मण यांच्यापुरतेच मर्यादित राहिले असावेत, असं वाटतं. ऊर्मिला या सुनेशीही सुमित्रेचे संबंध किंवा संवाद यांबद्दल काहीच कोठे सापडत नाही. पुत्र जेव्हा लग्न करून मिथिलेहून अयोध्येला येतात, तेव्हा त्यांच्या स्वागतासाठी सुमित्रा उपस्थित होती, पण उपस्थितीशिवाय इतर कोठे काही उल्लेख सापडत नाही. विशेष जाणवणारी गोष्ट ही की, कुठल्याही रामायणभक्तांनी किंवा अभ्यासकांनी या वस्तुस्थितीकडे विशेष लक्ष देऊन काही टिप्पणीसुद्धा केलेली आढळत नाही. संपूर्ण रामायणात ही मधली राणी, पती राजा दशरथाशी एकदाही बोलत नाही. राजा दशरथ आणि सुमित्रा यांनी परस्परांचा उल्लेख वेळोवेळी केलेला आहे; परंतु असा एकही श्लोक सापडत नाही की, ज्यात या पतिपत्नींनी एकमेकांशी एका शब्दानंही काही संवाद केला असेल.

असं असलं, तरी सुमित्रेचं व्यक्तिमत्त्व समजण्यासाठी आणखी एक गोष्ट लक्षात घ्यायला हवी. राजानं कधीही सुमित्रेशी संभाषण केलं नसलं तरी कोपगृहात कैकेयीनं जेव्हा भरताचं राज्यारोहण आणि रामाला वनवास या दोन गोष्टींची वचनं मागितली; तेव्हा त्यानं जो आक्रोश केला आहे, त्यात सुमित्रेविषयी एक अतिशय सूचक उल्लेख आहे. राजा म्हणतो, ''राज्याभिषेक करण्याऐवजी मी रामाला वनवासाला जायला सांगितलं, तर सुमित्रा अत्यंत दुःखी होईल आणि नंतर कधीही माझ्यावर विश्वास ठेवणार नाही.'' (अयोध्याकांड : २/७१) येथे लक्षात घेण्यासारखी गोष्ट ही की, राम हा सुमित्रेचा पुत्र नाही, असं असूनही राजाचं मन सुमित्रेचं दुःख

आणि अविश्वास यांच्या विचारांनी ढवळून निघालं आहे. लक्ष्मणापेक्षाही रामावर सुमित्रा जास्त प्रेम करते आणि म्हणून आपण रामाला वनवासाला पाठवलं तर कौसल्येपेक्षा सुमित्रेचा आपल्यावर विश्वास राहणार नाही, अशी भीती या श्लोकात व्यक्त झाली आहे. हा विचार दशरथ आणि सुमित्रा यांच्यामधल्या व्यक्त न झालेल्या संबंधांविषयी अभ्यासकांना बरंच काही सांगून जातो.

देवतांनी तिचं 'श्री' म्हणजे बुद्धी म्हणून वर्णन केलं आहे, अशा या राणीच्या बुद्धीचं स्थैर्य आणि तेज यांचं दर्शन राम वनवासाला निघतो, तेव्हा फारच चांगल्या तऱ्हेनं होतं. कैकेयीच्या महालातून वनवासाची आज्ञा मिळालेला राम जेव्हा परत येतो, तेव्हा लक्ष्मण त्याच्याबरोबरच आहे. त्यानंतर राम आणि लक्ष्मण दोघेही कौसल्येच्या महालात जाऊन हा समाचार देतात आणि त्यानंतर सीतेच्या महालात राम जातो. राम आणि सीता यांच्यामध्ये बराच संवादही होतो आणि सीता रामाबरोबर जाईल, असंही ठरतं. लक्ष्मणानं तर यापूर्वीच मी स्वत: रामाबरोबर जाईन, असं स्वच्छ आणि स्पष्ट सांगून टाकलेलं आहे. याबाबतीत दोघा भावांमध्ये जे वैचारिक मतभेद आहेत, याबद्दलही बरंच बोलणं होतं.

कौसल्या आणि राम यांनी स्वस्तिवाचन, पूजा, दान इ. केलं. रामाने वल्कलं धारण केली. सुमंत रथही घेऊन आला आणि त्यानंतरच राम, लक्ष्मण आणि सीता निरोप घ्यायला सुमित्रेकडे गेले. लक्ष्मणाने स्वेच्छेनं वनवासाला जाण्याचं ठरवलं आहे, हेही सुमित्रेला आधीच कळलं होतं, असं दिसतं. कारण, निरोप घेताना लक्ष्मण आईच्या पाया पडला, तेव्हा ती जे म्हणाली आहे, त्यातून वनवासाला जाण्याची माहिती तिला नव्यानं कळत नव्हती, असं वाटल्यावाचून राहत नाही. क्षणभरही अस्वस्थ न होता, लक्ष्मणाला आशीर्वाद देताना सुमित्रा म्हणते, "हे पुत्र, तुला तुझे ज्येष्ठ बंधू राम यांच्याबद्दल अतिशय प्रेम आहे. म्हणून मी तुला वनवासाला जाण्यास आशीर्वाद देत आहे. तू ज्येष्ठ बंधूच्या सेवेत कधीही हयगय करू नकोस आणि तू आनंदानं जा. तुझा प्रवास सुखाचा होवो!" एवढं बोलल्यावर सुमित्रा जे सांगते, तो एकच श्लोक सुमित्रेच्या पात्राला रामायणातल्या सर्व पात्रांमध्ये तेजस्वी करून टाकतो. तो श्लोक असा आहे –

रामं दशरथं विद्धि मां विद्धि जनकात्मजाम् ।
अयोध्यामटवीं विद्धि गच्छ तात यथासुखम् ॥ (अयोध्याकांड : ४०/९)

म्हणजे, "हे पुत्रा, दशरथांच्या जागी तू आता रामाला समज आणि जनकपुत्री सीतेला माझ्या जागी मान. तसंच वनाला अयोध्याच समज. बाळ, आता तू आनंदानं येथून प्रस्थान कर."

रामवनवासाच्या क्षणी जेव्हा सर्व जण 'जाऊ नका' म्हणून आक्रोश करत असतात, तेव्हा त्या आक्रोशात फक्त एकट्या सुमित्रेचाच आवाज शांत असतो

आणि त्या शांत आवाजात 'जाऊ नका' शब्द नसतात, तर 'जा' हेच शब्द असतात. एवढंच नव्हे, तर 'आनंदानं जा' असे शब्द आहेत. वनवासाला जाणं तर निश्चितच आहे. आणि म्हणून जे निश्चितच आहे, त्याचा स्वीकार करणं हा धर्म आहे. असं धर्मपालन सुमित्रा सोडून कोणाकडूनही या वेळी झालेलं दिसत नाही. खुद्द रामही अस्वस्थ झाले असावेत, असे श्लोकही या ठिकाणी आहेत. दशरथ, कैकेयी किंवा भरताविषयी काही ना काही म्हणत राम वारंवार रडलाही आहे; परंतु एकटी सुमित्राच अशी स्त्री आहे, जी रडली नाही. प्रथमच मन:शांती ढळून सुमित्रा रडत असेल, असा प्रसंग फक्त राजा दशरथाचा स्वर्गवास झाला तेव्हाचा आहे.

राम आणि लक्ष्मण वनवासाला गेल्यानंतर कौसल्या पुन्हा एकदा रडून आकांत करते आणि बेशुद्ध होते; तेव्हा सुमित्रेनं कौसल्येचं जे सांत्वन केलं आहे, त्यात रामाबद्दलचं तिचं प्रेम तसंच अपार श्रद्धा दिसून येते. ज्याच्याविषयी आपल्या मनात खूप विश्वास, श्रद्धा असेल, त्याच्याविषयी आपण दु:खी किंवा चिंतित होत नाही. श्रद्धेचा अर्थच चिंतामुक्ती आहे. श्रद्धा असूनही जर चिंता लागूनच राहिली, तर ती श्रद्धा तेवढ्या प्रमाणात कमी होते. तिचा पुत्र लक्ष्मण चौदा वर्षांसाठी वनवासाला गेला होता, परंतु त्याला अशी काही आज्ञा झालेली नव्हती; तो तर केवळ सेवा आणि कर्तव्यभावनेनं प्रेरित होऊन स्वेच्छेनं गेला आहे, हे माहीत असूनही शोक करणाऱ्या कौसल्येचे जेव्हा सुमित्रा सांत्वन करते, तेव्हा महर्षी वाल्मीकींनी तिच्यासाठी 'धर्मपरायणा' असं विशेषण वापरलं आहे. सुमित्रा म्हणते की, राम तर उत्तम गुण असलेला श्रेष्ठ पुरुष आहे, शिवाय धार्मिकही आहे. अशा मुलासाठी काहीही चिंता किंवा दु:ख करू नये; कारण जो धर्माला धरून वागतो, त्याचं कोणी काही वाईट करू शकत नाही. सूर्य, वायू, अग्नी सर्व त्याचं कल्याणच करतील. हे सर्व बोलताना सुमित्रा स्वत:च्या पुत्राच्या विरहाचं दु:ख कोठेही प्रकट करत नाही. ती कौसल्येला पुन:पुन्हा श्रद्धापूर्वक सांगते की, चौदा वर्षांनंतर राम सुरक्षित परत येईल आणि पुन्हा एकदा आपण सर्व जण आनंदात राहू.

राम वनवासाला गेला, तो प्रसंग रामायणात वर्णन केला आहे. त्याप्रमाणे राजा दशरथ दु:ख आणि पश्चात्तापाच्या ओझ्याखाली दबून गेला आहे. अत्यंत क्षुब्ध मन:स्थितीत आहे आणि कोणताही निर्णय घेण्याचं मनोधैर्य त्याला राहिलेलं नाही. राणी कौसल्याही कैकेयीबद्दलच्या संतापानं व्यथित आहे. ती रामाच्या विरहाच्या विचारानं दु:खी आहे. स्वार्थ आणि हट्टाग्रह यामुळे मन दूषित झालेली कैकेयी सारासार विचार करू शकत नाही. या सर्वांमध्ये सुमित्रा ही एकच अशी व्यक्ती आहे; जिला स्वार्थ तर दूरच, पण मनोव्यथाही नाही. स्वत:च्या मुलाला – लक्ष्मणाला ती वनवासाला जाऊ नकोस, असं एकदाही चुकूनसुद्धा सांगत नाही. लक्ष्मणाचा हा निर्णय त्यानं स्वत: घेतलेला आहे, तरीही सुमित्रा त्याला अडवत

नाही; एवढंच नाही तर 'मंगल होवो', अशी प्रार्थना करून त्याला निरोप देते. हा निरोपही जेमतेम पाच श्लोकांचाच आहे.

दशरथाच्या मृत्यूच्या वेळी, तसंच अंत्यसंस्कारांच्या वेळी ती साहजिकच शोकमग्न आहे. पतीच्या देहाला स्पर्श केल्यावर तिला मूर्च्छाही आली. पण त्याशिवाय तिचं मनानं मोडून पडणं कोठेही दिसत नाही. चित्रकूटावर राम आणि भरत भेटले, तेव्हा ती बरोबर होती; तसंच चौदा वर्षांच्या वनवासानंतर अयोध्येला परत आलेल्या रामाचं स्वागत करायला नंदिग्रामामध्येही ती उपस्थित होती. रामाच्या राज्यरोहणानंतर सुमित्रेनं दीर्घ आयुष्य घालवलं, असं वाटतं. पुत्र शत्रुघ्न जेव्हा रामाच्या आज्ञेवरून लवणासुराचा वध करून मधुरापुरीनगरीचा राजा म्हणून सिंहासनाधिष्ठित होतो, तेव्हा सुमित्रा मुलाला आशीर्वाद देते. याशिवाय इतर कोठेही, कसलीही सक्रियता तिनं दाखवलेली नाही. कालक्रमानं तिचा मृत्यू झाला, असा ओझरता उल्लेख उत्तरकांडात आहे.

सुमित्रा मधली राणी आहे. तिच्या आयुष्याचा मार्गही तिच्या या स्थानाला जणू योग्य ठरवेल, असा मध्यमच राहिला आहे. ती कधीही, कोणावरही रागावत नाही की तक्रार करत नाही; कधीही, कोणत्याही प्रसंगी हर्षानं तिचं भान हरपत नाही आणि दु:ख किंवा व्यथेच्या प्रसंगीही तिच्या मनाची शांती ढळत नाही.

■

कैकेयी

मनुष्याचं वर्णन एका गुजराती कवीनं 'तेज आणि अंधकार यांचं मिश्रण असलेला अजब प्राणी' असं केलं आहे. मनुष्यामध्ये हे तेजाचं आणि अंधाराचं जे मिश्रण असतं, त्याचं सर्वांत सुंदर आणि अद्‌भुत उदाहरण रामायणातल्या कैकेयी या व्यक्तिरेखेतून मिळतं. महाभारतातील जवळजवळ सर्व व्यक्तिरेखा प्रकाश आणि अंधकार यांच्या मधल्या भागातल्या आहेत; परंतु रामायणातल्या सर्व व्यक्ती आपापली निश्चित कर्तव्यं सातत्यानं करत राहतात. माणसाच्या स्वभावात खोल-खोल कोठे अन् काय काय साठलेलं असतं आणि ते केव्हा व कशा तऱ्हेनं व्यक्त होईल, हे सांगणं अशक्य तर आहेच; पण त्याबद्दल कोणतीही निश्चित पद्धत सांगणंही अशक्य आहे. कैकेयीच्या व्यक्तिरेखेतून महर्षी वाल्मीकींनी मानवी स्वभावाची गहन खोली खूपच सुंदर पद्धतीनं व्यक्त केली आहे.

यौवन, सौंदर्य वगैरे शारीरिक संपदा असली; प्रतिभावान बुद्धी, वाक्चातुर्य इ. आकर्षक लक्षणं असली; धाडस आणि शौर्य असे अप्रतिम गुण असले अन् इतके सगळे सकारात्मक गुण असूनही जर अमर्याद महत्त्वाकांक्षा असेल आणि सारासार विचारबुद्धी ढळत असेल; तर अशी एक व्यक्ती संपूर्ण समाजाची धूळधाण कशी करू शकते, याचं कैकेयी हे उत्कृष्ट उदाहरण आहे. केकय देशाचा राजा अश्वपती याची मुलगी कैकेयी ही अयोध्येच्या राजा दशरथाची कनिष्ठ पत्नी आहे. राजाच्या साडेतीनशे राण्यांपैकी मुख्यत्वे ज्या तीन राण्यांची नावं रामायणात आहेत, त्यांत कैकेयी तिसऱ्या क्रमांकावर येते. पण पतीची ही सर्वांत आवडती पत्नी असल्याचा स्पष्ट उल्लेख वाल्मीकींनी बऱ्याचदा केला आहे. अनेक सद्‌गुण अंगी असणारी ही स्त्री एका दुबळ्या घटकेला राक्षसी महत्त्वाकांक्षेच्या कचाट्यात अशी काही सापडली की, तिच्या व्यक्तिमत्त्वाच्या सर्व चांगल्या बाजू पार दबून गेल्या आणि जेवढे दोष होते, ते वरचढ झाले. याचा परिणाम असा झाला की, त्या वेळच्या अयोध्येत

एकट्या मंथरेशिवाय तिची बाजू घेणारं कोणीही राहिलं नाही. उलट, दशरथापासून ते वरिष्ठांपर्यंत सर्वांना तिचा राग येतो, तिरस्कार वाटतो. आज हजारो वर्षांनंतरही या नकारात्मक स्वभावविशेषांमुळे तिचं नावच इतकं बदनाम झालेलं आहे की, समाजात कुठलेही माता-पिता आपल्या मुलीचं नाव 'कैकेयी' कधी ठेवत नाहीत.

कैकेयीविषयी काहीही विचार करण्यापूर्वी ज्या गोष्टीकडे फारच थोड्यांनी लक्ष दिलं आहे, अशी एक घटना नीटपणे समजून घेणं जरुरीची आहे. वाल्मीकी रामायणात अयोध्याकांडाच्या सर्ग-१०७/३ मध्ये पुढील श्लोक आहे –

पुरा भ्रातः पिता नः स मातरं ते समुद्वहन् ।
मातामहे समाश्रौषीद् राज्यशुल्कमनुत्तमम् ॥

हा श्लोक 'ओरिएन्टल इन्स्टिट्यूट, बडोदा'ने तयार केलेल्या अधिकृत प्रतीमध्येही सर्ग-९९/३ मध्ये तिसरा श्लोक म्हणून घेतला गेला आहे. तेव्हा त्याला नंतर लिहून घातला गेलेला म्हणून काढून टाकता येणार नाही. या श्लोकामध्ये भरत चित्रकूटावर जेव्हा रामाला भेटतो तेव्हा राम सांगतो, "हे बंधो, जेव्हा पिताश्रींनी कैकेयी मातेशी लग्न केलं, तेव्हा त्यांनी तुझ्या आजोबांच्या या अटीचा स्वीकार केलाच होता की, कैकेयीच्या पोटी जन्मलेला पुत्रच अयोध्येचा राजा होईल."

या श्लोकाचा संदर्भ बघितला, तर दशरथांनी रामाचा राज्याभिषेक करण्यासाठी जी घाई केली, त्यामागचं कारण समजतं. एवढंच नाही, तर भरताला राज्य आणि रामाला वनवास असं वचन मागून सर्वांना अप्रिय होण्याची कैकेयीलाही गरज नव्हती, असं वाटतं. कैकेयीनं पतीजवळ ते वचन पूर्ण करण्यासाठी काही हट्टही धरला नव्हता. तिनं जे वर मागितले होते, ते देव आणि दानव यांच्या लढाईच्या वेळी तिनं पतीला केलेल्या मदतीबद्दल राजानं तिला देऊ केलेलं बक्षीस होतं. देव-दानवांच्या लढाईत पूर्वी एकदा राजा दशरथ देवांच्या बाजूनं लढत होता. तेव्हा त्याच्या रथाचं चाक निघून आलं. तेव्हा त्याची सारथी म्हणून रथ सांभाळत असलेल्या कैकेयीनं चाकांच्या मधली आरी स्वतःच्या हाताचा आधार देऊन धरून ठेवली होती. राजाला त्या कठीण परिस्थितीतून वाचवलं होतं. युद्ध संपल्यावर राजाला हे समजलं, तेव्हा त्यानं पत्नी कैकेयीला हवे ते दोन वर मागण्यास सांगितलं. कैकेयीनं तेव्हा ते वर मागितले नव्हते आणि 'योग्य वेळी मागेन' असं सांगितलं होतं. ते बाकी ठेवलेले वर राणीनं रामाच्या राज्याभिषेकाच्या वेळी मागून घेतले होते, ही हकिगत सर्वांना ठाऊक आहेच.

येथे देव-दानवांच्या लढाईच्या या घटनेला वेगळ्या दृष्टीनंही तपासून पाहिलं पाहिजे. कैकेयी युद्धकलानिपुण होती, अतिशय बुद्धिवान होती; याचा हा पुरावा आहे. पतीबरोबर रणांगणावर असं धाडस आणि बुद्धीची झलक दाखवली असेल, अशा दुसऱ्या कुठल्याही स्त्रीचं उदाहरण पौराणिक कथांमध्ये कोठेही सापडत नाही,

ही गोष्ट लक्षात घेण्यासारखी आहे.

असं असलं, तरी कैकेयी अभिमानी आणि अविवेकी असणारच याचे एकाहून अधिक पुरावे आपल्याला रामायणात मिळतात. रामाला वनवासात पाठवण्याचं वचन पतीकडून मिळवल्यानंतर रामाला तिनं तिच्या महालात राजाज्ञा ऐकायला बोलावलं. राज्यारोहणाची सर्व पूर्वतयारी करून आलेला राम जेव्हा माता कैकेयीच्या महालात पिता दशरथाला उदास, उद्विग्न आणि त्रस्त मन:स्थितीत पडून राहिलेला बघतो; तेव्हा तो माता कैकेयीला पित्याच्या या दुर्दशेची कारणं विचारतो. संभाव्य अशा कारणांबरोबरच राम अशी एक शंकाही व्यक्त करतो, "हे माते, तुम्ही गर्वामुळे किंवा रागामुळे पिताजींना कठोरपणे काही बोललात आणि म्हणून ते दु:खी झाले आहेत, असं तर झालेलं नाही ना?" (अयोध्याकांड : १८/१७) या बोलण्यातून रामही कैकेयीच्या स्वभावातले अभिमान आणि रागीटपणा हे दोन अवगुण जाणून होता, असा संकेत मिळतो. याखेरीज राजाच्या देहांतानंतर भरताला घेऊन यायला गेलेल्या दूतांना भरत अयोध्येतील वर्तमान विचारतो, तेव्हा तो स्वत:च्या आईबद्दल या शब्दांत विचारतो –

'आत्मकामा सदा चापि क्रोधना प्राज्ञमानिनी ।
अरोगा चापि मे माता कैकेयी किमुवाच ह ।।'

म्हणजे, "जिला नेहमी स्वत:ला हवं असेल तसंच व्हावयास हवं असतं आणि जी स्वत:ला अत्यंत बुद्धिमान समजते, अशी तापट आणि उग्र स्वभावाची माझी आई कैकेयी बरी आहे ना? तिनं काही निरोप सांगितलाय, माझ्यासाठी?"

या श्लोकात भरत आपल्या आईसाठी जी विशेषणं वापरतो, त्यांतून रामासाठी वनवास मागून कैकेयी सगळ्यांना अप्रिय होण्याआधीच्या तिच्या वर्तनाचंच वर्णन दिसतं. कैकेयीचं व्यक्तिमत्त्व समजण्यासाठी ही दोन्हीही उदाहरणं उपयोगी आहेत. कैकेयी राजाकडून दोन वर मागते; त्यानंतरच्या तिच्या वागण्यात जी निष्ठुरता आणि कडवटपणा आहे, तो बदल काही एकाएकी घडून आलेला नाही. तर, तिचा स्वभावच मुळात तसा होता, असं म्हणणं फारसं चुकीचं ठरणार नाही.

पुत्रकामेष्टि यज्ञाच्या वेळी यज्ञदेवतेकडून जी खीर प्रसाद म्हणून शेवटी मिळाली, ती वाटतानाही राजानं कैकेयीवर अन्याय केला होता, असं वाटल्यावाचून राहत नाही. खिरीचा हा प्रसाद सर्वच्या सर्वच पट्टराणी कौसल्येला द्यायलाही हरकत नव्हती; कारण यज्ञासाठी पतीबरोबर फक्त कौसल्येनंच दीक्षा घेतली होती, सुमित्रेनं व कैकेयीनं नाही. असं असूनही जर हा प्रसाद तीनही राण्यांमध्ये वाटायचाच असेल, तर कैकेयीचा अधिकार कौसल्येएवढा नाही, तरी सुमित्रेएवढा तरी नक्कीच असला पाहिजे. कैकेयीच्या मुलाऐवजी इक्ष्वाकु परंपरेप्रमाणे ज्येष्ठ पुत्रालाच गादीवर बसवण्याच्या राजाच्या बेतामध्ये, लग्नाच्या वेळी कैकेयीला आणि तिचे पिता

अश्वपती यांना दिलेल्या वचनातून निसटून जाण्याचाच हेतू दिसतो. अयोध्येच्या प्रतापी इक्ष्वाकुकुलात यानंतर मत्सर, द्वेष, असंतोष, चीड इ. जे दिसू लागले; त्याचं मूळ कदाचित याच प्रसंगात असावं.

रामाच्या राज्यारोहणाची बातमी सर्व अयोध्येत पसरली आणि सर्व प्रजाजन आनंदानं उत्सव करू लागले, तोपर्यंत कैकेयीला ही बातमी माहीतच नव्हती. महालाच्या सज्जात गेलेल्या मंथरेला हे समजल्यावर खाली येऊन तिनं कैकेयीला हे सांगितलं. मंथरेला रामाविषयी कोणत्याही कारणानं द्वेष किंवा धोका वाटण्याचं कोणतंही कारण रामायणात कुठंही सापडत नाही. रामाच्या राज्यारोहणाची बातमी ऐकून मंथरेला इतका द्वेष का वाटला, कैकेयीचे कान तिनं का फुंकले आणि त्यात ती इतकी यशस्वी का झाली; यामागचं रहस्य समजत नाही.

कैकेयीच्या मनातही रामाबद्दल भरताइतकंच अपत्यप्रेम होतं. मंथरेनं दिलेली बातमी ऐकून आनंदित होऊन ती भोवतालच्या सर्वांना भेटवस्तूही देऊ लागली होती. मंथरा भेटवस्तू घ्यायचं नाकारून कैकेयीचे कान इतके फुंकते, ही आश्चर्याची गोष्ट आहे. मंथरेच्या भूतकाळाबद्दल काही कळत नाही. एवढंच नाही, तर एका जागी अशीही माहिती आहे की, तिचा जन्म कोठे झाला होता, तिचे आई–वडील कोण होते, हे कोणालाही माहीत नव्हतं (अयोध्याकांड : ७/१). कैकेयी तर तिनं सांगितलेली बातमी ऐकून इतकी कमालीची आनंदित होते की, ती मंथरेला सांगते, ''मंथरे, रामाच्या राज्याभिषेकाच्या या बातमीपेक्षा अधिक चांगली बातमी असूच शकत नाही.'' प्रसन्नतेच्या आणि संतोषाच्या या क्षणी मंथरेनं मात्र रामाविरुद्धच नव्हे, तर खुद्द अयोध्यानरेश दशरथाविरुद्धही हीन आणि कटू शब्द उच्चारले आहेत. तिनं म्हटलं आहे की, राजा अगदी गोड-गोड बोलत असले तरी त्यांचं मन क्रूर आणि वाईटच आहे. एवढंच नाही, तर भरताला आजोळी पाठवून तो येथे नसतानाच रामाचा राज्याभिषेक करून घेण्यात राजांचा इरादा नक्कीच वाईट आहे, अशी शंकाही ती व्यक्त करते. (हे लक्षात घेतलं पाहिजे की, दशरथाच्या मनात असा विचार असण्याची पूर्णपणे शक्यता आहे. तशी ती अयोध्याकांड सर्ग-४/२५ मध्ये प्रकटही झाली आहे. त्या वेळी राजानं रामाला म्हटलं आहे, ''जोपर्यंत भरत येथे नाही आणि मामाच्या घरीच आहे तोपर्यंतच तुझा राज्याभिषेक होऊन जावा, हे मला योग्य वाटतं आहे.'') याचा अर्थ असा झाला की, राजकारणातल्या लबाड्या आणि मलिन नीती इतर कोणापेक्षाही जास्त हुशारीनं मंथरा समजू शकत होती.

इथे कैकेयीचे सकारात्मक विचार आणि मंथरेचे नकारात्मक विचार यांमध्ये काही क्षण संघर्ष होताना दिसतो. सकारात्मक विचारांना नकारात्मक विचारांवर विजय मिळवणं जास्त अवघड असतं. माणसाच्या मनात हे दोन्ही विचार एकत्रच असतात; पण चांगल्या विचारांना पुढं आणण्यापेक्षा वाईट विचारांना पुढं आणणं

सोपं आहे. कैकेयीच्या बाबतीत अगदी असंच झालं. मंथरा वाईट विचारांची पुरस्कर्ती आहे. कैकेयीच्या मनात या क्षणी चांगले विचार प्रबळ होते खरे, पण ते विचार मंथरेच्या विरोधाला हरवू शकण्यापूर्वी मंथरेच्या नकारात्मक विचारांनी त्यांचा पराभव केलेला आहे. माणसाच्या मनातील या सनातन संघर्षाचं चित्रण महाकवींनी खूप बारकाईनं केलं आहे. आपण ही बारकाई ओळखू मात्र शकलं पाहिजे.

माणसाचं मन एकदा बदललं म्हणजे त्याच्या मनोभूमिकेत किती आमूलाग्र फरक पडतो, हीदेखील मनुष्यस्वभावाची एक विचित्रता आहे. मंथरा ही कुब्जा होती. कैकेयीनं तिचा अनेकदा कुब्जा म्हणून उल्लेखही केलेला आहे. कुब्जा शब्दाचा अर्थ कुबड असलेली स्त्री असा होतो. भागवतातली कुब्जा त्रिवक्रा होती, असाही उल्लेख आहे. म्हणजे कुब्जा शब्द कुरूपतेशी संलग्न आहे. कैकेयीच्या मनाला मंथरेचं म्हणणं जसं पटलं आणि भरताला राज्याभिषेक करण्याचं स्वप्न तिच्या महत्त्वाकांक्षेवर स्वार होऊन बसलं; तशी लगेच ही त्रिवक्रा, कुब्जा मंथरा तिच्या दृष्टीला सुंदर दिसू लागली. काही क्षणांपूर्वीच ज्या स्त्रीच्या शरीरात काहीही सौंदर्य दिसत नव्हतं, त्याच शरीरात कैकयीला आता कमालीचं सौंदर्य दिसू लागलं! आपण ज्यांना आपले हितचिंतक मानतो, त्यांच्यामध्ये आपोआपच अनेक गुण दिसू लागतात. याउलट, ज्यांच्याबद्दल आपल्या मनात नावड किंवा राग असतो, त्यांच्यात आपल्याला अनेक अवगुण आणि कुरूपताच दिसू लागते; ही मानसशास्त्राची एक सहज समजणारी गोष्ट आहे. या क्षणी मंथरेच्या देहाचं जसं आणि ज्या तऱ्हेनं कैकेयी वर्णन करते; ते हर्षावेगानं मनाचं संतुलन हरवून बसणाऱ्या व्यक्तीनं केलेलं मूल्यांकन आहे, असं वाटल्याशिवाय राहत नाही. तसं असेल, तर तेही मानसशास्त्रीय निरीक्षण म्हणता येईल.

यानंतर कैकेयीचं जे व्यक्तिमत्त्व दिसून येतं, ते निष्ठुर आणि घातकी वाटल्याशिवाय राहत नाही. कोपगृहात पडून राहिलेल्या या तरुण पत्नीची समजूत घालायला वृद्ध राजा ज्या तऱ्हेनं काकुळतीला येतो; त्याची पत्नीलाच काय, एखाद्या तिऱ्हाईत व्यक्तीलाही दया येईल. मात्र, कैकेयी राजाच्या कोणत्याही विनंतीकडे लक्ष देत नाही. तडजोडीचा एक मार्ग म्हणून भरताला राज्याभिषेक करणं राजा स्वीकारतो आणि त्याच्या बदल्यात कैकेयीनं रामाला वनवासात पाठवण्याची मागणी सोडून द्यावी, अशी विनंती करतो. ही तडजोडही कैकेयी क्रूरपणानं धुडकावून लावते. रामाला चौदा वर्षं वनवासात पाठवून अयोध्येतील लोकांच्या नजरेपासून दूर ठेवण्याचा विचार मंथरेनंच कैकेयीला सुचवलेला असतो. राम आत्ता अयोध्येत लोकप्रिय आहे, पण जर त्याच्या अनुपस्थितीत प्रजेचं प्रेम भरत मिळवेल; तर लोक रामाला विसरतील आणि भरताचं शासन स्थिर होईल, ही मंथरेची दूरदृष्टी आहे आणि कैकेयीला सहज आवडेल, पटेल अशी आहे. रामाला वनवासाला पाठवण्याचा हट्ट

सोडून द्यायला राजा जेव्हा कैकेयीला विनवतो तेव्हा कैकेयी तिच्या 'गुरू'ने दिलेल्या मंत्रानुसार ती विनवणी स्वीकारत नाही.

दुसऱ्या दिवशी सकाळी राम जेव्हा कैकेयीच्या महालात पित्याला भेटायला येतो, तेव्हा राजाची वनवासाची आज्ञाही कैकेयीच रामाला सुनावते. दशरथाने केव्हाही 'वनवास' हे शब्द रामासमोर उच्चारलेले नाहीत. रामाने नुसतं वनवासाला जावं एवढंच नाही, तर तो वनवासही दण्डकारण्यातच करावा, अशी स्पष्ट सूचना या मागणीत आहे (अयोध्याकांड : ११/२६). कैकेयीच्या निष्ठुरतेचं उत्तम उदाहरण तिनं स्वत: सीतेसाठी वल्कले आणली, या घटनेतून दिसून येतं. सीतामाईला ती वल्कलं नेसायला जमत नाही, तेव्हा सर्व कुटुंबीयांसमोर स्वत: राम त्यांना ती वस्त्रं नेसवतात. हा प्रकार बघितल्यावर राजा दशरथाचा सारथी सुमंतही आपली मर्यादा सोडून कैकेयीचा धिक्कार करतो.

इथं सुमंतानं भूतकाळातील एका घटनेचा उल्लेख केला आहे, जो कैकेयीचे कौटुंबिक संस्कार समजण्यासाठी उपयोगी पडतो (अयोध्याकांड : ३५/१७-२८). सुमंत म्हणतात की, मुलाचा स्वभाव नेहमी वडिलांसारखा होतो आणि मुलगी नेहमी आईचे संस्कार घेते; जे कैकेयीनं केलं आहे, असं सांगून सुमंत कैकेयीचे वडील अश्वपती आणि त्यांची पत्नी यांच्यामधला एक प्रसंग सांगतो.

राजा अश्वपतीनं एका ऋषीच्या कृपेनं एक अशी सिद्धी मिळवली होती, ज्यामुळे त्याला सर्व पशुपक्ष्यांच्या भाषाही समजू लागल्या होत्या. अट फक्त एवढीच होती की, त्यानं ही गोष्ट कोणालाही सांगायची नाही. एकदा रात्री पत्नीबरोबर शयनखंडात झोपलेल्या अश्वपतीनं बागेतल्या झाडांवर बोलणाऱ्या एका पक्ष्याचं बोलणं ऐकलं आणि ते ऐकल्याबरोबर त्याला हसू आलं. कैकेयीची आई पलंगावर पतीजवळच झोपली होती. तिनं पतीला हसताना बघून असा हट्ट धरला की, तुम्ही का हसला ते तुम्ही सांगितलंच पाहिजे. जर तुम्ही सांगितलं नाहीत तर मी असंच समजेन की, पतीला हसू येण्यासारखं काहीतरी हास्यास्पद वर्तन तिनं केलं आहे. राजा ऋषींबरोबर वचनबद्ध होता आणि त्यात अशीही अट होती की, जर ते वचन मोडून त्यानं पत्नीला त्याला मिळालेल्या वरदानाबद्दल सांगितलं तर त्याचा मृत्यू होईल, ती विधवा होईल. हे समजल्यावरही कैकेयीच्या आईनं हट्ट सोडला नाही आणि सांगितलं की, परिणाम काहीही होवो; तुम्ही मला सांगितलंच पाहिजे. पत्नीच्या या हट्टानं अडचणीत सापडलेला राजा दुसऱ्या दिवशी त्याला हे वरदान देणाऱ्या ऋषींना भेटतो आणि या अडचणीतून मार्ग काय, असं त्यांना विचारतो. ऋषींनी स्वच्छ सांगितलं, "हे राजा, जर तुझी पत्नी तुझ्या मृत्यूचीही पर्वा न करता तिचा हट्ट पुरवू बघते आहे, तर अशा पत्नीचा तू त्याग केलेलाच बरा!" अश्वपतीनं हा सल्ला स्वीकारला आणि आपल्या पत्नीचा त्याग केला. एवढं

सांगितल्यावर सुमंत तिरस्कारपूर्वक उद्‌गारला, "आईचा हट्टी स्वभाव कैकेयीच्या स्वभावात केवढ्या प्रमाणात उतरला आहे!" एवढं झाल्यावरही कैकेयी हट्ट सोडत नाही. एवढं जणू कमी होतं की काय, म्हणून इक्ष्वाकुवंशाचे आद्यगुरू कुलगुरू वसिष्ठही तिला अतिशय कटू शब्दांनी धिक्कारतात – तरीही कैकेयी तिच्या मागण्यांवर ठाम राहते.

राजाचं निधन झालं आणि त्यानंतर भरताचं अयोध्येत पुनरागमन झालं, तेव्हा कैकेयीच्या जीवनाचा सर्वांत करुण काळ सुरू होतो. वाल्मीकी रामायणात कैकेयीचं जे चित्र आपल्यासमोर उभं राहतं, त्यात तिच्या व्यक्तिरेखेच्या तीन बाजू स्पष्ट दिसतात. तिची सर्वांत उत्कृष्ट बाजू रामांच्या राज्याभिषेकाची बातमी पहिल्या प्रथम मंथरेनं दिली, तेव्हा व्यक्त झाली आहे. प्रसन्नचित्त, उदात्त, समान भावना राखणारी प्रेमळ माता – असं तेव्हा तिचं वागणं आहे. त्यानंतर भरताला राज्य आणि रामाला वनवास अशा तिच्या सत्तालालसेबरोबर तिची सर्वांत निकृष्ट बाजूही दिसून येते. लक्षात घेण्यासारखी गोष्ट ही की, कळस आणि तळ अशा मानवी स्वभावाच्या अत्यंत स्वाभाविक, नैसर्गिक अशा दोन बाजू आहेत; पण येथे त्या एकापाठोपाठ एक अशा एकत्रच व्यक्त झाल्या आहेत. जणू काही भावी पिढ्यांना महाकवी सांगत असावेत, "हे मनुष्यांनो, या दोन्ही बाजू तुमच्या स्वभावात एकत्रच असतात; त्याबद्दल सावध राहा! सांभाळा, मनाचा तोल ढळू देऊ नका! जर का तोल ढळला तर...."

...तर, कैकेयीची तिसरी बाजू महर्षींनी लगेच दाखवली आहे. या तिसऱ्या बाजूच्या दर्शनात कैकेयी सर्वांत जास्त कीव येईल अशी झाली आहे. आजोळहून परत आलेला पुत्र भरतानं कैकेयीचा जसा तिरस्कार केला आहे आणि जे अपशब्द ऐकवले आहेत, ते जगातली कुठलीही सुसंस्कृत आई स्वतःच्या मुलाच्या तोंडून ऐकण्याची कल्पनाही करू शकणार नाही, असे आहेत. कुलकलंकिनी, पापिणी, दुष्टा, पाषाणहृदयी, दुराचारिणी, पतिघातिनी अशा शिव्या भरतानं आईला दिल्या आहेत. एवढंच नाही, तर 'माझ्या पित्यानं तुला पत्नी म्हणून स्वीकारून घेताना निखाराच पदरात बांधून घेतला होता.' तसंच, 'तू आता पेटत्या आगीत उडी मारून नाहीतर गळफास घेऊन मरावंस, हा एकच मार्ग आहे.' असे शब्द भयंकर संतापानं तो बोलला आहे. मुलगा असं वागेल, असं तिला अजिबात वाटलं नसेल, हे साहजिक आहे. कैकेयी या प्रसंगानंतर धसक्यानं अगदी शून्यमनस्क झाली आहे. त्यानंतर क्वचितच ती कोठेही काही बोललेली आहे. चित्रकूटाला जाताना वाटेत महर्षी भरद्वाजांच्या आश्रमात भरत जेव्हा तीनही मातांची ओळख करून देतो, तेव्हा सर्वांसमोरच रागानं म्हणतो, "ही रागीट स्वभावाची, अशिक्षित, बुद्धिवान, गर्विष्ठ, स्वतःला सर्वांपेक्षा अधिक सुंदर आणि भाग्यवान समजणारी, राज्यलोभी आणि

दिसायला आर्य पण संस्कारांनी पुरी अनार्य अशी माझी आई कैकेयी आहे.'' कैकेयीच्या आयुष्यातला हा सर्वांत करुण आणि कीव येईल असा क्षण म्हटला पाहिजे.

रामाच्या पुनरागमनानंतर ती गप्प राहून शांतिपूर्वक दीर्घ आयुष्य जगली आणि कालक्रमानं मृत्यू पावली. तिचं आयुष्य माणसांच्या आयुष्यातल्या घटनांविषयी हे सूचित करतं की, माणसानं मनाच्या बदलत राहणाऱ्या स्थितीविषयी जागृत राहिलं पाहिजे आणि नकारात्मक तत्त्वांचा पगडा मनावर बसत नाही ना, याबद्दल जागरूक राहिलं पाहिजे. कितीही गुणी मनुष्य असला, तरी त्यालाही अमर्यादित महत्त्वाकांक्षा अध:पतनाच्या खड्ड्यात ढकलू शकते.

■

रावण

रावणाच्या पूर्वजांची जी वंशावली आपल्याला सापडते, त्यानुसार प्रजापिता ब्रह्माच्या मानसपुत्रांमध्ये पुलस्त्य ऋषींची गणना होते. प्रजापतींच्या मालिकेत पुलस्त्य हे चौथे प्रजापती समजले गेले आहेत. ऋषी पुलस्त्य जेथे तपश्चर्या करत होते, तेथे बऱ्याच राजकन्या हिंडत-फिरत येऊन त्यांच्या तपश्चर्येत विक्षेप करत असत. म्हणून राग येऊन ऋषींनी त्या राजकन्यांना म्हटलं की, ‘‘येथून पुढे तुम्ही कोणी येथे येऊ नका. जर माझ्या आज्ञेचा अनादर करून तुमच्यापैकी कोणी येथे आली, तर ती तत्काळ सगर्भा होईल.’’ ही आज्ञा न जुमानता राजा तृणबिंदूची मुलगी एकटीच तेथे गेली आणि ऋषींनी सांगितले होते त्याप्रमाणे ती सगर्भा झाली. असे झाल्यावर महर्षी पुलस्त्यांनी या राजकन्येचा पत्नी म्हणून स्वीकार केला आणि जो पुत्र जन्माला आला, त्याचे नाव विश्रवा ठेवण्यात आले. या विश्रवानं दोन स्त्रियांशी विवाह केले. पहिली पत्नी ही भरद्वाजऋषींची मुलगी देववर्णिनी. विश्रवा आणि देववर्णिनी यांचा जो पुत्र जन्माला आला, तो कुबेर.

राक्षसराज सुमालीची मुलगी केकसी ही विश्रवाची दुसरी पत्नी. या केकसीला जी मुले झाली; ती रावण, कुंभकर्ण, बिभीषण आणि शूर्पणखा. वंशाच्या या नामावलीत लक्षात येण्यासारखी गोष्ट ही की, प्रथम पूर्वज ब्रह्मा हे जन्म घेणाऱ्या कुठल्याही जातीपेक्षा परमश्रेष्ठ होते. पुलस्त्य हे त्यांचे मानसपुत्र आणि पुलस्त्यांचा पुत्र विश्रवा यांची गणना मनुष्ययोनीतील महर्षींमध्ये होते. विश्रव्याच्या मुलांपैकी कुबेर याला देवाचे कोशाध्यक्ष हे स्थान मिळालं आणि त्याची गणना मनुष्ययोनीत नाही तर यक्षयोनीत होते. यक्षयोनी ही देव आणि मनुष्य या दोहोंमधली समजली जाते.

विश्रव्याच्या अन्य मुलांमध्ये बिभीषण जरी राक्षसयोनीतला गणला गेला असला, तरी त्याला मनुष्यांमध्येही उच्च मानलं जाणारं ‘चिरंजीव’ स्थान मिळालं;

पण इतर तीन मुलं – रावण, कुंभकर्ण तसंच शूर्पणखा – या तिघांना राक्षसयोनीतलं स्थान मिळालं. या तिघांमध्येही वरवर पाहताना फरक दिसतो. रावणाची गणना राक्षसकुलात झाली असली तरी तो भगवान शंकरांचा परमभक्त होता. त्याच्या महालात आणि राज्यातही सतत यज्ञवेदी पेटलेल्या असत आणि वेदांचे मंत्रपठण होत असे. एवढंच नाही, तर त्याला विद्वान आणि वेद जाणणारा पुरुष मानण्यात येत असे. याउलट, कुंभकर्ण तसंच शूर्पणखा ही दोघं – राक्षसकुलाबद्दल आपली जी समजूत आहे, त्याच स्वरूपात रामायणात दाखवली आहेत.

या सर्वांचा अर्थ असा होतो की देव, मनुष्य किंवा राक्षस हे जन्मजात वर्ण नव्हते; तर श्रीमद्‌भगवद्‌गीतेत श्रीकृष्णाने ज्याला 'गुणकर्मविभागशः' म्हटलं आहे, त्याप्रमाणे जन्माला आलेली प्रत्येक व्यक्ती आपले गुण आणि संस्कारांप्रमाणेच विशिष्ट वर्गात स्थान मिळवत असणार. विश्रव्याचाच मुलगा कुबेर हा देवाचा कोशाध्यक्ष झाला; पण त्याला देव म्हणून नाही, तर यक्ष म्हणूनच स्थान मिळालं आणि शिवभक्त तसंच वेदज्ञ असूनही रावण मात्र राक्षसराजच झाला – या गोष्टी लक्षात घेण्यासारख्या आहेत.

उत्तरकांडात अशी कथा आहे की, विश्रव्याची दुसरी पत्नी केकसी हिचे पिता सुमाली आणि त्यांचे साथीदार राक्षस यांचं लंकेवर राज्य होतं. परंतु देवांशी त्यांचं युद्ध झालं, तेव्हा भगवान विष्णूंनी आपलं तेज राक्षसांवर पसरलं. ते सहन करू न शकल्यानं जीव वाचवण्यासाठी लंका सोडून राक्षस पाताळात पळून गेले. त्यानंतर महर्षी विश्रव्यांनी त्यांचा पुत्र कुबेर याला लंकेमध्ये स्थायिक होण्यास सांगितले. सोन्याची लंका असा जो नेहमी उल्लेख केला जातो, ती समृद्धी लंकेला कुबेरामुळेच आली होती. तसंच देवांकडून कुबेराला पुष्पक विमानही मिळालं होतं. मधल्या काळात पाताळात पळून गेलेल्या राक्षसराज सुमालीची मुलगी केकसी हिचं लग्नाचं वय होऊन गेलं होतं, परंतु सुमाली तिच्यासाठी योग्य वर शोधू शकला नव्हता. एकदा मुलीला बरोबर घेऊन वरसंशोधन करत तो पृथ्वीवर हिंडत होता, तेव्हा त्यानं पुष्पक विमानातून हिंडत असलेल्या तेजस्वी आणि समृद्ध कुबेराला बघितलं.

संध्याकाळी अग्निहोत्र करत असलेल्या ऋषी विश्रव्यांकडे केकसी जाऊन पोहोचली आणि त्यांनी तिचा पत्नी म्हणून स्वीकार करावा, अशी तिनं विनंती केली. केकसीच्या या मागणीचा विश्राव्यांनी स्वीकार केला खरा; परंतु केकसीनं अयोग्य वेळी (सूर्यास्तासमयी) इच्छा व्यक्त केल्यामुळं तिच्या मुलांमध्ये दैवी गुण न येता आसुरी गुण येतील, असं ते म्हणाले. केकसीनं ऋषींच्या या उद्‌गारांबद्दल खूप दुःख व्यक्त केलं, तेव्हा विश्रव्यानं त्याच्या सांगण्यात एक बदल केला की, केकसीचा सर्वांत धाकटा मुलगा धर्मानं वागणारा आणि चारित्र्यवान होईल. विश्रवा

आणि केकसीची अपत्यं म्हणजे रावण, कुंभकर्ण, शूर्पणखा आणि बिभीषण.

तरुण वयात रावण शिवभक्त झाला. त्यानं उग्र तपश्चर्या केली. भगवान शंकर प्रसन्न झाले तेव्हा रावणानं अशी राक्षसी मागणी केली की, मला अमरत्व मिळावं आणि मृत्यू माझ्या जवळ कधी येऊच नये. जन्माला येणाऱ्या सर्वांनाच दीर्घायुष्य हवं असतं, तसंच मृत्यूचं भयही प्रत्येक जीवाला जन्मापासूनच असतं. असं असलं, तरी रावणाचे धर्मज्ञ पूर्वज विश्रवा किंवा पुलस्त्य कधीही त्यांच्या आजोबांकडे किंवा पित्याकडे अमरत्वाची मागणी करत नाहीत. असा वर देण्यास, ब्रह्मदेव सक्षम असले, तरी धर्मज्ञ व्यक्ती मृत्यूपासून मुक्ती नव्हे, तर मृत्यूच्या रहस्याचं ज्ञान मागेल. वेदकालीन ऋषींनी मृत्यूपासून मुक्ती कधीही मागितली नाही. मृत्यू हाही जीवनधर्मच आहे आणि या धर्माचं पालन करावं, असा परमेश्वराचा आदेश आहे. त्याच्याविरुद्ध असणारी इच्छा ही राक्षसी आहे. रावणानं ही राक्षसी इच्छा प्रचंड तप करून शंकरांजवळ व्यक्त केली. भगवान शंकरांनी त्याला अमरत्व दिलं नाही. मात्र मृत्यूपासून मुक्ती हे निसर्गधर्माच्या विरुद्ध आहे आणि निसर्गधर्माविरुद्ध कोणी वागू शकत नाही, असं त्याला सांगितलं.

त्यानंतर रावणानं त्याची इच्छाही पुरी होईल आणि निसर्गनियमाचं उल्लंघनही होणार नाही, या हेतूनं युक्तीपूर्वक असं वरदान मागितलं की, देव, यक्ष, किन्नर, दैत्य, राक्षस, नाग, गंधर्व किंवा गरुड अशा कोणत्याही जातीकडून माझा मृत्यू होऊ शकणार नाही. मनुष्यादि प्राणी रावणाला त्याच्या अफाट शक्तीमुळे फारच क्षुल्लक वाटत होते. त्यांच्यापासून तर त्याला काही भीती असणं शक्यच नाही, असं त्याला वाटत होतं. शंकरांनी असा वर दिला आणि अशा तऱ्हेनं मनुष्याशिवाय कोणत्याही जातीच्या व्यक्तीसाठी रावण अवध्य झाला.

रावणाच्या व्यक्तिमत्त्वाचं विश्लेषण करण्यापूर्वी दोन गोष्टी समजून घेण्यासारख्या आहेत. रावणाला दहा डोकी आणि वीस हात होते, असा एक गैरसमज सामान्य लोकांमध्ये प्रचलित आहे. हा समज मुख्यत: कथा-कीर्तनकारांनी पसरवला आहे. अर्थात वाल्मीकी रामायणातही अशी कथा आहे की, रावणानं शंकरांची तपश्चर्या केली, तेव्हा त्याच्या प्रत्येक आवर्तनाच्या शेवटी स्वत:चं एक-एक मस्तक कापून त्यानं शंकरांना अर्पण केलं होतं; आणि नऊ मस्तकं अर्पण केल्यावर जेव्हा तो दहावं मस्तकही अर्पण करणार होता, तेव्हा शंकर प्रसन्न झाले. एवढंच नव्हे, तर जेव्हा हे बालक केकसीच्या पोटी जन्माला आलं, तेव्हा त्याला दहा माना असल्या कारणानं पिता विश्रव्यानं त्याचं नाव दशग्रीव ठेवलं होतं, अशी गोष्टही उत्तरकांडात दिली आहे.

म्हणजे रावणाला दहा डोकी आणि वीस हात होते, असं अतिशय विचित्र दृश्य उभं झालं आहे. असं असलं, तरी इतरत्र बहुतेक ठिकाणी रावणाला फक्त

एकच डोकं आणि दोन हात होते, असं स्पष्ट लिहिलेलं आहे. हनुमानाने लंकेत प्रवेश केल्यावर पहिल्यांदा रावणाला त्याच्या शयनकक्षात झोपलेला पाहिला. तेव्हा तो दोन्ही हात पसरून झोपला होता, असा उल्लेख आहे. रावणवधानंतर मंदोदरी आणि इतर स्त्रिया जो आक्रोश करतात, त्यातही रावणाला एक डोकं आणि दोन हात असल्याचाच उल्लेख आहे. राम जेव्हा रावणाच्या वधासाठी ब्रह्मास्त्र सोडतो, तेव्हा रावणाचं 'शिर' असा एकवचनी उल्लेख केला आहे. हे सगळं लक्षात घेता, दहा डोक्यांच्या रावणाची कल्पना त्याच्या प्रचंड सामर्थ्याकडे संकेत करण्यासाठी वापरलेलं प्रतीक असेल, असं मानणं तर्काला धरून वाटतं. (पण तरी सीतेचं अपहरण करण्यासाठी भिक्षुक ब्राह्मणाच्या वेशात गेलेला रावण तत्काळ दहा डोकी आणि वीस हातांच्या राक्षसरूपात प्रगट झाला, असा उल्लेखही आहे. रामायणात दुसरीकडेही कोठे कोठे दहा डोकी-वीस हातांचा उल्लेख आहे हे खरं, तरीही ते संभाव्य न मानता एक डोकं आणि दोन हात असल्याचे जे उल्लेख आहेत, तेच खरं मानणं उचित वाटतं.) आजही रोजच्या व्यवहारात एखाद्या अतिशय बलवान किंवा एखाद्या माथेफिरू माणसाला गुजरातीत 'बे माथानो मानवी' (दोन डोक्यांचा माणूस) असं म्हणतात. तशा अर्थानं विश्रवापुत्राला 'दशग्रीव माथेफिरू', अतिशय बलवान आणि त्याच्या तामसी स्वभावाचं प्रतीक म्हणून 'दहा डोक्यांचा' म्हटलं असेल, अशी शक्यता आहे. कारण एरवी कुठलंही मूल दहा डोकी, वीस हातवालं जन्माला येईल आणि तसं आयुष्य जगेल, हे कल्पनेपलीकडचं आहे.

दशग्रीव हे नाव असलेला राक्षसराज रावण कसा झाला याविषयी क्वचितच कोठे काही माहिती सांगण्यात आली आहे. उत्तरकांडाच्या सोळाव्या सर्गात याबद्दल एक अशी गोष्ट आहे की, एकदा लंकाधिपती दशग्रीवानं आपल्या शक्तीचा गर्व वाटून; भगवान शंकर ज्या पर्वतावर विराजमान होते तो उचलण्यासाठी मुळापासून हलवला. भगवान शंकरांनी आपल्या पायाच्या अंगठ्यानं तो पर्वत खाली दाबला. त्यामुळे पर्वताखाली दशग्रीवाचे दोन्ही हात दाबले गेले. त्याला आपले हात सोडवून घेता आले नाहीत. अतिशय त्रास तसेच वेदनांमुळे तो किंचाळू लागला, मग नम्रपणे महादेवांची स्तुती करू लागला. दया येऊन शेवटी महादेवांनी त्याला सोडवला, पण तो बराच वेळ वेदनांनी किंचाळत राहिला. म्हणून त्याचं नाव रावण पडेल, असं भगवान शंकर म्हणाले. संस्कृत भाषेत 'राव' शब्दाचा अर्थ हाक किंवा किंकाळी असा होतो आणि दशग्रीवानं दीर्घकाळ किंकाळ्या फोडल्या, म्हणून त्याचं नाव 'रावण' पडलं.

म्हणजे जसं त्याचं मूळ नाव दशग्रीव त्याच्या शक्तीला प्रतीकात्मक असं पडलं, तसंच त्याचं प्रचलित नाव त्याला वाटलेली लाज आणि असलेला अहंकार दोन्ही गोष्टी उघड करतात. खरं पाहिलं तर रावण शब्द (या कथेच्या संदर्भात

पाहिला तर) त्याच्या मर्यादा दाखवतो, पण काळ लोटला तसतसा तो शक्ती या अर्थी रूढ झाला.

भगवान शंकरांकडून वर मिळवल्यावर रावण जेव्हा परत आला, तेव्हा त्याचे आजोबा सुमाली यांनी त्याला सुचवलं की, त्यानं लंकेचं राज्य कुबेराकडून परत मिळवावं. लंकेचं राज्य मुळात सुमालीचं होतं आणि रावण हा सुमालीच्या मुलीचा मुलगा होता. त्यामुळं त्या राज्यावर कुबेरापेक्षा रावणाचा अधिकार जास्त होता, असं सुमालीनं त्याला पटवून दिलं. येथे एक मजेची आणि लक्षात घेण्यासारखी गोष्ट ही आहे की, 'लंकेचा राजा हो' हे सुमालीचं सांगणं रावणानं कबूल केलं नव्हतं आणि सांगितलं होतं, ''आजोबा, कुबेर माझा मोठा भाऊ आहे आणि मी असा विचार करणं योग्य नाही.'' त्यानंतर प्रहस्त नावाच्या दुसऱ्या राक्षसानं रावणाची समजूत घातली आणि ही समजूत पटल्यावर कुबेराकडून लंकेचं राज्य परत मिळवून घ्यायला रावण तयार झाला. (येथे कैकेयी आणि मंथरा यांच्यामध्ये जे घडलं होतं, त्याची साहजिकच आठवण होते. कैकेयीनंही सुरुवातीला रामाच्या राज्याभिषेकाबद्दल आनंदच व्यक्त केला होता, पण मग मंथरेच्या आग्रहामुळे तिचं मन बदललं होतं. रावणाच्या बाबतीतही काहीसं असंच झालं, असं वाटल्याशिवाय राहत नाही.)

त्यानंतर रावणानं कुबेराकडे दूत पाठवला आणि 'लंकेचं राज्य मला द्या किंवा युद्धाला तयार व्हा' असं सांगितलं. कुबेर धर्मात्मा होता. त्यानं पिता विश्रव्याकडे मार्गदर्शन मागितलं आणि पित्यानंच आपल्या ज्येष्ठ पुत्राला सांगितलं की, रावण शक्तिशाली आहे. भगवान शंकरांच्या वरदानामुळे तो आता जास्त विवेकहीनही झाला आहे, त्याला अपरंपार गर्वही आहे. या सर्व गोष्टींचा विचार करता, युद्धात फक्त आपल्या माणसांचं रक्त सांडेल, जे बरोबर नाही. तसं होऊ देण्याऐवजी तू धर्मज्ञ असल्यामुळे लंकेचं राज्य रावणाकडे सोपवावं आणि हिमालयातल्या देवभूमीत जाऊन राहावं. पित्याची आज्ञा शिरसावंद्य मानून कुबेरानं लंकेचं राज्य रावणाला देऊन टाकलं आणि स्वत: हिमालयात राहायला गेला.

लंकेचं राज्य मिळवल्यावर रावणानं मयदानवाची पुत्री मंदोदरी हिच्याशी लग्न केलं. हा तोच मयासुर ज्यानं महाभारतात, कृष्ण-अर्जुनांनी खांडववन जाळलं, तेव्हा आपला जीव वाचवण्याच्या बदल्यात त्यांना वरदान दिलं होतं. पांडवांची राजधानी इंद्रप्रस्थ येथे सभामंडप बांधून दिला होता. म्हणजे हा मयासुर तेव्हा एका युगानंतरही होता. येथे आणखी एक गोष्टही लक्षात घेण्यासारखी आहे – राक्षस, दैत्य, दानव आणि असुर हे शब्द जरी आपण एकमेकांचे पर्यायवाचक म्हणून वापरत असलो, तरी वास्तविक या चारही जाती वेगवेगळ्या आहेत. कितीतरी वेळा या जातींच्या लोकांनी एकमेकांशी लढाया करून संहार केलेले आहेत.

भगवान शिवांचं वरदान आणि प्रचंड शक्ती असूनही रावण अजेय नव्हता. त्याच्या विजययात्रेदरम्यान किष्किंधेचा राजा वाली आणि महिष्मतीनगरीचा राजा अर्जुन या दोघांनी त्याचा पराजय केला होता. सामर्थ्य मिळवणं, ही एक गोष्ट आहे आणि ते सामर्थ्य गर्व न करता पेलणं, ही वेगळी गोष्ट आहे. मिळवू तर कोणीही शकतं; पण त्याच्याबद्दल अहंकार न ठेवणं ज्याला जमतं, तो खरा श्रेष्ठ होतो. देवत्वाचं पहिलं लक्षण सामर्थ्य नाही, तर सामर्थ्य असूनही अहंकार नसणं, हे आहे. श्रुतिकथा सांगतात की, देवांनाही जेव्हा जेव्हा अहंकार झाला, तेव्हा जगन्नियंत्या परमेश्वरानं त्यांच्या गर्वाचं घर खाली आणण्याचं काम केलेलं आहे.

रामायणाच्या कथेचा खलनायक रावण आहे, हे नि:संशय आणि जैन परंपरेप्रमाणेही हा या अवसर्पिणी काळातला आठवा प्रतिवासुदेव आहे. असा हा रावण लंकेच्या सिंहासनावर आरूढ झाला नि त्यानंतर स्वत:च्या सामर्थ्याच्या अहंकारावर नियंत्रण ठेवू शकला नाही. लंकानगरीतल्या नागरिकांवर त्यानं काही अत्याचार केले असल्याची कोठे नोंद नाही. तो स्वत: धर्मनिष्ठ होता आणि लंकेची प्रजाही वेदपठण करणारी, यज्ञयागांमध्ये श्रद्धा असणारी धार्मिक होती, असे उल्लेख सापडतात. असं असलं, तरी रावण त्याच्या राज्याबाहेर आततायी आणि मर्यादा सोडून वागणारा झाला होता, यात शंका नाही. त्यानं विनाकारणच अनेक लोकांविरुद्ध युद्धं करून आपण विजेता असल्याचा अहंगड पोसला होता. एवढंच नाही, तर मंदोदरीसारखी सुशील पत्नी असूनही त्यानं आणखी कितीतरी स्त्रिया आपल्या अंत:पुरात आणून ठेवल्या होत्या. अर्थात, मोठ्या संख्येनं पत्नी म्हणून स्त्रिया असणं, हे त्या वेळच्या समाजात वाईट मानलं जात नसे आणि फक्त रावणच नव्हे तर इतर ऋषी, मुनी, आर्य राजे आणि देवसुद्धा एकाहून अधिक स्त्रियांशी लग्नं करत असत. रावणाचे पिता खुद्द महर्षी विश्रवा यांच्याही सहा बायका असल्याचा उल्लेख सापडतो.

म्हणजे, लग्नाच्या बायका अधिक असणं, हा अवगुण मानला जात नव्हता; पण कुठल्याही स्त्रीचं तिच्या इच्छेविरुद्ध अपहरण करणं किंवा शारीरिक संबंध प्रस्थापित करणं, हे निंद्य मानलं जात असे. रावणानं अशी निंद्य कृत्यंही केलेली आहेत. त्याच्या अंत:पुरात अशा तऱ्हेनं पळवून आणलेल्या स्त्रियाही होत्या. परंतु, हनुमानाने लंकाप्रवेश केल्यानंतर सीतेचा शोध घेण्यास जेव्हा अंत:पुरात बघितलं, तेव्हा त्यानं रावणाला सोडून कोठेही जाण्याची इच्छा नसलेल्या आणि रावणाबरोबर पूर्णतया संतुष्ट असलेल्या अशा स्त्रियांना अंत:पुरात प्रसन्नपणे झोपी गेलेल्या बघितल्या होत्या, असा उल्लेख आहे. तरीही 'लढाईत विजयी झाल्यावर परतीच्या मार्गावर अनेक राजे, ऋषी, देव आणि दानव यांच्या मुलींना रावण पळवून आणत असे (उत्तरकांड : सर्ग-२४/१). या सर्व स्त्रिया अतिशय दु:खी असत, आकांत

करत असत आणि सिंहाच्या कचाट्यात सापडलेल्या हरिणींसारख्या असत', असंही स्पष्ट लिहिलेलं आहे.

अशाच एका अत्याचारी कृत्यामध्ये रावणाला भान राहिलं नव्हतं आणि त्याचा थोरला भाऊ कुबेर याचा मुलगा नलकुबेर याची वाग्दत्त वधू स्वर्गातली अप्सरा रंभा हिच्याकडे त्याची पापी दृष्टी वळली होती. रंभेनं 'मी तर तुमच्या सुनेसारखी आहे', अशा विनवण्या केल्यावरही रावणानं तिच्यावर बलात्कार केला होता. त्यानंतर अप्सरा रंभेनं तिचा होणारा पती नलकुबेर याच्याकडे जाऊन या जुलमाची दुःखद कहाणी सांगितली, तेव्हा अतिशय संतापलेल्या नलकुबेरानं रावणाला शाप दिला होता, "येथून पुढे कधीही कामांध होऊन तू जर कुठल्याही स्त्रीवर बलात्कार केलास, तर तुझ्या मस्तकाचे सात तुकडे होतील."

काही असमंजस बुद्धिवादी लोक रावणाची बाजू घेऊन, त्यानं शक्य असूनही सीतेवर बलात्कार केला नव्हता, असं समर्थन करतात. या लोकांनी नलकुबेराच्या या शापाची गोष्ट लक्षात घेतली पाहिजे. रामायण आणि महाभारतात शापांच्या आणि वरदानांच्या अनेक कथा आहेत. हे शाप आणि वरदान आज आपल्याला पाखंडीपणाचे (आधिभौतिक) वाटत असतील; परंतु या कथांमध्ये त्यांचं महत्त्व आहे, तसंच ते अर्थपूर्णही असतात, हे लक्षात घेतलं पाहिजे. रावणानं केलेले अत्याचार, जुलूम, बलात्कार तसंच अपहरणांच्या कितीतरी कथा उत्तरकांडात आहेत आणि या सर्व अधर्माच्या कृत्यांमुळे त्याला वरचेवर शापही मिळालेले आहेत. अशा शापांची एकूण संख्या अठरा आहे, ही लक्षात घेण्यासारखी गोष्ट आहे. (अर्थात, एक गोष्ट इथं स्पष्ट केली पाहिजे की, रावणानं केलेल्या अत्याचारांच्या या बहुतेक कथा फक्त उत्तरकांडात आहेत. हे संपूर्ण उत्तरकांड मूळ रामायणाचा भाग नसून, ते नंतर लिहून जोडले गेले आहे, असे अनेक विद्वानांचे मत आहे. परंतु रामायणाची जी अधिकृत प्रत ओरिएंटल इन्स्टिट्यूटतर्फे प्रकाशित झाली आहे, त्यात उत्तरकांड आहे, हेही खरं. असं असलं, तरी रामायणाच्या आरंभीच बालकांडात रामायणाची जी संक्षिप्त कथा आणि माहिती दिली आहे, ती रामाचा लंकाविजय आणि अयोध्येला पुनरागमन या घटनांबरोबरच समाप्त होते.)

असं वाटतं की, रावणानं त्याच्या विजययात्रेच्या वेळी दण्डकारण्य म्हणून ओळखला जाणारा प्रदेश स्वतःच्या ताब्यात घेतला होता आणि त्या प्रदेशाचा कारभार चालवण्यासाठी त्याचे दोन मावसभाऊ खर आणि दूषण यांची नियुक्ती केली होती. शूर्पणखेच्या पतीचा मृत्यू अशाच एका युद्धात रावणाच्या हातूनच झाला होता. विधवा झालेल्या शूर्पणखेनं भावासमोर आकांत केला, तेव्हा रावणानं तिचं सांत्वन केलं होतं आणि स्वतःच्या हातून अजाणता झालेल्या या मृत्यूबद्दल क्षमाही मागितली होती. या चुकीची जणू भरपाई करण्यासाठी तिला दण्डकारण्यात

मुक्त संचाराला परवानगी दिली होती आणि खर-दूषणांना त्याप्रमाणे सांगितलंही होतं.

वनवासाच्या काळात प्रवास करत असलेला राम दण्डकारण्यात आला, तेव्हा शूर्पणखा त्या प्रदेशात तिच्या मनाला येईल तिकडे हिंडत होती व खर-दूषण आपल्या सामर्थ्यानं सगळ्यांना भीती दाखवत होते. शूर्पणखेचं नाक कापण्याची कथा तर सर्वांना ठाऊकच आहे. अशा तऱ्हेनं विद्रूप आणि अपमानित झालेल्या शूर्पणखेच्यावतीनं सूड घेण्यासाठी खर आणि दूषण चौदा हजार राक्षसांना घेऊन आले आणि रामाशी लढताना मृत्यू पावले. त्यामुळे घाबरलेल्या शूर्पणखेनं लंकेला येऊन रावणाला तिच्यावर ओढवलेल्या संकटाची कहाणी सांगितली. तत्पूर्वीच, दण्डकारण्यातल्या लढाईतून वाचलेल्या अकंपन नावाच्या राक्षसानं लंकेला येऊन रावणाला या युद्धाची हकिगत सांगितली होती.

रामायणाच्या कथेत रावणाचा अगदी पहिला प्रवेशच अहंकारानं आरडाओरडा करत झाला आहे, ही नोंद घेण्यासारखी घटना आहे. अकंपन जेव्हा खर-दूषणाच्या पराभवाबद्दल सांगतो, तेव्हा रावण संतापानं आरोळी ठोकत म्हणतो, ''या माझ्या प्रदेशावर आक्रमण करण्याचं दुःसाहस करणारे कोण आहेत? आता त्यांची रवानगी यमलोकातच होईल; कारण माझा ज्यांनी अपराध केला आहे, ते – इंद्र, यम, कुबेर किंवा विष्णू जे कोण असतील – ते आता वाचू शकणार नाहीत. मी तर काळाचाही काळ आहे! मी अग्नीलाही जाळू शकतो, मी खुद्द मृत्यूलाही मारू शकतो!'' म्हणजे रावणाचा पहिला प्रवेश आणि बोलणंच त्याच्या व्यक्तिमत्त्वाची पट्कन लक्षात येणारी लक्षणंच दाखवून देतो.

इथं विशेष नोंद घेण्यासारखी गोष्ट ही की, प्रथम अकंपन आणि नंतर शूर्पणखा दोघंही, ''राक्षसांना मारून टाकल्याबद्दल रामाशी युद्ध करून त्या वधांचा बदला घे.'' असं सांगत नाहीत. ती दोघंही सीतेच्या सौंदर्याची बेहद्द स्तुती करून 'इतकी सुंदर स्त्री तर रावणाची पत्नीच असली पाहिजे', अशी लालुच त्याला दाखवतात. शूर्पणखा तर रावणाला इतकं खोटं सांगते, ''मी खरं म्हणजे त्या अत्यंत कमनीय आणि सुंदर स्त्रीला तुझी पत्नी करण्यासाठी घेऊन येण्यासच गेले होते; तेव्हा लक्ष्मणानं माझी ही अवस्था करून टाकली!''

रावणाचा अहंकार तसंच शक्ती यांचा विचार करता, अकंपनानं तसंच शूर्पणखेनं त्याला युद्ध करण्यासाठी चिथावायला हवं होतं. एवढंच नाही, तर राम मनुष्य आहे, हे लक्षात घेऊन 'मी अजेय आहे' असं वाटून स्वतः रावणही युद्ध करायलाच उद्युक्त व्हायला हवा होता; परंतु तसं झालं नाही. रामाचा वध करण्यापेक्षा सीता मिळवण्याचा लोभ त्याला जास्त वाटतो. याचं कारण कदाचित मानसशास्त्रीय दृष्ट्या असंही असू शकेल की, शक्ती आणि अहंकारसुद्धा कामभावनेच्या उत्तेजनेसमोर

नगण्य असतात. अकंपन आणि शूर्पणखा या दोघांनाही रावणाची ही कमकुवत बाजू अचूक लक्षात आली असली पाहिजे. रामाच्या ताकदीचा त्यांना प्रत्यक्ष पुरावा मिळून चुकला होता. त्यामुळं त्या ताकदीशी मुकाबला करण्याऐवजी रावणाची ही कमजोर बाजू चुचकारून, फूस लावून असा सूड घेणं त्यांना जास्त बरं वाटलं असेल. ही युक्ती सफलही झाली. रामाचा वध करून सूड घेण्यात जणू रावणाला काही रुचीच नव्हती. अशा प्रकारे तो केवळ सीतेच्या सौंदर्याच्या आकर्षणानं तिला आपली पत्नी बनवण्याच्या उद्देशाने तिचं अपहरण करण्याची कल्पना स्वीकारतो. या बेतापासून प्रथम मारीच त्याला रोखण्याचा प्रयत्न करतो. मारीच दण्डकारण्यातच राहत होता आणि सीतेला पळवून आणण्यासाठी गेलेल्या रावणानं मारीचाची मदत मागितली. तेव्हा त्यानं रामाशी शत्रुत्व करण्यापेक्षा त्याच्याशी मैत्री करणं रावणाच्या दृष्टीनं जास्त चांगलं होईल, असं समजावलं आणि सीताहरण करण्याऐवजी लंकेत शांततेनं राज्य करण्याचा सल्ला दिला.

वाचकांना हे आठवत असेलच की, या मारिचाला अनेक वर्षांपूर्वी विश्वामित्रांच्या यज्ञाच्या वेळी रामाच्या धनुर्विद्येचा अनुभव आला होता. मारिचानं समजावल्यावर प्रथम रावण परतही निघाला होता; परंतु शूर्पणखेनं त्याला सीतेच्या सौंदर्याची लालुच पुन्हा दाखवली. एवढंच नाही; तर रावणानं असं केलं नाही तर तो कर्तव्यच्युत, भित्रा आणि दुर्बल आहे, असंच सगळ्यांना वाटेल, असंही त्याला म्हटलं. रावणाचा अहंकार डिवचायला एवढं पुरेसं होतं. त्यानं पुन्हा मारिचाला धमकावलं आणि कांचनमृगाचा बेत अमलात आणला.

त्यानंतर आखलेल्या बेताप्रमाणेच सगळं झालं आणि तपस्व्याच्या वेशातल्या रावणानं सीतेचं अपहरण केलं. अपहरण झालं तोपर्यंत तर ठरवल्याप्रमाणेच सर्व काही झालं, पण त्यानंतर लगेचच जटायूबरोबरची लढाई रावणाला अनपेक्षित होती. जटायू वृद्ध होता, नि:शस्त्र होता. त्याची चोच आणि पंख सोडून हल्ला करण्यासाठी किंवा संरक्षण करण्यासाठी त्याच्याजवळ कोणतंच साधन नव्हतं. असं असतानाही त्यानं रावणाबरोबर जे युद्ध केलं आहे, त्यामध्ये शक्तीपेक्षाही लढा देण्यामागचा हेतू किती श्रेष्ठ आहे, त्याचं उदाहरण मिळतं. युद्ध करताना एका क्षणी तर जटायूनं रावणाचं धनुष्य तोडून टाकलं, रथ मोडून टाकला, घोड्यांना मारून टाकलं आणि सारथ्याचाही वध केला. एवढंच नाही, तर रावणाला त्यानं जमिनीवर पाडलं. एवढं करूनही रावणाच्या शक्तीसमोर शेवटी त्याचा पराभव झाला आणि सीतेला आपल्या हातांनी उचलून रावण हवेत उड्डाण करून लंकेकडे पळाला.

लंकेमध्ये आपल्या अंत:पुरात सीतेला आणून रावणानं तिला समजावण्याचा जो प्रयत्न केला आहे, त्यात लंकेमध्ये बत्तीस कोटी राक्षस होते, असा उल्लेख

आहे. लंकानगरीचा विस्तार शंभर योजने होता, असंही सांगितलं आहे. या दोन्ही संख्या अतिशयोक्तिपूर्ण आहेत, असंच वाटतं. पतीचा त्याग करून रावणाच्या प्रेमयाचनेचा स्वीकार करण्यात सीतेला लज्जास्पद काही नाही; उलटपक्षी खरं तसं करणं धर्माला अनुसरूनच आहे, असं सांगून रावणानं इथं धर्मशास्त्राचा उल्लेख केला आहे. त्यानंतर रावणानं सीतेला अशोकवाटिकेत बऱ्याच राक्षशिणींच्या पहाऱ्यात ठेवली आणि कोणाही पुरुषाला सीतेच्या आसपास नेमलं नव्हतं!

सीतेच्या शोधार्थ लंकेत प्रवेश करणाऱ्या हनुमानाने अशोकवाटिकेत जो विध्वंस केला, त्यानंतर इंद्रजितानं हनुमानाला पकडून बंदिवान केलं. बंदिवान हनुमानाला इंद्रजितानं राक्षससभेत रावणासमक्ष अपराध्यासारखं उपस्थित केलं. हनुमानानं अशोकवनाचा विध्वंस केला होता; त्याबरोबरच रावणाच्या एका पुत्रासकट अनेक राक्षसांनाही मारून टाकलं होतं. रावण संतापलेला होता आणि हनुमानाने जेव्हा आपली ओळख 'रामांचा दूत' अशी सांगितली, तेव्हाच सीतेला परत मिळवण्यासाठी युद्ध करण्यास तयार असल्याचा रामाचा संदेश रावणाला मिळाला होता आणि बंदिवान हनुमानाला मारून टाकण्याची आज्ञा त्यानं त्याच्या सेवकांना दिलीही. मात्र, सभेत उपस्थित असलेल्या बिभीषणानं रावणाला थांबवलं आणि सांगितलं की, उच्च कुलीन राजे दूताचा वध करत नाहीत. हनुमान स्वत:ची ओळख 'रामांचे दूत' म्हणून सांगत आहे, तेव्हा त्याचा वध करणं, हे तुझं आचरण धर्मविरुद्ध आणि निंद्य समजलं जाईल. एवढंच नाही, तर रामावर विजय मिळवणं, हे तुझ्यासाठी फार सोपं काम आहे. दूताला शिक्षा करायची असेल तर त्याचा एखादा अवयव कापून टाकावा, असं शास्त्रवचन आहे, हे लक्षात ठेवून तू हनुमानाला शिक्षा केली पाहिजेस.

रावणानं बिभीषणाच्या या सल्ल्याचा स्वीकार केला. वानराची खास ओळख त्याचे शेपूट असते आणि शेपटाचा त्याला अभिमानही असतो. म्हणून हनुमानाचे शेपूट पेटवून देण्याच्या शिक्षेला त्यानं संमती दिली.

इथं एक मुद्दा विचारात घेण्यासारखा आहे. रावणाला राजनीतीचं विशेष ज्ञान होतं, हे युद्धाच्या शेवटी रामानेही म्हटले आहे. कोणताही हुशार राजनीतिज्ञ धर्माच्या कुठल्याही सिद्धान्ताप्रमाणे हनुमानाला दूत म्हणणार नाही. हनुमान ज्या पद्धतीनं लंकेत आला, तो प्रवेश लपून-छपून झालेला आहे. रात्रीच्या अंधारात त्याने शत्रूच्या नगरीचं लष्करी दृष्टीनं निरीक्षण केलेलं आहे. शिवाय दूत म्हणून आपल्या प्रमुखाचा संदेश सरळ-सरळ सांगण्याऐवजी त्याने अशोकवाटिकेत प्रचंड नासधूस केली आणि रावणाच्या मुलासकट अनेक राक्षसांनाही मारलं. त्यानंतरही तो सरळ रावणाकडे आला नाही; तर इंद्रजिताकडून पराभव झाल्यावर बंदिवान झालेला आहे. यात तो कोठेही दूतासारखं वागलेला नाही. हे राजाविरुद्ध उघड-उघड बंड आहे.

एवढंच नाही, तर 'दूताचा वध करायचा नाही' या राजधर्माचं रावणानं यापूर्वी उल्लंघनही केलं होतं. कुबेरानं पाठवलेल्या दूताचा त्यानं वध केला होता. तो दूत राजधर्माच्या नीतीप्रमाणे एक संदेश घेऊन कुबेरानं पाठवला होता. पण तो संदेश रावणाला अजिबात आवडला नाही आणि रागाच्या तसंच अहंकाराच्या भरात त्यानं त्याची हत्या केली होती. त्या वेळी बिभीषणासकट कोणीही 'दूत हा अवध्य असतो', या राजनीतीच्या धर्माची त्याला आठवण करून दिली नव्हती! म्हणून बिभीषणानं सांगितलं आणि रावणाला ते पटलं, हे फार विसंगत वाटतं. हनुमानाची शक्ती आणि सामर्थ्याच्या दर्शनानं रामाच्या शक्तीचा अंदाज रावणाला आलाच असणार, हे विचारात घेतलं; तर हनुमानाची शेपूट पेटवून सोडून देण्याचं कबूल करणं रावणासारख्या राजकारण जाणणाऱ्यासाठी स्वाभाविक वाटत नाही.

युद्ध सुरू होण्याच्या आदल्या संध्याकाळी रावणानं जेव्हा त्याच्या मंत्रिमंडळाबरोबर युद्धाबद्दल चर्चा केली, तेव्हा स्वतःच्या शक्तीबद्दल प्रमाणाबाहेर आत्मविश्वास असणाऱ्या सर्वांनी रावणाला 'युद्ध करावं', असंच भरीला घातलं होतं. यामध्ये बिभीषणाचा अपवाद होता. हे सर्वांना ठाऊक आहे, पण कुंभकर्णानही रावणावर त्याच्या या कृत्याबद्दल ठपका ठेवला होता, ही गोष्ट फार कमी लोकांना ठाऊक आहे. युद्ध अजून सुरू झालं नव्हतं आणि कुंभकर्णही या वेळी झोपलेला नव्हता, जागा होता! रावणाचं बोलणं ऐकून त्यानं रावणाला दोषच दिला होता आणि सांगितलं होतं की, लबाडी करून गुप्तवेशात जाऊन परस्त्रीचं हरण करणं, हे पाप आहे. आणि असं पाप करण्याआधी तुम्ही सगळ्यांबरोबर बोलून पूर्ण विचार करायला हवा होतात. जरी तुम्ही परिणामांचा विचार न करता हे अयोग्य काम केलेलं आहे, तरी आता अर्थात मी तुमच्या रक्षणासाठीच सज्ज राहीन आणि माझ्या संपूर्ण शक्तीनिशी रामाशी युद्ध करेन.

तुलना करण्याचा अजिबात उद्देश नाही; परंतु कोणालाही महाभारतातल्या भीष्म किंवा द्रोणांची आठवण यावी, अशी ही घटना आहे. उचित आणि अनुचित याची पूर्ण जाणीव असूनही भीष्म आणि द्रोणांनी अधर्माच्या बाजूनं लढण्याचं ठरवलं. त्याचप्रमाणे रावणाची बाजू अधर्माची आहे, हे पुरतं समजत असतानाही कुंभकर्णानं रावणाच्या बाजूनं लढण्याचं ठरवलं. इतर राक्षसांच्या मनात अशी काही जाण नव्हती. त्या सर्वांपैकी कोणीच धर्म-अधर्माच्या चर्चेत भाग घेतला नाही आणि ते फक्त त्यांच्या शक्तीवरच विसंबून राहिले.

या सगळ्यामध्ये बिभीषणाचं वागणं अगदी वेगळं आहे. बिभीषणानं सुरुवातीपासूनच रावणाची ही कृती किती अयोग्य, वाईट आहे, हे समजवण्याचा प्रयत्न केलेला आहे. राजांसाठी स्त्री, शिकार, द्यूत, मद्यपान इ. गोष्टी किती विनाशक परिणाम घडवून आणू शकतात, हे सगळं त्यानं समजावलेलं आहे. एवढंच नाही, तर राम

किती श्रेष्ठ पुरुष आहेत, धार्मिक आहेत आणि रावणाहून किती बलिष्ठ आहेत, हे सगळंही त्यानं अगदी परखडपणे सांगितलेलं आहे.

इथं लक्षात घेण्यासारखी एक गोष्ट ही की, बिभीषण असं बोलला, तरीही बिभीषणाच्या अशा बोलण्याचा राग येऊन रावणानं त्याला 'लंका सोडून जा', असं सांगितलेलं नाही. त्यानं बिभीषणाचं बोलणं मान्य केलेलं नाही; उलट बिभीषणाबद्दल अशी शंकाही बोलून दाखवली की, आता बिभीषण शत्रुपक्षाला जाऊन मिळेल व राक्षसांच्या पराभवासाठी प्रयत्न करेल, अशी मला भीती वाटते आहे. त्यानंतर बिभीषणानं स्वत: होऊनच रावणाला सोडलं, लंका सोडली आणि रामाच्या पक्षाला जाऊन मिळाला.

येथेही महाभारतातील युद्धाचा प्रसंग आठवण्यासारखा आहे. महाभारत युद्ध सुरू होण्याच्या आदल्या संध्याकाळी बलरामांना कृष्णाचं मत पटत नाही, तसंच विदुरांना थोरल्या भावाचं – धृतराष्ट्राचं म्हणणं पटत नाही. असं असलं, तरी हे दोघेही शत्रुपक्षाला जाऊन मिळत नाहीत; मात्र युद्धापासून अलिप्त राहण्याचं ठरवतात.

सर्व युद्धांमध्ये जसं होतं तसंच येथेही झालेलं आहे. राम-रावण युद्धातही युद्धाबाबतच्या सर्व नीतिनियमांचं पालन झालेलं नाही. ज्याप्रमाणे कुरुक्षेत्रावरील युद्ध सुरू असताना, तर त्यात धर्मापेक्षा अधर्मच जास्त झाला होता. सर्व नीतिनियम मोडले गेले होते; तसंच राम-रावण युद्धातही बऱ्याच प्रमाणात झालेलं आहे. रावणाचा पक्ष अनीतीचा होता आणि रामाच्या पक्षामध्ये जी नीती, तसंच विवेक आणि सारासार विचारबुद्धीही होती; त्याचा रावणाच्या बाजूला पूर्णपणे अभाव होता. असं असूनही ही युद्धं रात्रीही झालेली आहेत. पळून जात असलेल्या शत्रूवर प्रहार झालेले आहेत. नि:शस्त्र शत्रूचा वध झालेला आहे. अन् एका शत्रूवर अनेकांनी मिळून हल्ला केला, असंही झालेलं आहे. एवढंच नाही, तर रात्रीच्या युद्धामध्ये लंकानगरीची नागरी वस्तीही आग लावून जाळण्यात आली आहे आणि त्यात स्त्रिया व लहान मुलंही मरण पावली आहेत.

रावण हे युद्ध हरत चालला होता, त्याचे सर्वांत समर्थ वाटणारे सेनापती एकामागून एक पराजित होत होते; हे समजत असूनही तो हट्ट सोडत नव्हता. अहंकारी माणसाचं हे एक खास लक्षण आहे. महाभारतात जसं हे लक्षण दुर्योधनामध्ये दिसून येतं, तसं रामायणात ते रावणामध्ये भरपूर प्रमाणात दिसतं. अहंकार हा दुर्गुण असा आहे की, जसजसं अपयश येत जाईल तसतसा तो वाढत जातो. संपूर्ण नाश होईपर्यंत तो नष्ट होतच नाही. मायावी सीता तयार करून युद्धभूमीवर राम आणि लक्ष्मणांना फसवू बघणं, तसंच त्याच मायावी तऱ्हेनं रामाचं मस्तक निर्माण करून सीतेला घाबरवणं – असे भरपूर प्रयत्न रावणानं या

दिवसांमध्ये केले होते.

युद्ध कमीत कमी नऊ महिने आणि जास्तीत जास्त बारा महिने चाललं असावं, असा अंदाज करता येतो. श्रीराम चित्रकूटावर दहा वर्षं राहिले. तसंच त्यानंतर सीताहरण आणि सीतेचा शोध घेण्याचं काम आणखी दोनेक वर्षं चाललं असेल, अशी त्रोटक–त्रोटक माहिती मिळते. युद्धाच्या आदल्या संध्याकाळपर्यंत कुंभकर्ण जागा होता, परंतु युद्ध अर्ध्यावर आलेलं असताना त्याची झोप झाली. तो सहा महिने झोपत असे, असे रामायणात लिहिले आहे. म्हणजे कुंभकर्णाच्या झोपण्याचा आरंभ आणि झोप संपणं यानंतरही युद्ध लांबलं होतं. याचा अर्थ, हे युद्ध नऊ ते बारा महिने चाललं असेल, असं वाटतं; एवढंच नाही, तर युद्ध संपल्यानंतर राम बरोबर चौदा वर्षं पूर्ण होण्याच्या शेवटच्या दिवशी आपण दिलेल्या वचनाप्रमाणे भरताकडे पोहोचला होता, हे हिशेब अभ्यासूंनी लक्षात घेण्यासारखे आहेत.

रावणाच्या वधानंतर त्याच्या मृतदेहाजवळ शोक करणाऱ्या त्याच्या सर्व बायकांमध्ये मंदोदरीनं केलेला विलाप लक्षात घेण्यासारखा आहे. मंदोदरीनं रावणाला 'हे आर्यपुत्र'* म्हटलं आहे. (यापूर्वी वालीवधाच्या प्रसंगी तारामतीनंही वालीला आर्यपुत्रच म्हटलं आहे. तसंच सीता तर रामांना नेहमीच आर्यपुत्रच म्हणते, हे लक्षात घेता; राम, वाली किंवा रावण हे तिघेही अत्यंत भिन्न स्वभावाचे असले तरी आर्यकुलाशी संबंधित आहेत या दृष्टीनं सगोत्र असतील, या शक्यतेचाही विचार करता येईल. राक्षस किंवा वानर ही आर्येतर प्रजा होती, हे म्हणणं मग चूक ठरतं.) मंदोदरी विलाप करताना म्हणते, ''हे राजा! तुम्ही आयुष्यात अनेक धर्मपरायणा, पतिव्रता, कुलवान स्त्रियांना विधवा केलंत किंवा भ्रष्ट केलंत त्याचा हा परिणाम आहे.'' म्हणजे मंदोदरीला पतीच्या अधर्मी, अनैतिक वागणुकीबद्दल पूर्ण कल्पना होती, हे स्पष्ट होतं.

काही काही अभ्यासकांनी रावणाचे काही स्वभावधर्म, वागणूक याकडे वेगवेगळ्या अंगांनी बघून त्याचं उज्ज्वल चित्रण करण्याचा प्रयत्न केला आहे. बंगाली विद्वान मायकेल मधुसूदन दत्त यांनी त्यांच्या 'मेघनाद-वध' नावाच्या काव्यात रावणाला एका वेगळ्याच रूपात दाखवलं आहे. रावणाला आपला पूर्वज मानणारा एक आदिवासी समूह मध्य प्रदेशात आजही अस्तित्वात आहे. दाक्षिणात्य लोक – विशेषत: ई. व्ही. रामस्वामी आणि त्यांचे राजकीय अनुयायी तर रावणाला श्रेष्ठतम पुरुषही मानतात. परंतु या सर्वांमध्ये अभ्यासाची विशुद्ध दृष्टी नाही, तर राजकीय किंवा इतर काही हेतूंची दृष्टी आहे. विशुद्ध साहित्यिक दृष्टीनं खलनायक किंवा खलनायिकेच्या पात्राला वेगळ्या दृष्टिकोनातून बघून प्रतिष्ठा देण्याचे प्रयास संस्कृत कवींनीही केलेले आहेत. त्यामध्ये 'प्रतिमानाटकम्'मध्ये रामायणातील कैकेयीला, तसंच 'ऊरुभंग'मध्ये महाभारतातील दुर्योधनाला अशा तऱ्हेनं प्रस्तुत करण्याचा

प्रयत्न कवी भासांनी केलेला आहे; परंतु अर्थातच असे प्रयत्न फारसे लोकप्रिय झाले नाहीत.

रावणानं केलेल्या सीतेच्या अपहरणाला न्याय्य ठरवण्याचे प्रयत्न काही काही टोकाच्या बुद्धिवाद्यांनी केले आहेत. त्यांचं तर्कविधान असं आहे की, तत्कालीन समाजात असलेल्या एका प्रथेप्रमाणे शूर्पणखेनं रामावर मोहित होऊन त्याच्या समोर लग्नाचा प्रस्ताव ठेवला, यात चूक काही नाही. गंगेनं महाराजा प्रतीपासमोर किंवा केकसीनं मुनी विश्रव्यासमोर स्वत:ला पत्नी म्हणून स्वीकारण्याचे असेच प्रस्ताव ठेवले होते. रामाने शूर्पणखेला सरळ आणि स्पष्ट नकार देण्याऐवजी तिला लक्ष्मणाकडे पाठवली. लक्ष्मणाकडे गेलेल्या शूर्पणखेला; त्यानंही नकार दिला. एवढंच नाही, तर तिला सांगितलं की तू तर रामासाठीच योग्य आहेस, म्हणून तू रामाची दुसरी पत्नी हो. अशा रीतीनं दोघा भावांनी जणू काही जाणून-बुजून कामातूर शूर्पणखेची निर्दय कुचेष्टा केली आहे. त्यानंतर आपल्या अपमानाचं मूळ कारण सीताच आहे, असं वाटून शूर्पणखा तिच्या अंगावर धावून गेली. तेव्हा लक्ष्मणानं तिचे नाक-कान कापून तिला कुरूप करून टाकली. राम आणि लक्ष्मण यांचं हे कृत्य शूर्पणखेलाच काय, रावणालाही संताप आणेल असं होतं. रावणासारखा गर्विष्ठ आणि बलवान राक्षस त्याच्या बहिणीवर झालेल्या या हल्ल्याचा सूड घेण्यासाठी कृती करेल, यात आश्चर्य ते काय?

या तर्कविधानाला पुष्टी देणारे हे विसरतात की, दण्डकारण्यात खर-दूषण या राक्षसांनी अत्याचार करून ऋषी-मुनींना खूप त्रास दिला होता. त्या प्रदेशात राहणाऱ्या आश्रमवासींनी रामाला विनंती केली होती की, राक्षसांच्या या त्रासापासून आम्हाला मुक्त करावं. रामानं त्यांना वचनही दिलं होतं की, त्रास देणाऱ्या त्या राक्षसांचा मी नाश करीन. याखेरीज ही गोष्ट लक्षात घेतली पाहिजे की, शूर्पणखा एका क्षणी रामावर मोहित होते, तर दुसऱ्या क्षणी रामाच्या एका वाक्यानंच ती लक्ष्मणाच्या मोहात पडते.

म्हणजे, शूर्पणखा लग्नाच्या पवित्र विचारानं नाही तर कामेच्छेच्या आवेगानं तेथे गेली होती. एवढंच नाही, तर रावणाला त्यानं सूड घ्यावा म्हणून जेव्हा ती चिथावते, तेव्हा ती स्वत: कोणत्या हेतूनं राम-लक्ष्मणाकडे गेली होती, ते खरं सांगत नाही; तर ती रावणासाठी सीतेला उचलून आणायला गेली होती, असं खोटं सांगते. असं असलं तरी रावणानं जर सीतेला पळवण्याऐवजी खर-दूषणांसारखं रामाशी दण्डकारण्यात युद्ध केलं असतं, तर रावणाच्या त्या कृतीला काही प्रमाणात सूड घेण्यासाठी केलेली कृती म्हणून धर्मसंगतही म्हणता आली असती. रावणानं खर-दूषण किंवा शूर्पणखेसाठी सूड घ्यायला सीतेचं अपहरण केलेलंच नाही; सीतेचं सौंदर्य भ्रष्ट करण्याचाच त्याचा खरा हीन हेतू होता.

माणसाच्या स्वभावातले दोन दुर्गुण असे आहेत. जे इतर सर्व गुणांना कुचकामी ठरवतात. रावण बलवान होता, ज्ञानी होता, समृद्धिसंपन्न होता. भगवान शंकरांचा परमभक्त होता. त्याच्या प्रजेमध्ये आणि परिवारामध्ये सर्वांचा आवडताही होता. असं असूनही शेवटी तो केवळ खलनायकच झाला; एवढंच नाही, तर आयुष्याच्या अखेरीस वाईट अवस्थेत, हताश मन:स्थितीत मृत्यू पावला. त्याच्या डोळ्यांसमोर त्याचा संपूर्ण परिवार नष्ट झाला. हे दोन दुर्गुण म्हणजे – अमर्याद कामवासना आणि अहंकार. रावणामधले हे दोन दुर्गुण काढून टाकता आले असते, तर खलनायक म्हणून त्याचं नाव राहिलं नसतं.

■

---

* अर्थात, सर्व शब्दकोशांमध्ये 'आर्यपुत्र' म्हणजे पती किंवा स्वामी हा अर्थ दिलेला आहे; परंतु राक्षस व वानर जातीच्या स्त्रियाही पतीला 'आर्यपुत्र' म्हणतात, एवढे लक्षात घेण्यासारखं आहे. शब्दकोशात 'आर्य'चा अर्थ कुलीन, सदाचारी माणूस असाही दिला आहे.

वाली आणि सुग्रीव

रामायणकालीन समाजात ठरवता येतील असे वेगवेगळ्या तीन प्रकारच्या संस्कृतींचे स्तर आहेत. पहिला प्रकार – अयोध्या, मिथिला किंवा त्यांच्या आसपासच्या उत्तर भारतातील प्रदेशामध्ये विकसित झालेल्या सामाजिक आणि वैचारिक संस्कृतीत दिसून येतो. दुसरा प्रकार – पंचवटी, दण्डकारण्य किंवा किष्किंधेच्या आसपासच्या भागात राहणाऱ्या वागणुकीत, राहणीत दिसून येतो. तिसरा प्रकार – त्या काळच्या भारतीय उपखंडाचा दक्षिण विस्तार – उदा. लंका किंवा समुद्रकिनाऱ्याजवळच्या प्रदेशात दिसून येतो. या तीनही स्तरांचा तुलनात्मक वेगळा अभ्यास होऊ शकेल. अशा अभ्यासाच्या पूर्वभूमिकेसाठी तीन बंधुद्वयांच्या नावांची लगेच आठवण होते. राम आणि लक्ष्मण किंवा राम आणि भरत हे पहिल्या स्तराचे प्रतिनिधी म्हणता येतील, अशा व्यक्ती आहेत. दुसऱ्या स्तरातील व्यक्तिमत्त्वांत आपण वाली आणि सुग्रीव या भावांचा अभ्यास करू शकतो आणि तिसऱ्या स्तरातल्या भावांमध्ये रावण आणि बिभीषण ही नावं घेता येतील.

हे तीन प्रकारचे बंधुद्वय तत्कालीन भारतात असणाऱ्या त्रिस्तरीय सांस्कृतिक रचनेवर प्रकाश टाकू शकतील. या व्यक्तिमत्त्वांमध्ये राम असो की लक्ष्मण-भरत असोत किंवा रावण-बिभीषण, या सर्वांविषयी स्वतंत्र विचार करता येण्याइतकी माहिती महर्षी वाल्मीकींनी आपल्यासाठी ठेवली आहे. वाली आणि सुग्रीव यांच्याबद्दल असं म्हणता येत नाही. वालीविषयी जे थोडे उल्लेख आहेत, ते किष्किंधाकांडातल्या थोड्या सर्गांमध्येच आहेत. या थोड्या सर्गांमध्येही वाली एक वैशिष्ट्यपूर्ण व्यक्तिमत्त्व म्हणून नजरेत भरतो. त्यानं केलेल्या ज्या काही गोष्टींचं चित्रण वाल्मीकींनी केलं आहे, त्याचा प्रभाव रामायणातील पुढील घटनांवर खूपच पडलेला आहे. सुग्रीवाचा प्रवेश किष्किंधाकांडातच झाला आहे आणि तो वालीच्या आधी झाला आहे. पुढेही रामायणाच्या शेवटच्या श्लोकापर्यंत, रामाच्या स्वर्गारोहणापर्यंत सुग्रीव मधून-मधून

दिसत राहतो. असं असूनही सुग्रीवाचा विचार करायचा असेल, तर तो वालीला केंद्रभागी ठेवूनच केला पाहिजे; कारण सुग्रीवाचा रामाच्या जीवनात झालेला प्रवेश वालीच्या संदर्भातच झालेला आहे. त्यामुळं वाली आणि सुग्रीव हे दोन भाऊ एकाच नाण्याच्या दोन बाजूंसारखे आहेत, असं वाटल्यावाचून राहत नाही. असं असल्यामुळे एवढ्या पार्श्वभूमीवर आपण आता दुसऱ्या स्तरावरील संस्कृतीचं प्रतीक अशा या दोन भावांविषयी विचार करू या.

रामायणाच्या आरंभीच असं सांगितलं गेलं आहे की, वाली हा देवराज इंद्राचा अंश आहे; तसंच सुग्रीव हा सूर्याचा पुत्र आहे. या अर्थानं महाभारतातील अर्जुन तसंच कर्ण यांचा बऱ्याचदा या दोन वानर वीर बंधूंचे भाऊ म्हणूनही उल्लेख करण्यात आलेला आहे. किष्किंधा आणि त्याच्या आसपासच्या प्रदेशात राहणाऱ्या वानरजातीचा राजा ऋक्षराज याचे हे दोन पुत्र आहेत. दोघा भावांमध्ये अपार प्रेम आणि खूप साम्य होतं, असे उल्लेखही आहेत. ऋक्षराजाच्या मृत्यूनंतर वडीलभाऊ असल्यानं किष्किंधेच्या सिंहासनावर वाली आला. किष्किंधा ही अयोध्या किंवा लंका यासारखी संपूर्ण नगरी होती की, अर्धशिक्षित आणि आदिवासी अशा वानरजातीच्या लोकांच्या वस्तीची गुहेसारखी जागा होती, याविषयी दोन वेगळे उल्लेख रामायणात सापडतात. किष्किंधाकांड : सर्ग-२५/२० तसंच सर्ग-२६/१० मध्ये किष्किंधा हे गुहेचं नाव असल्याचं स्पष्ट लिहिलं आहे. याखेरीज 'पर्वतगुहा' किष्किंधा असा शब्दही सर्ग-२६/७ मध्ये वापरलेला आहे. दुसऱ्या बाजूला; क्रोधित झालेला लक्ष्मण जेव्हा सुग्रीवाकडे जातो, तेव्हा ज्या नगरीचं वर्णन करण्यात आलं आहे, त्यात गुहेच्या आत वसलेल्या या किष्किंधेचं पूर्ण नगरी असेल तसं वर्णन केलं आहे. तेव्हा किष्किंधेचं प्रवेशद्वार गुहेचं असेल आणि मग आत ती पूर्ण नगरी असेल, हे शक्य आहे. किष्किंधेतील बांधकामं, इमारती, घरं, रस्ते हे सर्व एका पूर्ण नगरीचं वर्णनच वाटतं.

वालीची शक्ती आणि सामर्थ्य अफाट होतं. खुद्द सुग्रीवानं त्याच्या शक्तीचं वर्णन करताना सांगितलं आहे की, सूर्योदयापूर्वीच उषःकाली वाली चारही दिशांच्या चार समुद्रांवर जाऊन स्नान आणि संध्या इ. करून किष्किंधेला परत येत असे, तेव्हा तो जरासुद्धा थकलेला दिसत नसे. अशी अपार शक्ती असूनही वालीनं रावणासारखं आपण होऊन विनाकारण कधीही कोणाशी युद्ध केलं नाही. मात्र युद्ध करण्यास कोणी आव्हान दिलं, तर ते स्वीकारून तो यशस्वी झाल्याशिवाय राहिला नाही. दुंदुभी आणि मायावी नावाच्या दोन राक्षसांना त्यानं ज्या तऱ्हेनं हरवलं होतं, ते बघून खुद्द सुग्रीवही घाबरला होता. रात्रंदिवस सलग पंधरा वर्षं युद्ध करून वालीनं गोलभ नावाच्या गंधर्वाला पराजित केलं होतं.

भगवान शंकरांकडून वरदान मिळाल्यानंतर मदोन्मत्त झालेल्या रावणानं जेव्हा

वालीला युद्धाचं आव्हान दिलं, तेव्हा समुद्रकिनाऱ्यावरच्या एका पर्वतावर प्रातर्वन्दना करत असलेल्या वालीनं क्षणाचाही विलंब न करता रावणाला बगलेत असा घट्ट पकडला की, रावणाला सुटता आलं नव्हतं. मग तसाच बगलेत दाबून धरून रावणाला आपल्याबरोबर फरपटत नेत दुसऱ्या समुद्रतटांवर नेहमीप्रमाणे जाऊन त्यानं पूजाही केली. त्यानंतर रावणावरची पकड सोडून त्याला भुईवर आपटून वालीनं उपहासानं विचारलं, "हं, काय राक्षसराज? बोला आता, काय हवंय तुम्हाला?" रावणानं शरमिंदा होऊन मैत्रीसाठी हात पुढे केला आणि वाली जिंकला होता तरीही त्यानं उदार मनानं त्या मैत्रीचा स्वीकारही केला.

वालीच्या बाबतीत एक गोष्ट निर्विवादपणे स्वीकारली पाहिजे की, तो युद्धपिपासू नव्हता. प्रचंड शक्ती असूनही तो कधीही स्वत:चं आधिपत्य इतरांनी स्वीकारावं, म्हणून घमेंडखोरपणानं वागला नाही. असं होतं, तरी त्याच्या शक्तीला जर कोणी आव्हान दिलं, तर ते मात्र तो सहन करू शकत नसे आणि एकदा का त्याच्या मनात कोणाबद्दल काही वाईट ग्रह निर्माण झाला की, मग तो पूर्वग्रह त्याच्या मनातून जात नसे.

मायावी नावाच्या राक्षसाचा वध करण्यासाठी त्याचा पाठलाग करणारे वाली आणि सुग्रीव दोघे भाऊ एका गुहेच्या तोंडाशी येऊन थांबले. त्या गुहेत मायावी शिरला होता, म्हणून वालीनं सुग्रीवाला गुहेच्या तोंडाशी पहाऱ्यावर थांबायला सांगितलं आणि तो स्वत: मायावीचा वध करण्यासाठी गुहेत शिरला. पुरं एक वर्ष सुग्रीवानं वालीच्या परत येण्याची वाट पाहिली. मग गुहेतून चीत्कार ऐकू आले आणि रक्ताचे मोठाले ओघळ बाहेरपर्यंत वाहत आले. सुग्रीवाला वाटलं की, मायावीनं वालीला मारून टाकलं असणार आणि आता तो बलिष्ठ राक्षस पुन्हा बाहेर येऊन किष्किंधानगरीत धुमाकूळ घालेल. त्या विचारानं घाबरलेल्या सुग्रीवानं एक प्रचंड शिळा गुहेच्या तोंडासमोर ठेवून बाहेर येण्याचा मार्ग बंद केला. त्यानंतर किष्किंधेला परत आलेल्या सुग्रीवाला मंत्रिमंडळानं आग्रहपूर्वक राजपदावर बसवलं, कारण वालीनं त्याला युवराजपद तर यापूर्वीच दिलेलं होतं.

येथे नोंद घेण्यासारखी एक गोष्ट अशी लिहिलेली आहे की, सुग्रीव राजा झाल्यावर त्यानं वालीची पत्नी तारा हिलाही पत्नी म्हणून स्वीकारली आहे. (किष्किंधाकांड : ४६/९ आणि ५५/३) त्यानंतर मायावीबरोबरच्या युद्धात जिंकलेला वाली गुहेच्या तोंडावर बसवलेली शिळा बाजूला करून किष्किंधेला आला, तेव्हा सुग्रीवाला राज्यपदी आरूढ झालेला बघून त्याला कमालीचा संताप आला. सुग्रीवानं जाणूनबुजून षड्यंत्र रचून आपला वध होईल असं आयोजन केलं होतं, अशी शंका त्याला आली. सुग्रीवाला स्वत:ची चूक लक्षात आली. अत्यंत नम्रतापूर्वक त्यानं पुन:पुन्हा क्षमा मागितली आणि वालीला पुन्हा राज्यपद सोपवून त्याचा सेवक बनून

छत्रचामरं ढाळण्यासाठी तो तयार झाला; परंतु वालीचा राग शांत झाला नाही. त्यानं सुग्रीवाला तिरस्कारानं धुडकावलं आणि नेसत्या वस्त्रानिशी राज्याबाहेर हाकललं. एवढंच नव्हे, तर सुग्रीवाची पत्नी रुमा हिलाही आपली पत्नी करून घेतली. हनुमानासहित आणखी चार वानरांना बरोबर घेऊन सुग्रीव जीव वाचवण्यासाठी ऋष्यमुक पर्वतावर जाऊन राहिला. वालीची प्रचंड शक्ती तो जाणून होता आणि वालीनं मनात आणलं, तर तो आपल्याला नक्कीच मारून टाकेल, हेही सुग्रीवाला चांगलं माहीत होतं.

यापूर्वी दुंदुभी नावाच्या आणखी एका राक्षसानं वालीला युद्धाचं आव्हान दिलं होतं आणि वालीनं त्याचा वध केला होता. प्रचंड मोठ्या रेड्याच्या रूपात लढणाऱ्या या दुंदुभीचा रक्त वाहणारा मृतदेह उचलून वालीनं खूप दूरवर फेकून दिला होता. हा मृतदेह ऋष्यमुक पर्वतावर पडला, तेव्हा त्याच्या रक्ताचे थेंब पडून तेथे राहणाऱ्या मतंगऋषींचा आश्रम अपवित्र झाला. त्यामुळे संतापलेल्या ऋषींनी वालीला शाप दिला की, यानंतर तू जर ऋष्यमुक पर्वतावर पाय टाकलास, तर तुझा दगड होईल. परंतु एका गोष्टीची इथं नोंद घेतली पाहिजे की, मतंगऋषींनी शाप देताना जे शब्द वापरले आहेत, ते पुढीलप्रमाणे आहेत –

दिवसश्चाद्य मर्यादा च द्रष्टा श्वोऽस्मि वानरम् ।
बहुवर्ष सहस्राणि स वै शैलो भविष्यति ।। (किष्किंधाकांड : ११/५८)

म्हणजे, जे वानर या पर्वतावर राहत असतील, त्यांच्यासाठी आज शेवटचा दिवस आहे; उद्यापासून जर कोणी वानर येथे आला, तर तो एक हजार वर्षांपर्यंत दगड बनून राहील.

याचा अर्थ असा झाला की, किष्किंधेचे वानर या पर्वतावर राहत होते. वालीला जेव्हा या शापाबद्दल समजलं, तेव्हा त्यानं ऋषींची क्षमाही मागितली. परंतु ऋषींनी शाप बदलला नाहीच. इथं विचारात घेण्यासारखा मुद्दा असा येतो की, हा शाप सर्वच वानरांसाठी आहे, तरीही वालीच्या भीतीनं आश्रय शोधत असलेले सुग्रीव आणि हनुमानासकट चार वानर ऋष्यमुक पर्वतावर येऊन राहिले. हा शाप फक्त वालीसाठीच नव्हता; तरीही सुग्रीव स्वत: सांगतो की, या पर्वतावर वाली येऊ शकणार नाही, म्हणून मी जीव वाचवण्यासाठी येथे राहत आहे. ऋषींचा शाप आणि सुग्रीवाचं हे बोलणं यातला हा विरोधाभास समजत नाही. ऋषींच्या शापाच्या शब्दांमध्ये सर्व वानर येतात, तर मग त्यामध्ये सुग्रीवाचाही समावेश झाला पाहिजे. मतंगऋषींनी दिलेला शाप फक्त वालीचाच विचार करून दिलेला नाही; कारण दुंदुभीच्या रक्ताच्या थेंबांनी आश्रम अपवित्र करण्याचं कृत्य कुठल्या वानरानं केलं, हे ऋषींना माहीत नव्हतं. हे कृत्य करणारा कोणीतरी वानर होता, म्हणून त्यांनी समग्र वानरजातीला शाप दिला आहे. असं जर आहे, तर सुग्रीव त्याच्या साथीदारांबरोबर

येथे सुरक्षित कसा राहू शकला आणि वाली येथे का येऊ शकला नाही, या प्रश्नाचं उत्तर मिळत नाही.

रामाची मदत अनपेक्षितपणे मिळाल्यानंतर सुग्रीवाचा वालीशी लढून विजय मिळवण्याची आशा आणि उत्साह वाढला. यापूर्वी सुग्रीवानं वालीशी द्वंद्वयुद्ध करून जिंकण्याचा प्रयत्न केला असल्याचा स्पष्ट उल्लेख महाकवींनी केलेला नाही. सुग्रीवाला वालीची भीती वाटत असे, असा मधून-मधून उल्लेखही आला आहे. मात्र, वालीच्या मृत्यूनंतर सुग्रीव जो शोक करतो, त्यात वालीनं त्याला कितीदा तरी युद्धात हरवूनही जिवंत सोडून दिलं होतं, असं सुचवलं गेलं आहे. थोडक्यात, वालीनं सुग्रीवाला फक्त निराश्रित बनवून हाकलून दिलं नव्हतं; तर युद्ध करून किंवा आणखी काही रीतीनं त्याला हरवून, घाबरवूनही टाकलं होतं. एकंदरीत बलिष्ठ असूनही गर्विष्ठ नसलेल्या वालीनं सुग्रीवानं केलेल्या केविलवाण्या क्षमायाचनेचाही स्वीकार केला नव्हता.

सुग्रीव पूर्णपणे फक्त परिस्थिती बघून काहीच वाईट हेतू न ठेवता वागला, असं अगदी नि:शंकपणे म्हणता येत नाही. वालीसारखा एकूण समजूतदार असलेला माणूसही परिस्थितीमुळे आणि काही गैरसमजांमुळे आयुष्यातल्या एका दुर्भाग्यपूर्ण किंवा दुर्बल मन:स्थितीच्या क्षणी किती वाईट वागतो आणि चुकीचे निर्णय घेतो, याचंच हे एक उदाहरण आहे. रामाची मदत मिळवल्यावर सुग्रीवानं पुन्हा एकदा वालीला युद्धाचं आव्हान दिलं, तेव्हा सुग्रीव एकटा स्वत:च्या बळावर हे युद्ध जिंकू शकणार नाही, एवढं तो निश्चितच जाणून होता. युद्धात विजय मिळवण्यासाठी आता शौर्य किंवा पराक्रमाचा नाही तर कारस्थानाचाच मार्ग स्वीकारावा लागेल, ही गोष्ट सुग्रीव आणि हनुमानाबरोबर राम व लक्ष्मण यांच्याही लक्षात आली होती. तेव्हा वालीचा वध करण्यासाठी युद्ध हा केवळ एक काढलेला बहाणा होता.

लढत असलेल्या या दोन भावांमध्ये इतकं विलक्षण साम्य होतं की, वृक्षाच्या आड लपून उभा राहून वालीला बाण मारण्यासाठी तयार असलेल्या रामालाही या दोघांपैकी वाली कुठला, हे ओळखता आलं नव्हतं. युद्धाच्या पहिल्या प्रयत्नात रामाने बाण मारला नाही, त्यामुळे सुग्रीव थोड्याच वेळात दमून गेला आणि मार बसलेल्या स्थितीत रणभूमी सोडून पळू लागला. वालीनं त्याचा पाठलागही केला; परंतु जीव वाचवण्यासाठी सुग्रीव ऋष्यमुक पर्वतावर निघून गेला. पाठीमागून वालीनं त्याला धमकावलंही, "या वेळेस सोडून देतोय; पण दुसऱ्यांदा अशी हिंमत केलीस, तर जीव गमावशील!"

यानंतर सुग्रीव-वालीमधील फरक ओळखू शकण्यासाठी लक्ष्मणानं त्याच्या गळ्यात एका विशिष्ट प्रकारच्या फुलांची माळ घातली. ही माळ घातल्यावर रामाने पुन्हा एकदा त्याची समजूत घातली, तेव्हा मग सुग्रीव पुन्हा किष्किंधेच्या दरवाजाशी

जाऊन वालीला युद्धाचं आव्हान देऊ लागला. पहिला पराजय आणि हे दुसऱ्यांदाचं आव्हान यामध्ये काही तासच गेले असतील, असं वाटतं. किष्किंधा आणि ऋष्यमुक यामधील अंतर एक योजन म्हणजे आठ मैलांहून जास्त नाही. दुसऱ्यांदा युद्धाचं आव्हान देत सुग्रीव जेव्हा किष्किंधेच्या दरवाजाशी आला, तेव्हा रात्रीची वेळ असणार, कारण वालीची पत्नी तारा हिनं पतीला थांबवण्यासाठी जे शब्द उच्चारले, त्यात एक श्लोक असाही आहे – "तुम्ही उद्या सकाळी उजाडता सुग्रीवाशी लढायला जा." (किष्किंधाकांड : १५/८)

याचा अर्थ असा झाला की, वाली-सुग्रीवाचं दुसरं युद्ध मध्यरात्री झालं असेल आणि वालीचा देहांत पहाटे झाला असेल. सुग्रीव आत्ता थोड्या वेळापूर्वीच पराजित होऊन गेला आहे आणि तरी लगेचच परत आला आहे; याचा अर्थ त्याला काहीतरी अनपेक्षित मदत नक्कीच मिळाली असणार, असा ताराचा तर्क होता. तो वालीला पटला नाही, असंही नाही. वनवासी श्रीरामांची मदत सुग्रीवाला मिळालेली आहे, हे किष्किंधेच्या गुप्तहेरांनी यापूर्वीच सांगितलं होतं. तारानं त्याला सावधही केलं होतं; परंतु वालीचा स्वसामर्थ्यावर जेवढा विश्वास होता तेवढाच रामांच्या धर्मनिष्ठेवरही होता. राम उत्तम कुलात जन्मलेले आहेत, त्यामुळे धर्मज्ञ आहेत. कोणती गोष्ट करावी आणि कोणती नाही, हे त्यांना चांगलं माहीत असणारच. त्यामुळे मला मारण्याचं पाप राम कधीच करणार नाहीत, असा विश्वास वालीनं व्यक्त केला आहे. (किष्किंधाकांड : १६/५)

वालीचा हा विश्वास चुकीचा, फसवणूक करणारा निघाला आणि वृक्षाच्या आड लपून उभ्या राहिलेल्या रामाने वालीचा वध केला. काही रामभक्तांचं असं म्हणणं आहे की, रामानं जेव्हा धनुष्यावर बाण चढवला, तेव्हा प्रत्यंचेचा टणत्कार झाला. त्या आवाजानं पक्षी आणि हरणं पळू लागली. तसंच बाण सुटला, तेव्हा गडगडाट झाला, असा उल्लेखही महाकवींनी केला आहे. त्यावरून हे स्पष्टपणे कळतं की, रामाने वालीला लपून बाण मारला असणं शक्य नाही. असा युक्तिवाद करणं हा रामाच्या या कृत्याला आणि रामाला न्याय्य ठरविण्यासाठी केला जाणारा जुलूम आहे. किष्किंधाकांड : १४/१ मध्ये रामाबद्दल लिहिताना 'वृक्षैरात्मानमावृत्य' हा शब्द वापरला आहे. या शब्दाचा अर्थ स्पष्ट आहे – राम वृक्षाच्या आड स्वत:ला लपवून उभे होते.

महाभारतातील द्रोणपर्वात अध्याय-१९६ मध्ये द्रोणाचार्यांच्या वधानंतर संतप्त झालेला अर्जुन रागानं बोललेला आहे. युधिष्ठिरानं खोटं सांगितल्यामुळे द्रोणांनी शस्त्रं खाली ठेवली आणि ते ध्यानधारणा करून बसलेले असताना धृष्टद्युम्नानं त्यांचा वध केला. या वधाला युधिष्ठिराचं खोटं बोलणंच कारणीभूत झालं, हे लक्षात घेऊन अर्जुनानं रागानं म्हटलं –

"चिरं स्थास्यति चाकीर्तिस्त्रैलोक्ये सचराचरे।
रामे वालिवधाद् यद्वदेवं द्रोणे निपातिते ।।" (द्रोणपर्व : १९६/३५)

म्हणजे, "हे राजा युधिष्ठिर! रामांनी लपून राहून वालीचा वध केल्यामुळे त्यांची जी अपकीर्ती झाली आहे, तशीच अपकीर्ती खोटं बोलल्यामुळे तुमचीही होईल!"

याचा रोख लक्षात घेण्यासारखा आहे. खुद्द व्यासांनी वालीवधाच्या या घटनेला रामाने केलेलं अपकृत्य म्हटलं आहे. रामाने हे कृत्य लपून राहून केलं, असं खुद्द व्यास जेव्हा म्हणतात; तेव्हा संशयाला – शंकेला – जागा राहत नाही. (एवढं खरं की, हा श्लोक गीता प्रेसच्या आवृत्तीत आहे, परंतु पुण्याच्या भांडाकर संस्थेतील अधिकृत प्रतीत घेतलेला नाही.)

रामाच्या बाणानं मरणोन्मुख झालेल्या वालीनं रामाला उद्देशून जो आक्रोश केला आहे, तो कुरुक्षेत्रात अठराव्या दिवशी भीमाच्या हातून मांडीवर गदेचा घाव बसल्यानं मरण पावत असलेल्या दुर्योधनानं कृष्णाला उद्देशून केलेल्या आक्रोशाची आठवण करून देतो. भीमाचा पराभव करू शकण्याइतका दुर्योधन समर्थ होता. भीमाचा जवळजवळ पराभव झालाच होता, तेव्हा तेथे उपस्थित असलेल्या कृष्णानं गदायुद्धाचा नियम मोडून दुर्योधनाच्या जांघेवर प्रहार करण्यास भीमाला खूण केली आणि त्या सूचनेमुळं दुर्योधनाचा पराभव झाला. वाली-सुग्रीव युद्धातही वालीच जिंकला असता यात शंकाच नाही आणि रामाच्या धर्मनिष्ठेवर पूर्ण श्रद्धा ठेवून वालीनं सुग्रीवाशी युद्ध सुरू केलं होतं. रामानं वालीवर जो प्रहार केला, त्याचा त्या काळच्या धर्मयुद्धाच्या कुठल्याही नियमांनी बचाव करता येत नाही. वालीनं रामाला स्पष्ट शब्दांत हे सांगितलं आहे. वालीच्या बोलण्यातला काही भाग बघण्यासारखा आहे –

"हे राम, मी तुमच्याशी लढत नव्हतो, दुसऱ्या कोणाशी लढत होतो. अशा वेळी माझ्याशी तुम्ही लढणार असल्याची पूर्वसूचनाही न देता ज्या तऱ्हेनं तुम्ही मला मारलं आहे, त्यामुळं तुम्हाला कुठलं यश प्राप्त होईल? मी ऐकलं होतं की, तुम्ही धर्मनिष्ठ आणि सद्गुणी आहात. माझा त्यावर विश्वासही होता. पण तुमच्या या कृत्यानं तर तुम्ही धर्माची ध्वजा घेऊन हिंडणारे ढोंगी पुरुष आहात, असंच मला वाटतं आहे. मी तुमच्या वाटेला कधीही गेलो नाही. माझं मांसही तुमच्या आहारात येत नाही. तरीही तुम्ही हे निंद्य कृत्य का केलंत? तुम्ही रावणाचा पराभव करून सीतेला परत मिळविण्यासाठी माझा वध करून सुग्रीवाशी मैत्री जोडत असाल, तर तुम्ही मलाच सांगायचं होतंत. मी एका दिवसातच सीता आणि रावण दोघांना तुमच्या समोर आणून उभं केलं असतं. तुम्ही इक्ष्वाकुवंशाचे राजकुमार आहात आणि उत्तम कुलात जन्मलेले राजे असं पाप करत नाहीत. मला दुःख माझ्या

मृत्यूचं नाही; तुम्ही अधर्मानं वागलात, याचं आहे.''

या बोलण्याला उत्तर म्हणून राम जे बोलले आहेत, ते आपल्या आयुष्यात स्वत:चा बचाव करण्यासाठी असे अगदी अगम्य दोन वेळा बोलले आहेत. त्यापैकी एक आहे – मर्यादापुरुषोत्तम राम या वेळी जणू काहीतरी योग्य उत्तर शोधत असतील असं त्यांनी वालीला जे उत्तर दिलं आहे, ते असं – ''हे वानर, या पृथ्वीवर भरताचं राज्य आहे आणि भरतानं आम्हाला तसंच इतर राजांनाही आदेश दिला आहे की, जेथे कोठेही धर्माविरुद्ध वर्तन होत असेल, तेथे धर्माची पुनर्स्थापना करावी आणि अधर्मी असेल, त्याचा वध करावा. तू आयुष्यात कामवासनेला नेहमी महत्त्व दिलं आहेस. राजाला योग्य असं तुझं वर्तन राहिलं नाही. तू नेहमी अधर्मानं वागत आला आहेस आणि तुझ्या निष्ठुर कृत्यांची सत्पुरुषांनी नेहमी निंदा केलेली आहे. (परंतु वालीच्या अशा वागण्याचं एकही उदाहरण रामायणात कोठेही सापडत नाही. रामाबद्दल संपूर्णपणे आदर बाळगूनही असं म्हणावं लागतं की, हे विधान पंचतंत्रातल्या लांडगा आणि बकरीच्या पिल्लाच्या गोष्टीसारखं वाटतं.)

तू सुग्रीव जिवंत असतानाच त्याच्या पत्नीबरोबर – जी तुझ्या सुनेसारखी आहे – संबंध ठेवला आहेस. (याआधीच सुग्रीवानंही वालीच्या पत्नीबरोबर – जी त्याला आईसारखी असली पाहिजे– वालीच्या हयातीतच संबंध ठेवला होता. इथं मुख्य मुद्दा संबंधांचा असण्यापेक्षा त्याच्या पतीच्या हयातीतच अशा शब्दांवर जोर दिला आहे, याकडे लक्ष दिलं पाहिजे. हेही शक्य आहे की, वानरजातीत पतीच्या अनुपस्थितीत म्हणजे त्याच्या मृत्यूनंतर धाकट्या किंवा थोरल्या दिराशी संबंध ठेवण्याची रूढी असू शकेल.) तुझे हे पापी वर्तन माझ्यासारखा उत्तम कुलात जन्मलेला क्षत्रिय खपवून घेणार नाही. शिवाय मित्रावर उपकार करणं, हा धर्म आहे आणि त्या धर्माप्रमाणे मी माझ्या मित्राचं – सुग्रीवाचं हे काम केलं आहे. (धर्म शब्दाचा हा उपयोग आणि अर्थ अत्यंत आश्चर्यकारक वाटतो.) शिवाय मी क्षत्रिय राजा आहे आणि आम्ही जाळं टाकून, गळ टाकून, तसंच खड्डे खोदून, गुप्त वेशात लपून राहून पशूंची शिकार केली; तर तो अधर्म होत नाही. धर्मज्ञ राजे अशा शिकार करतातच आणि तूही एका जातीचा शाखामृग (वानर)च आहेस, म्हणून तू जरी माझ्याशी युद्ध करत नसलास तरी तुला मारण्यात कोणताही अधर्म नाही. राजा तर देवता असतात आणि तुझ्यासारख्यांनी त्यांची निंदा करणे योग्य नाही.'' (इतिहासाच्या अभ्यासकांना मध्ययुगात युरोपमध्ये प्रचलित असलेली Divine Theory of King आठवेल!)

रामाच्या या खुलाशानंतर जणू काही स्वत:ची चूक वालीच्या तत्काळ लक्षात येते आणि तो लगेचच स्वत:चा वध करण्याचा रामाचा अधिकारही कबूल करतो. एवढंच नव्हे, तर रामाच्या हातून मृत्यू यावा म्हणून ताराचा विरोध होता, तरीही

मी सुग्रीवाशी लढण्यासाठी आलो, असं कधीही खरं वाटणार नाही, असं विधान करतो. मृत्यूच्या पूर्वक्षणी रामाला वाली विनंती करतो की, यानंतर तुम्ही भरत आणि लक्ष्मणांशी वागता तसेच सुग्रीव आणि अंगद यांच्याशी वागा. पतीच्या देहाजवळ विलाप करणाऱ्या पत्नीचंही तो असंच सांगून सांत्वन करतो. तसंच सुग्रीवालाही अंगदाला सांभाळायला सांगतो. दोघे भाऊ बरोबर राहून प्रेमानं सुखात राहिले नाहीत, हे आपल्या पूर्वजन्मीच्या एखाद्या पापामुळे असणार, असंही तो म्हणतो आणि नंतर त्याचं निधन होतं.

वालीवधाची घटना राम-सुग्रीव मैत्रीकराराच्या संदर्भात तपासली पाहिजे. सीताहरणानंतर अरण्यात तिला शोधण्याचे विफल प्रयत्न करत असलेल्या राम-लक्ष्मणाच्या वाटेत कबंध नावाचा राक्षस येतो. पूर्वजन्मीच्या काही शापामुळे राक्षसाचा जन्म जगत असलेल्या कबंधाला रामाच्या हातून मृत्यू येतो, तेव्हा स्वर्गात जाण्यापूर्वी तो रामाला सुग्रीवाशी मैत्री करायला सांगतो. जो माणूस दुर्दशेत सापडला असेल, त्यानं स्वत:सारख्याच दुसऱ्या दुर्दशाग्रस्त माणसाची मदत घ्यावी, असं नीतिशास्त्र रामाला कबंध शिकवतो. रामाला पत्नीविरहाचं दु:ख आहे; तसंच दु:ख सुग्रीवाच्याही वाट्याला आलं आहे, म्हणून रामाने सुग्रीवाला मदत केली पाहिजे. बदल्यात सुग्रीवाची मदत घेतली पाहिजे, असं सांगून रामाला ऋष्यमुक पर्वतावर राहत असलेल्या सुग्रीवाकडे जायला कबंध सांगतो. अशा तऱ्हेनं राम मदतीच्या शोधार्थ ऋष्यमुक पर्वतावर सुग्रीवाकडे जाऊन पोहोचतो. सुग्रीव जेव्हा प्रथम दुरून रामाला पाहतो, तेव्हा त्याला भीती वाटते. वालीची सतत भीती वाटत असल्यानं हे दोन मानवही वालीनं पाठवलेले मारेकरी असतील, या विचारानं त्याचा थरकाप होतो. त्यानंतर हनुमानाकरवी रामाचा परिचय मिळवून मग सुग्रीव रामाला भेटतो. राम आणि सुग्रीव यांचा परिचय होतो. त्याविषयी महाकवीनं जे लिहिलं आहे, ते जरा नीट अभ्यासण्यासारखं आहे.

पहिली गोष्ट म्हणजे, सुग्रीवाच्या मदतीनं सीतेला परत मिळवण्यासाठी राम त्याच्याकडे आला आहे. सुग्रीवाचा परिचय हनुमानाने करून दिला, तेव्हा लक्ष्मण म्हणाला, ''आम्ही दोघे भाऊ सुग्रीवाला शोधण्यासाठीच येथे आलो आहोत.'' लक्ष्मणाचं हे बोलणं ऐकल्यावर हनुमानाने लगेच आनंदानं मनात असा विचार केला की, या दोघा भावांचं सुग्रीवाकडे काही महत्त्वाचं काम असणार. जर असं असेल, तर सुग्रीवाच्या कामातही या लोकांची मदत होईल.

म्हणजे, या मैत्रीचा आरंभच एकमेकांच्या हितासाठी, एकमेकांचा उपयोग करून घेण्याच्या विचारानं झालेला आहे. त्यानंतर राम आणि सुग्रीवाची जी भेट झाली, त्यात दोघांच्याही कामांची एकमेकांना माहिती झाली. ती कामं म्हणजे – वालीचा वध करून रामानं सुग्रीवाला राज्य मिळवून द्यावं आणि त्याच्या बदल्यात

सुग्रीवानं सर्व वानरसेनेसहित सीतेचा शोध घेऊन तिचं अपहरण करणाऱ्या रावणाला शिक्षा करण्यास रामाला मदत करावी – असं स्पष्ट शब्दांत करारपत्र झालं आहे. हा मैत्रीकरार झाल्याबरोबर हनुमानाने अग्नी प्रज्वलित करून त्याच्या साक्षीनं हा मैत्रीसंबंध दृढ केलेला आहे. महाभारतकारांनी मैत्रीच्या ज्या चार प्रकारांचं वर्णन केलं आहे, त्यात आपोआप नैसर्गिक रीत्या होणारी मैत्री सर्वांत उच्च प्रकाराची म्हटली आहे. कृष्ण-सुदामा यांची मैत्रीही अशीच म्हणता येईल. राम-सुग्रीव यांच्या मैत्रीत असा सहजपणा, नैसर्गिकपणा नाही. ही मैत्री दुसऱ्या प्रकारची मैत्री आहे, ज्यामध्ये दोन मित्र एकमेकांकडून आपापलं कुठलंतरी हित साधून घ्यायचं आहे, हे प्रामाणिकपणे कबूल करतात आणि ठरल्याप्रमाणे निष्ठापूर्वक करतातही. ती कामं पूर्ण झाली म्हणजे बहुश: अशा मैत्रीचा अंत होतो आणि फार फार तर साधारण ओळख ठेवली जाते.

राम-सुग्रीवाच्या मैत्रीविषयी एक गोष्ट निश्चितपणे म्हणता येईल की, एकमेकांकडून काम करून घेण्यासाठीच्या या मैत्रीत काळ गेला तसतशी सहजमैत्रीची भावना विकसित होत गेली. या मैत्रीत सुग्रीवाच्या मनात रामाविषयी भक्तिभाव निर्माण झाला आणि रामानेही त्याला स्नेहभाव दाखवला, याची नोंद घेतली पाहिजे. यामध्ये सुग्रीवाच्या बाजूनं रामाच्या सामर्थ्याची भीतीही असू शकेल. कारण सुग्रीवानं जेव्हा सीतेचा शोध घेण्याचं काम सुरू करण्यास विलंब केला, तेव्हा रामाने धमकी देणारा निरोपही पाठवला होता की, वाली ज्या मार्गानं गेला तो मार्ग अजून बंद झालेला नाही आणि माझा बाण तुलाही त्याच मार्गानं पाठवू शकेल. युद्ध सुरू असताना सुग्रीवानं रामाचा पक्ष सोडून द्यावा, असं सांगायला पोपटाचं रूप घेतलेल्या राक्षसाला रावणानं पाठवलं, तेव्हा सुग्रीवानं त्याला झिडकारून हाकलून दिलं आणि सांगितलं की, रावणवधासाठीच्या रामाच्या लढाईत मी पूर्णतया रामाबरोबरच राहीन.

वालीबद्दल प्रचंड राग आणि वैरभावना असूनही वाली जेव्हा रामाच्या बाणानं मृत्यू पावला, तेव्हा सुग्रीवाला मनातून आपल्या कृत्याबद्दल पश्चात्तापही वाटू लागला, असं दिसतं. रामाने तर त्याला दिलेलं वचन पूर्ण करून मैत्रीचं कर्तव्य निभावलं; परंतु असं वचन रामाकडून घेण्यात आपण स्वत:च निंदनीय झालो आहोत, असं वाटून सुग्रीव शोक करतो. वालीसारख्या भावाचा अशा रीतीनं वध करून राज्य मिळविण्यापेक्षा ऋष्यमुक पर्वतावर निर्वासित म्हणून आयुष्य कंठणं जास्त चांगलं झालं असतं, असंही तो म्हणतो. यापूर्वी वालीनं जेव्हा त्याचा पराभव केला होता, तेव्हा त्याला मारून न टाकता जिवंतच सोडून दिलं होतं. असं होतं, तरी वालीचे हे उपकार त्यानं वालीला मारण्याचा अपकार करून फेडले, हे लोकांमध्ये नक्कीच निंदनीय पापकर्म ठरेल, असं म्हणून रामाजवळ अग्निप्रवेश

करण्याची परवानगी सुग्रीव मागतो.

महाभारतात युद्ध जिंकल्यानंतर युधिष्ठिरानं मनातली जी व्यथा व्यक्त केली होती, त्याच प्रकारची ही व्यथा आहे. युधिष्ठिराचं श्रीकृष्णानं नीट सांत्वन केलं होतं, तसाच धर्माविषयीचा उपदेश श्रीराम येथे सुग्रीवाला देतात. या सांत्वनानंतर वालीचा अंत्यसंस्कार सुग्रीव करतो. किष्किंधेत प्रवेश करून राज्यकारभार सांभाळतो आणि राजकुमार अंगदाला युवराज म्हणून अभिषेक करतो. किष्किंधेच्या वानरांच्या परंपरेप्रमाणे ताराला स्वत:ची पत्नी करून घेतो.

अनपेक्षितपणे मिळालेल्या सुखोपभोगानं माणसांना कर्तव्याचा कसा विसर पडतो, याचं डोळ्यांत अंजन घालणारं उदाहरण सुग्रीवाला राज्य मिळाल्यावरचं त्याचं वागणं बघून दिसतं. सीतेचा शोध घेण्याचं रामाला दिलेलं वचन तो पुरं करणार नाही, असा त्याचा स्वभाव नाही. रामाबद्दल त्याच्या मनात पूर्वीइतकाच स्नेह आणि आदर आहे. सीतेचा शोध घेण्याच्या कामात जी विघ्नं-संकटं येऊ शकतील, त्यातून सुटण्याचाही त्याचा अजिबात विचार नाही. म्हणजे, सगळी जाणीव असूनही इंद्रियसुखांमध्ये मन गुंतलं की, कशी घसरण होते आणि बऱ्याच अवधीनंतर मिळालेल्या अशा सुखाला मनुष्य कसा भुलतो, चटावतो याचं उदाहरण सुग्रीवाच्या वागणुकीतून मिळतं. पावसाळा संपला तरी सीतेचा शोध घेण्याचं काम तत्परतेनं हाती घेण्यास आणि प्रश्रवण पर्वतावर राहणाऱ्या रामाला त्याबद्दल सांगण्यास विसरण्याची चूक तो करतो. या मोठ्या चुकीचा परिणाम म्हणून रामाचा धमकीचा निरोप घेऊन आलेल्या संतप्त लक्ष्मणासमोर येण्याचं धाडस सुग्रीव करू शकत नाही. लक्ष्मण येत आहे, असा निरोप मिळाल्यावरही तारा आणि रूमा यांच्याबरोबर विलासात रंगलेला सुग्रीव तत्काळ भानावर येत नाही. खुद्द राजपुत्र अंगद येऊन त्याला लक्ष्मणाच्या रोषाविषयी सांगतो, तरीही त्याचे डोळे उघडत नाहीत. मृत्यू समोर दिसत असला तरी माणसाचं मन सुखविलासानं झालेल्या अवदशेतून बाहेर येऊ शकत नाही, हे त्या माणसाच्या निर्बल मनाचं द्योतक आहे. ज्याप्रमाणे झोपलेल्या कुंभकर्णाला जागं करायला प्रचंड आरडाओरडा करावा लागला होता, त्याचप्रमाणे विलासरंगात बुडालेल्या सुग्रीवाला ताळ्यावर आणण्यासाठी त्याच्या महालाच्या बाहेर शेकडो वानरांनी आरडाओरडा केला; तेव्हा कोठे तो शुद्धीवर आला आणि लक्ष्मणाच्या संतप्त चेहऱ्याकडे बघून भीतीनं थरकापू लागला. भीतीच्या दडपणापायी तो लक्ष्मणासमोर स्वत: जात नाही, तर पत्नी ताराला पाठवतो आणि त्याचा क्रोध शांत करण्याचा प्रयत्न करतो. या वागण्यात कठीण परिस्थितीमध्ये मानसशास्त्राचा उपयोग करून संकटातून बाहेर पडण्याची ही युक्ती त्याची समज दर्शवते.

सीतेला शोधण्यासाठी चारी दिशांना जायला निघालेल्या वानरांना त्यानं कोणत्या

दिशेला कोणते प्रदेश, कोणते पर्वत, भूखंड इ. आहेत यांची सविस्तर माहिती दिली. चारी दिशांना असलेल्या प्रदेशांची इतकी बारीक-सारीक माहिती त्यानं कशी मिळवली, हे रामाने विचारलं तेव्हा त्यानं सांगितलं की, वालीच्या भीतीनं जेव्हा सुरक्षित आश्रय मिळवण्यासाठी मी अरण्यामध्ये हिंडत होतो, तेव्हा मी हे सर्व प्रदेश पाहिले होते.

युद्ध संपल्यानंतर अयोध्येमध्ये रामाच्या राज्याभिषेकाच्या वेळी सुग्रीव उपस्थित होता, तसंच अश्वमेध यज्ञालाही उपस्थित होता. रामाने पृथ्वीवरील वास्तव्य संपवून स्वर्गलोकी प्रयाण केलं, तेव्हा त्याच्याबरोबर जे गेले, त्यांमध्ये सुग्रीवाचाही समावेश होता.

वाली, सुग्रीव तसंच तारा या तीनही व्यक्तींभोवताली विणल्या गेलेल्या घटनांमधून त्या काळच्या आर्यावर्तात राहणारी एका विशिष्ट जातीची प्रजा आणि त्यांची संस्कृती याबद्दल आपल्याला माहिती मिळते. पुनरुक्तीचा दोष पत्करूनही इथं लिहिलं पाहिजे की, या प्रजेला रूढार्थानं ज्यांना आपण शेपटं असलेले वानर म्हणतो, तसं समजून चालणार नाही. वाली, सुग्रीव, हनुमान, तारा, अंगद हे सर्व जण वेद-वेदान्तासह सर्व ज्ञानाचे जाणकार होते. खास लक्षात घेण्यासारखी एक गोष्ट ही आहे की, किष्किंधानगरीचं वर्णन करताना महाकवींनी नगरातील स्त्रियांसाठी कोठे वानरी असा शब्दप्रयोग केलेला नाही. लंकेचं वर्णन करताना राक्षशीण हा शब्द (राक्षसी – संस्कृत) स्त्री-राक्षस या अर्थी बऱ्याचदा वापरला आहे, पण किष्किन्धेच्या स्त्रियांना वाल्मीकी कधीही वानरी म्हणत नाहीत. त्यांच्याबद्दल स्त्रिया, रमणी, सुंदरी असे मानव स्त्रियांसाठी वापरले जाणारे शब्दच वापरलेले आहेत.

■

अहल्या

रामायणात कितीतरी पात्रं अशी आहेत की, त्यांनी जी कामं केली, त्यामुळे रामकथेच्या घटनाचक्रात काही फारसा फरक पडत नाही. या व्यक्ती जरी कथानकासाठी महत्त्वाच्या नसल्या, तरी त्यांच्या कथा आणि त्या कथांमधून मिळणारे बोध बऱ्याच संदर्भांमध्ये अभ्यासण्यासारखे आहेत. अशा व्यक्तींमध्ये ज्या चार-पाच स्त्रिया महत्त्वाच्या आहेत; त्यांची नावं अहल्या, तारामती, शबरी, स्वयंप्रभा आणि मंदोदरी. (अहल्याला मराठीत आपण 'अहिल्या' म्हणतो; पण हल म्हणजे निंद्य, अहल्या म्हणजे अनिंद्य – असा 'अहल्या'चा अर्थ आहे.) यामध्ये स्वयंप्रभेबद्दल असं खात्रीनं म्हणता येईल की, तिनं सीतेला शोधण्यासाठी हनुमानाला लंकेपर्यंत पोहोचवण्यात नक्कीच मदत केलेली आहे. हताश झालेला हनुमान, अंगद आदी वानरांना या स्वयंप्रभेनंच दिशा दाखवली होती आणि त्या दिशेला जाऊनच हनुमानाला यश मिळालं होतं. या स्वयंप्रभेच्या मदतीचा अपवाद सोडला, तर इतर स्त्रियांनी रामायणाच्या कथानकात काही भूमिका बजावली आहे, असं म्हणता येत नाही. अहल्या, तारामती, शबरी आणि मंदोदरी या स्त्रियांच्या व्यक्तिरेखा अशा आहेत की, ज्याच्याशी संलग्न कथांना रामकथेत विशेष महत्त्व नाही; म्हणून त्या कथा जशा आहेत तशा शब्दश: न घेता त्यामधून काही सूचित, गर्भितार्थ समजून घेणं जरुरीचं आहे.

दुसरीही लक्षात घेण्यासारखी एक गोष्ट अशी की, आपल्या सांस्कृतिक परंपरेत पाच स्त्रियांची नावं प्रात:स्मरणीय म्हणून सांगितली गेली आहेत. ती अशी – अहल्या, द्रौपदी, सीता, तारा व मंदोदरी. यापैकी चार तर रामायणातीलच आहेत. या पात्रांमध्ये काय साम्य आहे, त्यावर नजर टाकली तर अहल्या, द्रौपदी आणि सीता या अयोनिजन्मा आहेत (म्हणजे त्यांचा जन्म नैसर्गिकरीत्या झालेला नाही.); एवढंच नव्हे तर त्यांच्यामध्ये आर्य, अनार्य, राक्षस, वानर अशा जाती

किंवा वर्णांचा भेदही केलेला नाही. आणखी विशेष म्हणजे अहल्या, द्रौपदी आणि तारा या तीन स्त्रियांनी तर एकापेक्षा जास्त पुरुषांशी पती किंवा प्रेमी म्हणून संबंध ठेवलेले आहेत. म्हणजे 'सती'विषयीच्या आपल्या रूढ आणि परंपरागत कल्पनांना धक्का बसेल, असं हे लक्षण आहे.

या सर्व पार्श्वभूमीवर रामायणात सर्वांत महत्त्वाची म्हणता येईल, अशा अहल्येच्या कथेला आपण त्यातल्या गर्भितार्थासकट समजून घेण्याचा प्रयत्न करू या.

अहल्या शब्दाचा मूळ अर्थ हल या शब्दाशी जोडलेला आहे. हल म्हणजे शेतीसाठी लागणारा नांगर. हलचा दुसरा अर्थ निंद्य असाही होतो. रामायणाच्या उत्तरकांडात खुद्द ब्रह्मानं अहल्येची उत्पत्ती कशी झाली याबद्दल म्हटलं आहे की, (येथे अहल्या म्हणजे जी 'अनिंद्य' आहे, ती) मी संपूर्ण सृष्टीची रचना केल्यानंतर एक सर्वांत उत्तम असं सर्जन करायचं ठरवून जे सर्जन केलं, ते अहल्यारूपी कन्यारत्न झालं. या कन्येमध्ये ब्रह्मदेवानं सौंदर्याच्या सर्व उत्तम लक्षणांबरोबर प्रेम, भक्ती, समर्पण, त्याग अशा सर्वोत्तम मानवी गुणांनाही एकत्र केलं. असं सर्जन केवळ स्त्रीरूपातच होऊ शकतं, कारण सौंदर्य आणि प्रेमाचं एकत्रित स्वरूप स्त्रीशिवाय दुसऱ्या कोणामध्ये सापडणार? ही कन्या निर्माण केल्यानंतर ब्रह्मानं तिला गौतमऋषींना अर्पण केली. गौतमही अशाच सर्वोत्तम गुणांनी संपन्न असे पवित्र पुरुष होते. ब्रह्मदेवांची ठेव म्हणून त्या कन्येला त्यांनी सांभाळली, तिच्यावर सुसंस्कार केले. दरम्यान, सौंदर्य आणि संपत्ती यांचा भोक्ता देवराज इंद्र याची दृष्टी त्या निष्पाप, निर्दोष, अतिशय सुंदर तरुणीवर पडली आणि तिला प्राप्त करण्याची त्याला इच्छा झाली. परंतु, ही इच्छा अपूर्ण राहिली, कारण गौतमऋषींशीच ब्रह्मानं अहल्येचा विवाह करून दिला. इतकी सुंदर मुलगी ब्रह्मदेवांची ठेव म्हणून गौतमऋषींनी पवित्र ठेवून सांभाळली, म्हणून ब्रह्मदेव प्रसन्न झाले आणि इतकं अप्रतिम सौंदर्य इतक्या पवित्र मनाच्या व्यक्तीसाठीच योग्य, म्हणून त्यांनी गौतमांना तिचा पत्नी म्हणून स्वीकार करायला सांगितलं.

वासना अतृप्त राहिलेल्या इंद्रानं मग एक संधी मिळवली. सकाळी महर्षी गौतम स्नानसंध्येसाठी नदीकाठी गेले असताना इंद्रानं गौतमाचं रूप धारण करून आश्रमात प्रवेश केला. ही कथा रामायणाच्या बालकांडात सर्ग-४८ आणि ४९ मध्ये आली आहे.

रामाने त्राटिकेचा वध केल्यानंतर विश्वामित्रांचा यज्ञ पूर्ण झाला. यज्ञाची पूर्णाहुती झाल्यावर विश्वामित्र आपले दोन्ही शिष्य राम आणि लक्ष्मण यांना घेऊन अयोध्येला परत आले. येथे एक गोष्ट लक्षात घेतली पाहिजे की, विश्वामित्र ज्या मार्गानं रामाला स्वत:च्या आश्रमात घेऊन गेले होते, त्या मार्गानं ते परत फिरले नाहीत. अयोध्येला

जाण्याचा मार्ग बदलण्यामागे या ऋषींचा काय हेतू असेल, याचा अंदाज या परतीच्या यात्रेत नंतर ज्या घटना घडल्या आहेत, त्यावरून येऊ शकतो. विश्वामित्र जेव्हा मिथिलेच्या सीमेजवळ पोहोचले, तेव्हा उजाड पडलेला एक आश्रम म्हणून रामानं त्याबद्दल विचारलं. त्याच्या प्रश्नाच्या उत्तरादाखल विश्वामित्रांनी त्याला अहल्येची ही कथा सांगितली –

गौतमाचं रूप घेऊन इंद्र अहल्येजवळ पोहोचला खरा, परंतु त्यानं स्वत:ची ओळख लपवली नाही. तो अहल्येशी शरीरसंबंध हवा असलेला, गौतमाचं रूप घेऊन आलेला देवराज इंद्र आहे, अशी स्पष्टता तर त्यानं केली आहेच; परंतु अहल्येनंही हे समजल्यानंतरदेखील प्रसन्न मनानं त्याचा स्वीकार केलेला आहे. (परंतु रामायणातच उत्तरकांडातील कथा वेगळी आहे. उत्तरकांडातील कथेप्रमाणे इंद्राला अहल्या ओळखू शकली नाही आणि अजाणतेपणीच गौतम समजून तिनं त्याचा स्वीकार केला होता.) समागमानंतर संतुष्ट झालेल्या इंद्राला अहल्येनं सांगितलं, "हे देवेश्वर, आता महर्षी गौतमाच्या क्रोधापासून वाचण्यासाठी तुम्ही शक्य तितक्या लवकर येथून जा." इंद्र तेथून जाण्यापूर्वीच गौतम येऊन पोहोचले आणि घाबरलेल्या इंद्राच्या चेहऱ्यावरचे भाव बघितल्याबरोबर ते सर्व काही समजून केले. कमंडलूमधून हातात पाणी घेऊन त्यांनी रागानं इंद्राला शाप दिला, "अरे पाप्या, तुझा अण्डकोषच नष्ट होईल!" शापाच्या परिणामानं इंद्राचा अण्डकोष तत्काळ नष्ट झाला. त्यानंतर ऋषींनी अहल्येला शाप दिला आणि म्हटलं, "हे दुराचारी स्त्रिये, तूही या पापात वाटेकरी आहेस, म्हणून आता तुझं सौंदर्य कोणी बघूच शकणार नाही आणि तू इथं अन्नपाण्याशिवाय एकाकी पडून राहशील. राम येथे येईल, तेव्हा तुझी सुटका होईल आणि तुझा देह पूर्ववत होईल; तेव्हाच तू माझ्याकडे येऊ शकशील!"

रामायणातील कथेप्रमाणे अण्डकोषरहित झालेल्या इंद्रानं देवलोकात जाऊन देवतांना सांगितलं, गौतमऋषींना राग येईल असं वागून त्यांनी तपानं मिळवलेली शक्ती नष्ट करण्यासाठी मी जाणून-बुजून असं केलं होतं. कारण गौतमांचं तपोबल एवढं वाढलं होतं की, त्यांना देवलोकही हस्तगत करता आला असता. मी स्वत: देवलोकाचं हितरक्षण करायला गेलो, त्याची अशी शिक्षा मला सहन करावी लागते आहे! इंद्राच्या या बोलण्यावर विश्वास ठेवून देवांनी त्यांच्या पूर्वजांना यासाठी उपाय विचारला आणि (त्यांनी सांगितल्याप्रमाणे) बकऱ्याचा अण्डकोष इंद्राच्या देहात बसवून शापामुळे आलेली त्रुटी भरून काढली.

रामाने जेव्हा आश्रमात प्रवेश केला, तेव्हा त्याच्या स्पर्शाच्या जाणिवेनं राखेच्या ढिगाऱ्यात, सर्व संवेदना हरवून बसलेली, उपाशी आणि अदृश्य अहल्या शापातून मुक्त झाली आणि तिच्या पूर्वीच्या स्वरूपात प्रकट झाली. रामाने तिला

चरणस्पर्श केला आणि अहल्येनं त्यांचा यथोचित सत्कार केला. म्हणजे येथे गौतमांच्या शापानं शिळा म्हणजे दगड होऊन गेली, असा काही उल्लेख आलेला नाही. नंतर लिहिल्या गेलेल्या बऱ्याचशा रामायणांमध्ये शिळा झाल्याचे उल्लेख सापडतात. त्याचं स्पष्टीकरण कदाचित असंही देता येईल की, मनुष्याची जाणीव त्याच्या इंद्रियांमधूनच प्रकट होत असते. अहल्येचं दर्शनीय रूप ही इंद्रियंच होती आणि तिच्या अध:पतनाचं कारणही तीच झाली, असं म्हटलं पाहिजे. गौतमऋषींनी तिला अदृश्य आणि संवेदनारहित करून टाकली, म्हणजे कोणाच्याही इंद्रियांना ती दिसू शकणार नाही. तिची इंद्रियं त्यांच्या कोणत्याही नैसर्गिक धर्माला जाणवण्यास समर्थ राहिली नाहीत. असं जीवन एका तऱ्हेनं शिळेसारखं आयुष्यच म्हणायचं.

या कथेला ती जशी आहे तशी बघण्याऐवजी त्यातून जे सूचितार्थ निघतात, ते समजून घेतले पाहिजेत. उत्तरकांडात ब्रह्मदेवांनी एका ठिकाणी असंही म्हटलं आहे की, ज्या सौंदर्याबरोबर पावित्र्य राहत नाही, ते सौंदर्य व्यर्थ आहे. म्हणून अहल्येनं इंद्राशी समागम केल्यानंतर ब्रह्मदेवांनी आत्तापर्यंत जगातलं जे सर्व सौंदर्य फक्त अहल्येमध्येच ठेवलं होतं, ते मोकळं केलं आणि तेथून पुढे अनेक स्त्रिया अशा सुंदर होऊ शकतील अशी व्यवस्था केली. येथे असंही म्हटलं आहे की, ब्रह्मदेवाच्या सृष्टिसर्जनानंतरचा अहल्या आणि इंद्राचा संबंध हा जगातला पहिला व्यभिचार होता. या पापकर्मामुळेच रावणपुत्र मेघनाद हा इंद्राचा पराभव करू शकला आणि त्याचं नाव इंद्रजित झालं. ब्रह्मदेवाच्या कृपेनं एक वर मिळवून त्याच्या बदल्यात मेघनादानं इंद्राला जिवंत सोडलं. कथेत असंही लिहिलं आहे की, जगातला पहिला व्यभिचार करणाऱ्या इंद्राला त्यानंतर होणाऱ्या प्रत्येक व्यभिचाराचं पाप भोगावं लागतं. प्रत्येक व्यभिचारात जे पाप घडतं, त्याचा अर्धा भाग इंद्राला भोगावा लागतो, अशी कथाही येथे लिहिली आहे.

सौंदर्याचा पावित्र्याशी असलेला दुवा जेव्हा तुटतो, तेव्हा अनर्थ ओढवतो. सुंदरतेकडे बघणाऱ्याच्या मनातही व्यभिचाराचा विचार आला, तर त्यानंही समतोल बिघडतो. सामान्य व्यवहारात सौंदर्य पवित्र राहणंच पुरेसं नाही. इंद्र आला नव्हता तोपर्यंत अहल्या पवित्र होतीच; परंतु गौतमऋषींच्या तुलनेत इंद्राबद्दलचं आकर्षण क्षणभर वरचढ ठरलं, हे या अनिंद्य अशा सौंदर्यवती अहल्येचं पतनच म्हणायचं. गौतमांना अहल्या पत्नी म्हणून मिळाली, त्यापूर्वी कितीतरी वर्षं त्यांनी पवित्र भावनेनं तिला सांभाळली होती. त्यांच्याही उच्च भावना आणि मिळवलेली सिद्धी बघूनच ब्रह्मदेवांनी या अनुपम लावण्यवतीचा विवाह गौतमांशी लावून दिला होता. म्हणजे याचा अर्थ असा की, सौंदर्य स्वत: पवित्र राहिलं पाहिजे; एवढंच नाही, तर ते मिळवण्यासाठीही पवित्र राहणं आवश्यक आहे. या समतोल व्यवस्थेत जेव्हा विक्षोभ होईल, तेव्हा इंद्रियं बधिर होतील. असं आयुष्य शून्यमनस्क होतं. या

शून्यमनस्कतेचा अंत बऱ्याच काळानंतर एखाद्या जास्त पवित्र स्पर्शानं होऊ शकतो; परंतु त्यासाठी वाट पाहावी लागते.

शेवटी रामाने अहल्येचा उद्धार केला, त्याचं महत्त्व रामचरित्रात काय असू शकेल, याकडेही ओझरता दृष्टिक्षेप टाकू या. जानकीसारखी दिव्य कन्या मिळण्यापूर्वी रामाच्या जीवनात जाणता-अजाणता, दोन स्त्रियांशी त्याचा संबंध आला आहे. पहिला प्रसंग त्राटिकावधाचा आणि दुसरा अहल्योद्धाराचा. त्राटिका दुराचारी, पापिणी, हिंसाचारी होती. हे सर्व अवगुण तिच्यात क्षणिक भावनोद्रेकानं आलेले आहेत, असं नाही. ते तिच्या स्वभावातच आणि संस्कारांमधून आलेले आहेत. स्वभावानंच पापाचारी – मग ते करणारी व्यक्ती स्त्री असो की पुरुष – वध्यच आहे. त्राटिका ही केवळ स्त्रीचं शरीर आहे म्हणून पापाचार करू शकते, असं नाही. त्यामुळं ती स्त्री असूनही रामानं तिचा वध केलाच आहे. हा वध म्हणजे पापाचा संहार होता. ते पाप कुठल्या देहात होतं, ही गोष्ट गौण आहे. अहल्येनंही पाप तर केलंच होतं; पण त्या पापाची तुलना त्राटिकेच्या पापाबरोबर होऊ शकत नाही. माणसाच्या आयुष्यात येऊ शकणारा एखादा दुर्बल क्षणही त्याची तपश्चर्या आणि पावित्र्याच्या उच्च कल्पनाच नष्ट करू शकतो. परंतु अशा क्वचित घडणाऱ्या स्खलनानं त्या व्यक्तीचं मूलभूत पावित्र्य कायमचं नष्ट होत नाही. तसं होणं न्याय्य नाही; उचितही नाही. रामानं इंद्रियशून्य, बधिर होऊन गेलेल्या अहल्येच्या अस्तित्वावरून तो पापाचा पोपडा काढून टाकला आणि तिला पूर्ववत् पवित्र केली. नारीदेहाशी संबंधित अशा विशिष्ट परिस्थितीतल्या या दोन टोकांना विश्वामित्रांसारख्या गुरूच्या कृपेनं जे श्रीराम नीट समजू शकतात, तेच सीतेसारख्या दिव्य कन्येला प्राप्त करण्याचा अधिकारही प्राप्त करतात. विश्वामित्रांच्या मनात रामाला तो अधिकार मिळवून देण्यापूर्वी हा पाठ शिकवण्याचा उद्देश त्राटिका आणि अहल्येच्या कथांमागे असेल, असं वाटल्यावाचून राहत नाही.

■

तारा

ज्यांच्या नामाचं स्मरण रात्रंदिवस केल्यानं दीर्घायुष्य मिळतं आणि इच्छापूर्ती होते, असं म्हटलं गेलं आहे; त्या पाच प्रात:स्मरणीय स्त्रियांमध्ये वालीची पत्नी तारा हिचंही नाव बघून साहजिकच आश्चर्य वाटतं.

अहल्या, द्रौपदी, सीता, तारा, मंदोदरी तथा ।
पञ्चकम् स्मरे नित्यम् आयु: कामार्थ सिद्धये ।।

अहल्येच्या कथानकातून जे गर्भितार्थ निघू शकतात, तशा काही अर्थच्छटा ताराच्या कथेतून काढणं अवघड आहे. तरीही रामायणातल्या स्त्रीपात्रांमध्ये ताराचं एक विशेष स्थान आहे आणि या विशेष स्थानामुळंच रामायणाच्या अभ्यासकांचं लक्ष तारा सहज वेधून घेते.

तारा ही वानरांचा सेनापती सुषेण याची पुत्री आहे. सीतेला शोधण्याचे प्रयत्न सुरू झाले, तेव्हा हनुमान आणि अंगद यांच्याबरोबर सुषेणानंही दक्षिण दिशेला प्रस्थान केलं होतं. एवढंच नव्हे, तर समुद्रोल्लंघन केल्यानंतर हनुमानानं स्वत:खेरीज जे बलिष्ठ वानर लंकेत प्रवेश करण्यास समर्थ होते, त्यांची जी नावं सांगितली, त्यात या सुषेण वानराचं नाव प्रमुख आहे. रामाच्या बाणानं जखमी होऊन मरणासन्न झालेल्या वालीनं सुग्रीवाला ताराविषयी जी शिफारस केली आहे, त्यातून तिच्या बुद्धीची कुवत तसंच व्यक्तिमत्त्व दिसून येतं. वाली म्हणतो की, ही सुषेणची मुलगी तारा बारीक-बारीक बाबतीत लक्ष घालून निर्णय घेण्यात, तसंच कोणती वेगवेगळी संकटं येऊ शकतील ते लक्षात घेण्यात अतिशय निपुण आहे आणि ती एखादं काम करण्यासारखं आहे असं म्हणाली, तर ते नि:शंकपणे करण्यासारखंच असतं. तारानं कोणत्याही गोष्टीला एकदा संमती दिली की, त्या गोष्टीचा परिणाम कधी वाईट होतच नाही. मृत्यू अगदी जवळ आलेल्या कुणाही पतीनं शेवटचे श्वास घेताना पत्नीबद्दल काढलेले

उद्गार याहून गौरवास्पद असू शकत नाहीत.

वालीची पत्नी आणि किष्किंधेची राणी म्हणून ताराचं स्थान मानाचंच असणार, असं दिसतं. हनुमानानं या वेळी तिचं जे सांत्वन केलं आहे, त्यातही ताराविषयी खूप चांगलं मतच दिसतं. राजकारणातही ताराची दृष्टी तीक्ष्ण असावी, असं एका संवादावरून वाटतं.

रामाशी मैत्री झाल्यावर जेव्हा वालीशी प्रथम द्वंद्वयुद्ध करायला सुग्रीव येतो, तेव्हा त्याचा पराभव होतो. वाली आणि सुग्रीव दोघा भावांच्या रूपात खूपच साम्य असल्यानं राम त्या वेळी वालीला ओळखू शकला नव्हता. दुसऱ्यांदा असं होऊ नये म्हणून एका विशिष्ट प्रकारच्या फुलांचा हार घालून सुग्रीव लगेच पुन्हा वालीशी द्वंद्वयुद्ध करण्यास आला. आत्ता एवढ्यातच हार खाऊन, बऱ्याच जखमाही झालेल्या असताना सुग्रीव इतक्या लवकर पुन्हा युद्धाचं आव्हान देत आहे, हे पाहून ताराच्या कुशाग्र बुद्धीला यामागचं रहस्य समजतं. ज्या शत्रूनं आत्ता एवढ्यात मार खाल्ला असेल, तो मदतीची खात्री असल्याशिवाय इतक्या लगेच पुन्हा आव्हान देणार नाही. अयोध्येचे दोन राजकुमार या दक्षिण प्रदेशात हिंडत आहेत, तसंच ते दोघेही अतिशय बलवान आणि समर्थ योद्धे आहेत, ही माहिती ताराला किष्किंधेच्या गुप्तहेरांनी दिलेली होती. सुग्रीवाच्या या आव्हानावरून त्याला अयोध्येच्या या राजकुमारांचा पाठिंबा मिळाला असेल, असा अंदाज ताराची तीक्ष्ण बुद्धी करते. जर असं झालेलं असेल, तर मग वालीचा पराभव नक्कीच होईल, या भीतीनं पतीला तारा असं सुचवते की, सुग्रीवाशी पुन्हा युद्ध करण्याऐवजी तह करून टाकावा. सुग्रीवही किष्किन्धेचा राजपुत्र आहे. युवराजपदी अभिषेक झालेला असल्याकारणानं राज्याचा वारसदारही म्हटला पाहिजे. तेव्हा भूतकाळ विसरून त्याचा प्रेमानं स्वीकार करण्यातच दोन्हीही भावांचं कल्याण आहे, असा शहाणपणाचा सल्ला तिनं नवऱ्याला दिला. (रामाच्या राज्याभिषेकाच्या वेळी भरत तेथे नसताना राज्याभिषेक करण्याची राजा दशरथाने जी घाई केली होती, त्यातलं मर्म सर्वांत आधी मंथरेच्या लक्षात आलं होतं. तिच्या लक्षात आलेली ही गोष्ट तिनं कैकेयीला बोलूनही दाखवली होती. तुलना करण्याचा उद्देश नाही; तरीही एवढं म्हणता येईल की, सुग्रीवाला अनपेक्षितपणे रामाची मदत मिळाली असणार आणि ही मदत वालीसाठी धोक्याची ठरू शकते, याचा अंदाज ताराला आला होता.) सुग्रीव हा वालीचा धाकटा भाऊ आहे आणि सध्या दोघांचं पटत नसलं तरी बंधुप्रेम तर असतंच; तेव्हा वैर विसरून सुग्रीवाचं आणि त्याचबरोबर रामाचंही प्रेम मिळवावं, अशी विनवणी तारानं केलेली आहे.

वालीच्या वधाची बातमी ऐकून किष्किंधेचे इतर वानर घाबरून गेले; तेव्हा तारा धीटपणानं रणभूमीवर पोचली आणि पतीच्या देहापाशी बसून तिनं खूप शोक

केला. वालीला तिनं 'आर्यपुत्र' म्हटलं आहे, हे लक्षात घेण्यासारखं आहे. (अर्थात 'आर्यपुत्र' याचा अर्थ पती, स्वामी असाही होतो.) वानरजातीही आर्यपरंपरेचाच एक अंश असावा की काय, असंही वाटतं. हा विलाप करताना धाकट्या भावाशी तह करून टाकण्याचा तिचा सल्ला वालीनं स्वीकारला नाही, याबद्दल तिला अतिशय दु:ख झालं आहे. स्वत:च्या शौर्याचा अतिशय अभिमान असल्यानं तिच्या शहाणपणाच्या सल्ल्याकडे वालीनं दुर्लक्ष केलं आणि मरण ओढवून घेतलं, या घटनेबद्दल तारा एक अतिशय चांगला विचारही बोलून दाखवते. तारा म्हणते की, कुठल्याही बुद्धिवान माणसानं आपल्या मुलीला कधीही कुठल्या शूरवीर माणसाच्या स्वाधीन करू नये. कारण शूरवीराची पत्नी झाल्यामुळंच आज ती विधवा झाली होती. इक्ष्वाकुकुलासारख्या अत्यंत उच्च कुलात जन्मलेले असूनही तुम्ही अत्यंत निंद्य काम केलं आहे, असंही ती रामाला सांगते. वाली तिच्याशिवाय स्वर्गातही राहू शकणार नाही आणि तीही अंगदसारख्या शंभर पुत्रांची आई असली तरी वालीशिवाय जगू इच्छित नाही. म्हणून ती रामाला विनंती करते की, त्यांनी एका बाणानं तिलाही मारून टाकावं. स्त्रीवध हे पाप आहे म्हणून राम तिचं म्हणणं ऐकणार नाहीत; पण असं त्यांनी करू नये म्हणून ती त्यांना असंही सांगते की, मी तर वालीच्या आत्म्याशी एकरूप झालेली आहे, तेव्हा माझ्या वधानंच वालीवध पूर्ण होईल आणि रामाला स्त्रीहत्येचं पातक लागणार नाही.

ताराची बुद्धिमत्ता, समजूतदारपणा आणि प्रसंगानुरूप निर्णय घेण्याची क्षमता याचं आणखी एक उदाहरण लक्ष्मणाबरोबर झालेल्या तिच्या संवादात दिसून येतं. वालीच्या मृत्यूनंतर सिंहासनावर आलेल्या सुग्रीवानं पावसाळा संपल्यावर सीतेचा शोध घेण्याचं काम सुरू करण्याचं वचन दिलं होतं. राज्य, तारा आणि त्याची स्वत:ची पत्नी रूमा हे सर्वच मिळाल्यावर या वचनाकडे दुर्लक्ष झालं. त्यामुळे संतप्त झालेल्या श्रीरामांचा निरोप देण्यास क्रोधित लक्ष्मण जेव्हा किष्किंधेत आला, तेव्हा तो येत असल्याची बातमी ऐकून सुग्रीव घाबरला. लक्ष्मण येऊन पोहोचला, तेव्हा सुग्रीव मद्यपान करून तारा आणि रूमा यांच्याबरोबर विलासात दंग होता. संतप्त लक्ष्मणाचा प्रतिकार करण्याची क्षमता त्याच्यात तेव्हा नव्हती; कारण तो शुद्धीवर आला होता आणि त्याला अपराधी वाटू लागलं होतं. लक्ष्मणाचा राग शांत करण्यासाठी सुग्रीवानं ताराची मदत घेतली आणि तिला सांगितलं की, लक्ष्मणाचं स्वागत करायला तू पुढे जा आणि गोड बोलून त्याला प्रसन्न कर. तू समोर असलीस म्हणजे, लक्ष्मण रागानं बोलणार नाही; कारण थोर पुरुष स्त्रियांशी कधी कठोरपणे वागत नाहीत.

म्हणजे संतापलेल्या पुरुषाचं वागणं स्त्रीच्या सान्निध्यात सौम्य होऊ शकतं, या मानसशास्त्राचा लाभ इथं घेतला गेला आहे, असं दिसतं. तारा तिच्यावर

सोपवलेलं हे काम खूप कौशल्यानं पारही पाडते. सुग्रीवाविरुद्ध लक्ष्मण जी तक्रार करतो, त्याला ती काहीही प्रत्युत्तर देत नाही. पण एखादा श्रेष्ठ पुरुष एखाद्या हीन प्राण्यावर रागावला, तर अशा रागावण्यानं श्रेष्ठ पुरुषाच्या श्रेष्ठत्वालाच बट्टा लागतो; असं सुंदर, समर्पक वाक्यही ती बोलते. सुग्रीवानं रामाचं काम करण्यास विलंब केला आहे. सुग्रीवाचं काम मात्र रामानं लगेच करून दिलं होतं, असं म्हणत तारानं एकाच वेळी दोन हेतू साध्य केलेले दिसतात. सुग्रीवाच्यावतीनं अपराधाचा स्वीकार करून क्षमा मागतानाच अकारण, उतावळेपणानं रामाने जो वालीचा वध केला होता याची जराशी उपरोधपूर्ण आठवणही करून दिलेली दिसते. एवढं सांगितल्यावर सुग्रीव विषयासक्त होऊन विलासात बुडाला होता, हेही ती कबूल करते; परंतु सुग्रीवाच्या या कामासक्तीला दीर्घ काळानंतर मिळालेलं सुख सोडवत नसल्याचं नैसर्गिक दौर्बल्य समजून लक्ष्मणाने मन मोठं ठेवावं, असंही स्पष्टपणे म्हणते.

तारानं हुशारीनं केलेल्या या विधानांना यश मिळालं खरं; पण नुसत्या शब्दांनी लक्ष्मण शांत होणार नाही, काहीतरी ठोस कामही दाखवायला पाहिजे, हे ताराला ठाऊक नव्हतं, असं नाही. म्हणूनच पावसाळ्यामध्ये सुग्रीवानं दूरदूरच्या प्रदेशात राहणाऱ्या वानरांना येथे बोलावून शत्रूच्या शक्तीचा अंदाज काढला, असं तारा सांगते. लंकेमध्ये रावणाची शक्ती किती कोटी राक्षसांची आहे, तसंच ते सगळे किती सामर्थ्यवान आहेत, हेही तारा लक्ष्मणाला सांगते. अशा या राक्षसांचा वध केल्याशिवाय सीतेला सोडवता येणार नाही, तसंच त्यासाठी उतावळेपणा न करता धीरानं पूर्वतयारी करणं आवश्यक आहे, अशी ती त्याची समजूत घालते. लंकेविषयीची ही माहिती ताराला पूर्वी केव्हातरी वालीनं सांगितली होती. इतकी सर्व माहिती देण्यानं लक्ष्मणाचा रागही शांत होतो.

एक समजू न शकणारी, परंतु सर्वांत महत्वाची नोंद घेण्यासारखी घटनाही येथे विचारात घेणं जरूर आहे. मायावी राक्षसाचा वध करण्यासाठी त्याच्या पाठोपाठ गुहेत शिरलेला वाली जेव्हा एक वर्ष परत आला नाही, तेव्हा तो मरण पावला, असं समजून सुग्रीवानं किष्किंधेच्या सिंहासनावर स्वत:ला अभिषेक करून घेतला. त्यानंतर थोड्या काळातच वाली परत आला. या मधल्या काळात सुग्रीवानं रूमेखेरीज वालीची पत्नी तारा हिचाही पत्नी म्हणून स्वीकार केला (किष्किंधाकांड : ४६/९). या घटनेबद्दल अंगदानं हनुमानासमोर योग्य वेळी उग्र प्रतिक्रिया प्रकट केली आहे. सुग्रीवाविषयी उल्लेख करताना अंगद म्हणाला की, थोरल्या भावाची पत्नी तर आईसारखी समजली जाते आणि सुग्रीवानं तर थोरला भाऊ जिवंत असतानाच अत्यंत निंद्य कृत्य करून तिला आपली पत्नी केलं होतं.

अंगदाच्या या बोलण्यातून दोन मुद्दे उपस्थित होतात. एक तर थोरल्या भावाच्या पत्नीला अशा तऱ्हेनं पत्नी करून घेणं, हे धर्माला धरून नाही. असं असलं, तरी 'थोरला भाऊ जिवंत असतानाच,' हे शब्दही महत्त्वाचे आहेत. एक तर थोरल्या भावाची पत्नी आईसारखी असेल, तर थोरला भाऊ जिवंत असण्यानं किंवा नसण्यानं हा धर्म बदलत नाही (किष्किंधाकांड : ५५/३). त्यानंतरही रामानं वालीचा वध केला आणि सुग्रीव पुन्हा सिंहासनावर बसला, तेव्हा तारा पुन्हा एकदा सुग्रीवाची पत्नी झाली आहे. गुहेतून विजयी होऊन बाहेर आलेल्या वालीनं सुग्रीवाला किष्किंधेमधून हाकलून दिलं. त्यानंतर तारा पुन्हा पूर्वीसारखी वालीची पत्नी झाली; एवढंच नाही, तर हाकलून दिलेल्या सुग्रीवाच्या पत्नीला – रूमीलाही – वालीनं आपली पत्नी म्हणून स्वीकारली आहे. त्यानंतर सुग्रीवाच्या राज्यारोहणानंतर ताराबरोबरच रूमा पुन्हा एकदा सुग्रीवाची पत्नी झाली आहे. ताराचं, तसंच रूमाचंही हे पुन:पुन्हा बदलत राहणारं स्थान विचारात टाकणारं आहे आणि कुठल्याही प्रस्थापित नियमांप्रमाणे त्याचं समाधानकारक स्पष्टीकरण होत नाही.

नंतर लिहिल्या गेलेल्या रामायणांमध्ये ताराची ही मुत्सद्दी बुद्धिप्रतिभा, तसंच आगळं-वेगळं व्यक्तिमत्त्व यामुळे पत्नी म्हणून बदलत राहणाऱ्या तिच्या निष्ठेचं स्पष्टीकरण करण्याचे प्रयत्न झाले आहेत, हे खरं आहे. आयुष्य जसं आहे तसं, जेव्हा जसं समोर येईल तेव्हा तसं पूर्ण निष्ठेनं आणि अलिप्त भावनेनं जगण्याचं उदाहरण ताराच्या या दुहेरी भूमिकेतून आपल्याला मिळतं, असंही म्हटलं गेलं आहे. आर्यांच्या वेगवेगळ्या जातींमध्ये, ज्यांना वनवासी म्हणता येईल अशा प्रजेमध्ये अशी सामाजिक प्रथाच असेल, असंही शक्य आहे. असं असलं; तरीही कुठल्याही विचारी, संवेदनशील, विद्वान, न्यायबुद्धी असणाऱ्या स्त्रीसाठी अशा समाजव्यवस्थेचा स्वीकार करणंही अतिशय अवघडच आहे. अशा अवघड परिस्थितीतही जे काही समोर उभं ठाकलं आहे, त्याचा संपूर्ण निष्ठेनं आणि निर्लेप भावनेनं स्वीकार – असा काही गर्भित अर्थ कदाचित ताराला त्या प्रात:स्मरणीय पाच स्त्रियांमध्ये ठेवण्यामागे असेल, हे शक्य आहे. (या प्रात:स्मरणीय स्त्रियांमध्ये जिचा उल्लेख आहे, ती तारा म्हणजे वालीची पत्नी नाही; तर हरिश्चंद्राची पत्नी तारामती आहे, असंही कित्येकांचं मत आहे. हे खरं की, हरिश्चंद्राची पत्नी म्हणून देवी भागवतात ताराच्या नावाचा उल्लेख आहे. हरिश्चंद्राच्या पत्नीचं नाव चंद्रावती होतं, असंही इतर बऱ्याच ठिकाणी लिहिलेलं आहे. एवढंच नाही, तर हरिश्चंद्राची मूळ कथा जी महाभारतात तसंच भागवतातही आहे; तिच्यातही चंद्रावती हेच नाव आहे. आपल्याकडे तिचं तारामती हे नाव प्रचलित झालं आहे (गुजरातपुरतं असं म्हणता येईल की याला एक कारण नरसी मेहतांचं अत्यंत प्रसिद्ध भजन 'सुख-दु:ख मनमां न आणिये...'

हेही असू शकेल.) या पदात नरसी मेहतांनी 'हरिश्चंद्र राय सतवादियो, तारालोचनी राणी...' असं म्हटलं आहे. परंतु तेथे 'तारालोचनी म्हणजे सुंदर नेत्र असलेली' असा अर्थही अभिप्रेत असेल; पण नंतर मग तारा म्हणजे हरिश्चंद्राची पत्नी असं प्रचलित झालं असेल, हे शक्य आहे. नरसी मेहतांच्या भजनांचा लोकांच्या मनावर केवढा पगडा होता, हे यावरून दिसतं.)*

■

---

* वालीपत्नी तारा असो की हरिश्चंद्रपत्नी तारामती असो; अत्यंत अन्यायपूर्ण, अवघड परिस्थितीतही जे काही समोर उभं होईल; त्याचा निष्ठेनं सामना करणं, तटस्थ भावनेनं स्वीकार करणं, या कारणांसाठीच या श्लोकात दोन्ही तारांपैकी कोणतीही समाविष्ट होऊ शकतेच.

बिभीषण

महर्षी वाल्मीकींनी बिभीषणाचं जे आणि जसं व्यक्तिचित्र रेखाटलं आहे, त्याच्याकडे रामायणाच्या अभ्यासकांनी आणि विद्वान मंडळींनी दोन टोकांनी बघितलं आहे. एका टोकाला निखळ भक्तिभाव आहे, तर दुसऱ्या टोकाला नेहमी ऐहिक दृष्टीतूनच स्थळकाळाचं मूल्यमापन करणारा बुद्धिवाद आहे. या दोन्ही टोकांना आपापल्या मर्यादा आहेत. भक्तीचा अर्थ शरणागती असा घेतला, तरी ही शरणागती बुद्धिहीन माणसाची म्हणता येणार नाही. बुद्धीची परमोच्च प्रगती झाल्यावर ज्याला बुद्धीची मर्यादा लक्षात येते; अशा माणसानं समजून, जाणीवपूर्वक केलेली भक्ती ही एक वेगळीच गोष्ट आहे. दुसऱ्या टोकाला बुद्धी हीच सर्वश्रेष्ठ आहे आणि जे काही बुद्धीनं समजत नाही किंवा सोडवता येत नाही, ते सोडूनच द्यावं किंवा त्याची उपेक्षा करावी, ही पद्धत खरी बौद्धिक म्हणता येणार नाही. हा तर बुद्धीचा वितंडवाद झाला. अशा या दोन्ही टोकांकडून बिभीषणाच्या व्यक्तिरेखेकडे बघणं नि:पक्षपातीपणाचं होणार नाही.

लंकेवरील रामाच्या विजयामध्ये हनुमानाच्या खालोखाल जर सर्वाधिक श्रेय कोणाकडे जात असेल, तर ते बिभीषणाकडे जातं. रावणाचा वध करण्यापेक्षाही रावणाचा मुलगा इंद्रजित याचा वध करणं जास्त अवघड होतं. रावण तर रामाच्या हातून हरण्यापूर्वी वालीकडून हरला होता. रावण अपराजित नव्हता, पण इंद्रजित नेहमीच अपराजित राहिला होता. इतकंच नाही, तर निष्कुंभिकादेवीच्या मंदिरात अग्नीची शास्त्रोक्त पूजा केल्यानंतर तो ज्या युद्धात भाग घेईल, त्यात तो शत्रूचा वध करूनच परत येईल, असा वर त्याला मिळालेला होता. देवीच्या मंदिरात जर तो अग्नीची पूजा पूर्ण करू शकला नाही आणि पूजा अर्धी सोडूनच जर तो लढाईला गेला, तर मिळालेल्या या वरदानाचा उपयोग होणार नव्हता. रामाच्या पक्षात या वरदानाबद्दल बिभीषणाशिवाय कोणाला माहिती नव्हती. हे वरदान हे एक कौटुंबिक

गुपित होते. इंद्रजित जेव्हा युद्धात भाग घ्यायला जाण्यापूर्वी त्या देवीच्या मंदिरात अग्निपूजा करत होता, तेव्हा त्याला ती अर्धी सोडावी लागली, तरच रामाचा विजय शक्य होता. हे रहस्य बिभीषणानं रामाला सांगितलं. मग इंद्रजितला पूजा मध्येच सोडावी लागावी, म्हणून लंकानगरीच्या ज्या बाजूला निष्कुंभिकादेवीचं मंदिर होतं, ती नेमकी जागा बिभीषणानं सांगितली. मग लक्ष्मणानं आपल्या बाणांनी पूजेमध्ये विघ्नं उभी करून पूजा पूर्ण होऊ दिली नाही. अग्निपूजा शास्त्रोक्त विधीनं पूर्ण करण्यापूर्वीच लक्ष्मणाने आक्रमण केल्यामुळं इंद्रजिताला त्याचा प्रतिकार करण्यासाठी युद्धभूमीवर यावं लागलं. त्यामुळेच अजिंक्य अशा इंद्रजिताला लक्ष्मणाच्या हातून मृत्यू आला.

युद्धासाठी उभं राहतानाच लक्ष्मणाबरोबर उभ्या असलेल्या बिभीषणाला बघून इंद्रजिताला हा कट समजून चुकला होता. म्हणूनच तेव्हा त्यानं त्याच्या काकांना अतिशय कटू शब्द ऐकवले. आईकडून राक्षस, पण वडिलांकडून ब्राह्मण कुलात जन्मलेल्या तीन भावांपैकी बिभीषण सर्वांत लहान होता. या तीन भावांनी त्यांचा पिता विश्रवा याच्या पहिल्या पत्नीपासून झालेल्या पुत्राला – कुबेराला – मिळालेलं शौर्य आणि तेज आपल्यालाही मिळावं म्हणून जी तपश्चर्या केली, त्यानं प्रसन्न होऊन ब्रह्मदेवानं या तिघांनाही जे हवं असेल ते मागा, असं सांगितलं. बिभीषणानं वरदान मागितलं त्यात कसलंही, कुठलंही संकट आलं तरी मला धर्माचा मार्ग सोडण्याची बुद्धी होऊ नये, अशी इच्छा वरदानात प्रकट केली. यात पित्याकडून त्याच्यावरील झालेले संस्कार दिसून येतात; पण त्याचबरोबर बिभीषण जी दुसरी इच्छा व्यक्त करतो, त्यातून त्याला मातेकडून आलेले संस्कार दिसून आल्याशिवाय राहत नाहीत. कुठलाही अभ्यास न करताच मला ब्रह्मास्त्र वापरता येण्याची विद्या प्राप्त व्हावी, अशी मागणी बिभीषणानं केली आहे. ब्रह्मास्त्र ही शस्त्रविद्येतील सर्वोच्च विद्या आहे. कुठलीही विद्या श्रम केल्याशिवाय प्राप्त होऊ शकत नाही, असं श्रुतींमध्ये स्पष्ट लिहिलेलं आहे. असं असूनही बिभीषणानं हे श्रुतिवचन विसरून असा वर मागितला आणि ब्रह्मदेवानं त्याला तो दिलाही.

रामायणात बिभीषणाचा प्रथम उल्लेख अरण्यकांडात शूर्पणखा करते. रामावर मोहून गेलेली शूर्पणखा स्वत:चा परिचय करून देताना जे सांगते त्यात तिच्या तीन भावांची माहिती तिनं अशी सांगितली आहे – "रावण हा विश्रवामुनींचा मुलगा आहे. दुसरा भाऊ कुंभकर्ण अत्यंत शक्तिवान आहे आणि तिसरा भाऊ बिभीषण हा राक्षसांचे आचार-विचार पाळत नाही असा धर्मात्मा आहे." म्हणजे, बिभीषणाच्या पात्राची पहिली ओळखच तो राक्षसकुलातला असूनही राक्षसांच्या चालीरीती पाळत नाही, अशी होते. या माहितीचा पहिला अनुभव हनुमान जेव्हा अशोकवाटिकेत इंद्रजिताकडून पकडला गेला आणि भर सभेत रावणानं जेव्हा त्याला मारून टाकणार असल्याचं सांगितलं, तेव्हा आपल्याला होतो. रावणाला असं करण्यापासून

बिभीषण थांबवतो. हनुमान हे रामाचे दूत म्हणून लंकेत आले आहेत. तेव्हा दूताला मारून टाकणं, ही धर्माच्या आणि लोकाचाराविरुद्ध जाणारी राजनीती आहे, असं आपलं मत तो मांडतो.

त्याचबरोबर रावणाचा राग शांत करायला बिभीषण धूर्तपणानं असंही म्हणतो की, हनुमान लंकेचा अपराधी आहेच आणि त्याने राक्षसांच्या वधाचं पापही केलेलं आहे. पापी माणसाचा वध राजानं अवश्य केला पाहिजे. असं असलं तरी सत्पुरुषाच्या मते दूताचा वध हा अधर्म आहे. शिवाय, जर आपण या दूताला मारून टाकलं, तर तुमच्या अतुल्य शक्तिसामर्थ्याबद्दल रामाला कसं समजेल? हनुमानाने जाऊन त्याबद्दल रामाला सांगितलं की, मग अगदी थोड्याशा सैन्याच्या मदतीनंही त्या दोन राजकुमारांना पकडून कैद करणं तुम्हाला फारच सोपं होईल. बिभीषणाचं हे बोलणं रावणाला पटलं. (रावण हा हुशार राजनीतिज्ञ होता. दूताच्या बाबतीत लागू होणारे नियम हनुमानाला लागू पडू शकत नाहीत, ही साधी गोष्ट त्याच्या लक्षात कशी आली नसेल, असा प्रश्न यातून पडतो. हनुमान गुप्त वेशानं हेरगिरी करायला लंकेत शिरला होता. एवढंच नाही, तर त्याने कोणताही दूत कधी करणार नाही असा विध्वंस अशोकवाटिकेत केला होता. हे सर्व लक्षात घेता, हनुमानाला दूत म्हणता येणार नाही. रावणानं बिभीषणाचा हा युक्तिवाद कबूल केला, त्याला कदाचित त्याचा अहंकारच कारण असेल.)

सेतू बांधून होण्यापूर्वी रामाचं सैन्य समुद्रापलीकडच्या तीरावर होतं, तेव्हा युद्धाबद्दल चर्चा-विचारणा करण्यासाठी रावणानं आपले मंत्री, सेनापती आणि कुटुंबातील माणसांना एकत्र बोलावलं; त्या वेळी सीताहरणाबद्दल रावणाला दोष देणारा बिभीषण हा एकमात्र राक्षस नव्हता. कुंभकर्णानंही परस्त्री पळवून आणणं, हे अधम कृत्य आहे, असं रावणाला सुनावलं होतं. असं वाईट कृत्य करण्यापूर्वी रावणानं राक्षससभेत कोणालाही सांगितलं नव्हतं, तेव्हा आता केलेल्या दुष्कृत्याचे परिणाम भोगायला त्यानं तयार असलंच पाहिजे, असा टोमणाही कुंभकर्णानं मारला आहे. माल्यवान नावाच्या आणखी एका – रावणाच्या आजोळकडच्या – वृद्धानंही या युद्धापासून त्याला परावृत्त करण्याचा प्रयत्न केला आहे. युद्ध सुरू झालं त्यापूर्वी शुक आणि सारण नावाच्या दोन राक्षसांनीही रावणाला सर्वनाशापासून वाचायचं असेल, तर रामाबरोबर मैत्री करून टाकावी, असं सांगून पाहिलं आहे.

या सर्वांमध्ये बिभीषण जास्त हट्टाग्रही आणि कटू बोलणारा आहे. सर्वांत आधी राक्षससभेत त्यानंच नीतिशास्त्र तसंच युद्धाविषयीच्या वेगवेगळ्या शक्यतांचा उल्लेख करून या युद्धात पडण्यात अर्थ नाही, असं सांगून पाहिलं आहे. राम सामर्थ्यवान शत्रू तर आहेच, परंतु सीतेला पळवून आणून रावणानं अयोग्य कामही केलेलं आहे. तेव्हा युद्ध करण्याऐवजी रामाशी मैत्री करण्यातच रावणाचं आणि लंकेचं कल्याण

आहे, असं मत त्यानं निर्भयपणे व्यक्त केलं आहे. भर सभेत जाहीरपणे सांगितलेल्या या अभिप्रायाचा रावणावर काही परिणाम झाला नाही; हे हुशार, मुत्सद्दी बिभीषणाच्या लगेचच लक्षात आलं. दुसऱ्या दिवशी सभेत पुन्हा आणखी चर्चा-विचारणा होण्यापूर्वीच तो रावणाच्या महालात जाऊन पोहोचला आणि ज्या गोष्टी सगळ्यांसमोर सांगण्यासारख्या नव्हत्या, पण रावणाच्या कानावर घालणं अतिशय आवश्यक होतं, त्या सर्व गोष्टी त्यानं निर्भीडपणानं, मोकळेपणानं सांगितल्या.

लंकेत जे अपशकुन होत होते, ते अशुभाची सूचना देणारे होते आणि त्यामुळे प्रजा व सैन्यामध्ये चिंता होती. रावणाला या वस्तुस्थितीबद्दल कोणीही सांगितलेलं नव्हतं. ते सांगून, या निसर्गाकडून मिळणाऱ्या संकेतांकडे लक्ष देऊन रावणानं युद्धपिपासू होऊ नये, असं बिभीषणानं समजावलं. तरीही रावणानं त्याचं सांगणं मनावर घेतलं नाही. मग इतर राक्षसांनी त्याला युद्ध करण्यासाठी आणखी चिथावलं, तेव्हा भर सभेत बिभीषणानं रावणाला पहिल्यापेक्षाही जास्त स्पष्टपणे कठोर शब्द तिसऱ्यांदा ऐकवले आहेत. या वेळी रामाविषयी बिभीषणाला वाटणारा आदर आणि रावणाविषयी उघड व्यक्त करता न येणारी चीड दिसून येते. रामाचा प्रतिकार करू शकेल असं राक्षससभेत कोणीही नाही आणि खुद्द रावण तर व्यसनी, अविचारी आणि निष्ठुर स्वभावाचा आहे, म्हणून या राक्षससभेने रावणाला या युद्धासाठी पाठिंबा देऊ नये, असं आग्रहाचं प्रतिपादनही तो करतो. तो सर्वांना ठामपणे सांगतो की, देशाच्या आणि कुलाच्या रक्षणाच्या हिताचं जे असेल ते बोलून दाखवलं पाहिजे आणि तसं केलं पाहिजे.

बिभीषणाच्या या विचारांना इंद्रजित विरोध करतो. शिवाय असं म्हणून कुचेष्टाही करतो की, 'बिभीषण घाबरलेला आहे, पण मी निडर आहे.' त्यानंतर बिभीषण जे बोलला आहे, ते समजावून-समजावून थकून गेल्यावर मनाचा तोल ढळलेल्या माणसाचं बोलणं आहे. आत्तापर्यंत तर्कशुद्ध आणि मर्यादेत राहून बोलणारा बिभीषण भर सभेत डोके ताळ्यावर नसल्यासारखा इंद्रजिताचा अपमान करून म्हणतो, "अरे इंद्रजिता, तू मूर्ख आणि अविवेकी आहेस! तुझ्यासारख्या दुरात्म्याला तर मारूनच टाकलं पाहिजे. रामांना शरण गेलो नाही, तर आपण कोणीही लंकेत राहू शकणार नाही!"

बिभीषणाचं हे टोकाला जाऊन बोलणं ऐकल्यावर रावणानं प्रथमच बिभीषणाच्या विचारांशी आपण सहमत नाही, असं सांगितलं. त्याच्या सख्ख्या भावानं शत्रूची बाजू घ्यावी याचा त्यानं धिक्कार तर केलाच; परंतु रागानं असंही म्हटलं, "अरे कुलकलंक राक्षसा, धिक्कार असो तुझा! तुझ्याजागी दुसरं कोणी असं बोललं असतं, तर त्याला मी मृत्युदंडच दिला असता!" रावण असं म्हणाल्याबरोबर बिभीषण त्याच्या चार साथीदारांबरोबर सभेतून बाहेर पडला आणि जाताना म्हणाला, "रावणाचा अंतकाळ आता जवळ आला आहे. त्यामुळे मी जे त्याच्या हिताचं

बोलतो आहे, त्याकडे तो लक्ष देत नाही. रामांच्या हातून तुझा वध होऊ नये, या सद्हेतूनंच मी हे सर्व बोललो होतो. आता मी तुला सोडून जात आहे.'' असं म्हणून बिभीषण समुद्रापलीकडे राम त्यांच्या सैन्यासह होते तिकडे जाऊन पोहोचला.

ज्या तऱ्हेनं बिभीषणानं रामाच्या पक्षाला जाऊन मिळण्याचं ठरवलं, यावरून काही प्रश्न नक्कीच उभे राहतात. कुंभकर्णही रावणाच्या वागण्याला अधर्म मानत होता, तसंच तोही युद्ध करण्याच्या विरुद्धच होता. तरीही रावणाला आणि लंकेला धोका उभा राहिला असताना त्यांचं रक्षण करणं, हे आपलं कर्तव्य आहे, असं मनाशी ठरवून त्यानं युद्धात भाग घेतला.

महाभारतातील अशा दोन उदाहरणांशी येथे तुलना करता येईल. कुरुक्षेत्रात युद्ध सुरू होणार, अशी परिस्थिती उभी झाली तेव्हा मनानं बलराम त्याचा प्रिय शिष्य दुर्योधन याच्या बाजूनं होता. श्रीकृष्णाने पांडवांचा पक्ष घेतल्याचं कळल्यावर बलरामाने कृष्णाविरुद्ध जाऊन दुर्योधनाच्या पक्षाला मिळून युद्ध करण्याचा मार्ग पत्करला नाही. त्याने मनात आणलं असतं तर त्याने स्वत:चं सैन्य, शक्ती इ. कौरवपक्षाला दिलं असतं आणि जर तसं झालं असतं, तर कौरवांची शक्ती कितीतरी पटींनी वाढली असती. शिवाय नि:शस्त्र श्रीकृष्णालाही अर्जुनाचा सारथी होण्यात धर्मसंकट उभं झालं असतं. बलरामाने तसं केलं नाही. कृष्णावर त्याचा अतिशय जीव होता. कृष्ण संकटात सापडेल असं काही करण्यापेक्षा या युद्धापासून अलिप्त राहणंच त्याने पसंत केलं.

हस्तिनापुरात या महायुद्धाच्या बाबतीत विदुरही महाराज धृतराष्ट्राच्या बाजूनं नव्हता. धृतराष्ट्र वरकरणी युद्धाच्या विरुद्ध असल्याचं दाखवत असला तरी धूर्त, लुच्चेपणा करून काही झालं तरी पांडवांना त्यांचं राज्य परत न देण्याची त्याची इच्छा होती. युद्ध अटळ आहे असं दिसलं, तेव्हा विदुराने आपला विरोध प्रगट केला; परंतु त्या विरोधाचा काही उपयोग झाला नाही. असं झालं, तरी स्वत:ला जी न्यायाची आणि धर्माची बाजू वाटली, त्या पांडवपक्षाला जाऊन मिळण्याचा विचारही त्यानं केला नाही. तो हस्तिनापुराचा मंत्री होता, तेव्हा हस्तिनापुराचं रक्षण करणं, हे त्याचं प्रथम कर्तव्य होतं. ते कर्तव्य पार पाडता आलं नाही तरी प्रतिपक्षाला जाऊन मिळणं तर बरोबर नाहीच – जरी धर्म आणि न्याय त्या पक्षाकडे असला तरीही. कुलाबद्दलचं आणि देशाबद्दलचं आपलं कर्तव्य श्रेष्ठतम असतं आणि ते कर्तव्य विदुरानं निभावलं. बलरामासारखा तोही अलिप्त राहिला आणि त्यानं युद्धात भाग घेतला नाही.

कुंभकर्ण, बलराम आणि विदुर यांच्या या नेत्रदीपक उदाहरणांच्या तुलनेत बिभीषणाची पक्ष बदलण्याची कृती विचार करण्यासारखी आहे. बिभीषणाचं व्यक्तिमत्त्व महान होतं असं दाखवण्यासाठी तो धर्मात्मा होता, देवभक्त होता, तसंच सत्यानं आणि नीतीनं वागणारा होता, असं म्हटलं जातं. प्रभूला शरण जाणं, हेच

भक्तांसाठी अंतिम ध्येय असतं, असंही रामकथेचे भक्त आणि संतजन म्हणतात, तेही खरं. पण हे वागणं जर योग्य मानायचं, तर मग बलराम किंवा विदुरानं जे केलं, त्याबद्दल काय म्हणता येईल? बलरामासमोर तर श्रीकृष्ण होता आणि कृष्ण हा परमात्म्याचा अंशच होता, असं म्हणून त्याने कृष्णाबरोबर पांडवांच्या बाजूनं लढायला हवं होतं. तसं तर झालं नाहीच, परंतु भीमानं जेव्हा अधर्माचरण करून दुर्योधनाच्या जांघेवर गदेचा प्रहार केला; तेव्हा कृष्णाच्या उपस्थितीतच अधर्मानं प्रहार करणाऱ्या भीमाच्या अंगावर तेथे येऊन पोहोचलेला बलराम संतापानं धावून गेला होता. विदुराबद्दलही असंच म्हणता येईल. या सर्व गोष्टींचा विचार केला, तर बिभीषणाच्या वागण्यातली भिन्नता खुपणारी आहे, हे लक्षात घेतलं पाहिजे.

बिभीषण जेव्हा रामाच्या छावणीत पोहोचला आणि आपण रामाला शरण आलो आहोत, असं त्यानं सांगितलं; तेव्हा बिभीषणाच्या अशा येण्याचं हनुमानाने जे मूल्यमापन केलं आहे, ते थक्क करणारं आहे. बिभीषणाचा शरणागत म्हणून स्वीकार करावा की नाही याबद्दल राम त्याच्या वानर साथींबरोबर खासगी सल्लामसलत करतो; तेव्हा बिभीषणाच्या या शरण येण्यामागचं खरं कारण काय असू शकेल, याबद्दल हनुमान अतिशय धूर्त मुत्सद्दीपणाचा, परंतु अत्यंत वास्तव असा विचार मांडतो. हनुमान म्हणतो, ''वालीचा वध केल्यानंतर रामाने सुग्रीवाला राज्याभिषेक केला होता. ते समजल्यावर बिभीषण राज्य मिळविण्याच्या लालसेनं, खूप हिशोबीपणानं रामाच्या पक्षात सामील व्हायला आला असेल, असं वाटतं. काबीज केलेला प्रदेश आपल्याला ताब्यात ठेवण्याची हाव रामाला नाही. जिथल्या मूळ राजाचा वध करून ते राज्य मिळवतात, ते स्वतःच्या ताब्यात न ठेवता पराभव झालेल्या राजाच्या वारसदारालाच सोपवून देतात. हे किष्किंधेमध्ये वालीवधानंतर रामाने काय केलं त्यावरून स्पष्ट होतं. या घटनेचा हिशोबीपणानं विचार करून बिभीषणानं लंकेच्या या युद्धात जर रावण आणि इतर राक्षस मरण पावले, तर लंकेचं राज्य राम आपल्यालाच देतील, या लालसेनं रामाकडे आश्रय घेतला असावा.'' बिभीषणाच्या मनात असं काही होतं की नाही, याबद्दल वाल्मीकींनी यापूर्वी आपल्याला कुठेच काही सांगितलेलं नाही. असं असलं, तरी हनुमानाचा हा होरा बरोबर होता, असं दाखवणारी बिभीषणाच्या मनातली प्रबळ इच्छा नंतर प्रकट होते, हे खरं आहे. युद्ध सुरू असताना इंद्रजिताच्या नागपाशानं जखडून जाऊन राम आणि लक्ष्मण दोघेही मृतवत् पडले होते, तेव्हा बिभीषणानं जो शोक व्यक्त केला आहे, तो अशा अर्थाचा आहे –

''ज्यांच्या शक्ती आणि पराक्रमाच्या आश्रयानं मी लंकेच्या राजसिंहासनावर आरूढ होण्याची अभिलाषा मनात धरली होती, ते दोघेही पुरुषश्रेष्ठ इथं मृत्यूच्या दारात पडले आहेत. मी आता जिवंत असून मेल्यासारखाच आहे, कारण मला राज्याभिषेक होईल, हे माझे मनोरथ नष्ट झाले आहेत!''

युद्धकांड : सर्ग-५०/१८-१९ मधील बिभीषणाच्या तोंडचं हे वक्तव्य; रामाच्या आश्रयाला येताना त्याच्या मनात खोलवर काय इच्छा होती, त्याचा संकेत देतं. हे शक्य आहे की, लंका सोडून येताना त्याच्या मनात असा काही अगदी ठोस विचार नसेलही आणि पुढे जे-जे घडलं, त्यात रामाने त्याला राज्याभिषेक करून त्याच्या मनातली ही सुप्त इच्छा पूर्ण केली – असं झालं असेल.

हनुमानाने जी शंका व्यक्त केली आहे, बिभीषणाबरोबरच्या पहिल्याच भेटीत रामानं त्या शंकेचं समर्थन केलं आहे. रामानं भेटण्याचं कबूल केल्यावर जी पहिली भेट झाली, त्या वेळी लगेचच रामाने बिभीषणाला रावणाचा वध केल्यानंतर लंकेचं राज्यपद देण्याचं आमिष दाखवलं होतं. एवढंच नाही, तर आज आपण ज्याला Government in exile म्हणजे देशाबाहेर राहून तेथून कायदेशीर शासन करणारं सरकार म्हणतो, त्या सिद्धांताप्रमाणे रामाने त्याला तिथल्या तिथेच लंकेच्या सिंहासनाचा राज्याभिषेकही करून टाकला. लंकेचा राजा आता रावण नसून बिभीषण आहे, असं म्हणून रामाने समांतर सरकाराच्या या सिद्धांताचा स्वीकार केला. बिभीषणानं जर अशा राज्यारोहणाचा स्वीकार केला नसता, तर सहेतुक निघून येण्याचा जो आरोप बुद्धिवाद्यांनी त्याच्यावर केला आहे, त्यातून तो वाचला असता. मग असं ठामपणे सहज म्हणता आलं असतं की, तो निव्वळ रामाबद्दल आदर व भक्ती होती म्हणून रावणाच्या अधार्मिक वागणुकीला कंटाळून, धर्माचा विजय व्हावा म्हणून रामाच्या पक्षात आला होता आणि तो पूर्णतया सच्चा, स्वच्छ मनाचा धर्मात्मा होता.

असं असलं, तरी बिभीषणाच्या बाजूनं एवढं तरी नक्कीच म्हटलं पाहिजे की, जोपर्यंत तो लंकेत राहिला तोपर्यंत त्यानं रावणाला समजावण्याचा प्रयत्न केला. त्यानं युद्ध टाळण्यासाठी जे प्रयत्न केले, त्यात त्याच्या मनात राक्षसकुलाचं आणि लंकेच्या राज्याचं हित अवश्य होतं. तोपर्यंतच्या त्याच्या कुठल्याही वागणुकीत लोभाची किंवा कपटाची राजनीती दिसत नाही, हे तर खरंच. सीतेला पळवून आणण्यापूर्वी रावणानं कुबेराकडून त्याचं पुष्पक विमान बळकावलं होतं आणि त्या विमानातून एकाच वेळी अनेक स्त्रियांना पळवून आणलं, तेव्हाही बिभीषणानं त्याला दोष दिलाच होता. त्यानं म्हटलं होतं की, रावणाचं इतरांच्या बायका अशा पळवून आणण्याचं हे कृत्य पापकर्म आहे, विनाशक आहे, संकटात टाकणारंही आहे. मात्र, याहून जास्त विशेष सक्रिय विरोध त्यानं केला नव्हता. तसा तो न करण्याचं कारण कदाचित हेही असेल की, त्या वेळी त्या पळवून आणलेल्या स्त्रियांसाठी अटीतटीचं युद्ध करण्यासाठी कोणी धावून आलं नव्हतं.

रामाचा विश्वास संपादन केल्यावर बिभीषणानं आपल्या स्वामिनिष्ठेचा पुरावा लगेचच दिला. रामाने लंकेचा भूगोल, तसंच लष्कराची व्यूहरचना याविषयी विचारलेल्या प्रश्नांची उत्तरं म्हणून त्यानं जी माहिती दिली; ती हनुमानाने यापूर्वी

लंकेत जे बघितलं होतं, त्याच्याशी मिळतीजुळती होती. रामाच्या सेनेमध्ये वानररूपानं घुसलेले रावणाचे दोन गुप्तहेर – शुक आणि सारण यांना बिभीषणानंच मायावी शक्तीनं ओळखून त्यांची हकालपट्टी करवली होती. युद्ध सुरू असतानाही बिभीषण रामाशी पूर्णपणे एकनिष्ठ राहिला आणि स्वत:च्या जातीच्या राक्षसांचा, स्वत:च्या कुटुंबीयांचा संहार करण्यातही त्यानं कच खाल्ली नाही.

युद्ध सुरू असताना एकदा राम-लक्ष्मणांसकट सर्व वानरसेना बेशुद्ध होऊन पडली होती, तेव्हा बिभीषणानं त्यातून मार्ग काढला. या संकटातून बाहेर आणण्यास फक्त हनुमानच समर्थ आहे, अशी माहिती जखमी जांबुवानाकडून मिळवली आणि हनुमानाला हिमालयावर पाठवून औषधी मिळवल्या. इंद्रजितानं त्याच्या मायावी शक्तीनं कृत्रिम सीता निर्माण करून तिचा वध केला, तेव्हा तो सीतावध खरा समजून राम आणि लक्ष्मण अतिशय शोकमग्न झाले. त्या वेळी बिभीषणानंच त्याच्या स्वत:च्या मायावी शक्तीनं हा सीतावध मायावी आहे, हे जाणून घेऊन राम-लक्ष्मणांचं सांत्वन केलं.

वालीवधानंतरच्या सुग्रीवाच्या वागणुकीशी जरा तुलना करून बघण्यासारखी रावणाच्या वधानंतरची बिभीषणाची वागणूक आहे. वाली मृत्यू पावला, तेव्हा सुग्रीवाच्या मनाची चलबिचल होऊन तो अतिशय व्यथित झाला. त्याच्या स्वत:च्या राज्यलोभानं तो भावाच्या मृत्यूला कारण झाला याचा त्याला पश्चात्ताप आणि शोक झाला. "हे राज्य मला आता नकोच. वालीबरोबरच अग्निप्रवेश करून मला मरून जायचंय." असंही तो म्हणतो. श्रीरामानं बराच वेळ समजावल्यावर तो शांत होतो. रावणवधानंतर बिभीषणाची वागणूक याच्याहून अगदी वेगळी आहे. तो सांगत होता ते रावणानं ऐकलं नाही म्हणून त्याचा नाश झाला, असा नकळत का होईना, त्यानं जणू टोमणा मारलेला आहे. एवढं कमी होतं म्हणून की काय, रावणाचे अंत्यसंस्कार करण्यालाही तो नकार देतो. बिभीषण म्हणतो की, रावण क्रूर, निष्ठूर, खोटं बोलणारा आणि परस्त्रियांशी संबंध ठेवणारा होता. तेव्हा त्याचा अग्निसंस्कार करणं मला योग्य वाटत नाही. सर्वांचं अकल्याण करणाऱ्या रावणाला मी माझा भाऊ मानत नाही, तर शत्रू मानतो. तो माझ्याहून वयानं मोठा असला तरी मी त्याला मान द्यावा, अशी त्याची लायकी नाही. (युद्धकांड : सर्ग-१११/९३-९४) आश्चर्याची गोष्ट ही की, यानंतर लगेच दुसऱ्या श्लोकात असं लिहिलं आहे, 'बिभीषणाचं हे बोलणं ऐकून राम अतिशय प्रसन्न झाले.' अर्थात राम पुढे लगेचच असंही म्हणाले, "बिभीषणा, जे तुझ्या हिताचं असेल, तेच मी तुला सांगितलं पाहिजे. आपलं कोणाशी असलेलं वैर त्याच्या मरणाबरोबरच संपतं (मरणान्तानि वैराणि) आणि रावण आता मरण पावलेला आहे. तेव्हा आता त्याच्याशी शत्रुता ठेवणं शोभत नाही, म्हणून तू आता त्याचा अग्निसंस्कार कर." रामाने असं समजावल्यानंतरच बिभीषणानं रावणाचे

अंत्यसंस्कार केले. रावणाचा अंत्यसंस्कार झाल्यावर बिभीषणानं विधिवत् सत्ताग्रहण केलं.

बिभीषणाच्या मनात राम आणि सीता यांच्याबद्दल आधीपासूनच भक्तिभाव व आपुलकी होती, यात शंकाच नाही. अशोकवाटिकेत हनुमान जेव्हा सीतामाईंना प्रथम भेटतो, तेव्हा सीतामाई जे बोलल्या, त्यात पुढीलप्रमाणे उल्लेख आहे –

''बिभीषणानं मला परत पाठवून देण्यासाठी रावणाला खूप समजावलं होतं; परंतु रावणानं त्याचं काहीही ऐकलं नाही. बिभीषणाची पत्नी सरमा हिनं कला नावाच्या तिच्या मुलीला पाठवून मला हे सगळं कळवलं होतं.'' (सुंदरकांड : ३७/८-११)

युद्ध सुरू होण्यापूर्वीच्या दिवसांत बिभीषणानं रावणाला समजावण्याचा प्रयत्न केला, हे खरं आहे; परंतु अशोकवाटिकेत जे घडलं, त्याआधी बिभीषण आणि रावण यांच्यात काही बोलणं झालेलं रामायणात दिलेलं नाही. असं असलं, तरी सीतेच्या या सांगण्याचा अर्थ असाच होतो की, रावणानं सीतेचं अपहरण केल्याचा विरोध बिभीषण धर्मानं आणि निष्ठेनं तर करत होताच; परंतु रावणाच्या रागाचा धोका पत्करूनही अशोकवाटिकेत सीतेला सांत्वनाचे चार शब्द कळवत होता. बिभीषणाच्या बाजूनं विचार करून ही गोष्टही लक्षात घेतली पाहिजे.

अयोध्येला रामाच्या राज्याभिषेकप्रसंगी बिभीषण उपस्थित होता, तसंच त्यानंतर अश्वमेध यज्ञाच्या वेळीही उपस्थित होता. यज्ञासाठी येणाऱ्या ऋषी-मुनींच्या सत्काराची महत्त्वाची जबाबदारी रामाने बिभीषणावर सोपवली होती. एकदा तर पुन्हा लंकेला जाऊन राज्याची जबाबदारी सांभाळण्यापेक्षा उरलेलं आयुष्य रामाच्या सान्निध्यात घालवण्याची इच्छाही त्यानं बोलून दाखवली होती. परंतु तुझ्या आयुष्याचं कर्तव्य लंकेचं राज्य सांभाळणं हे आहे, असं सांगून रामाने त्याला परत पाठवलं होतं. एवढंच नाही, तर या विश्वात ज्यांना चिरंजीव म्हणून स्थान मिळालं आहे, अशा विरळा व्यक्तींमध्ये बिभीषणाला स्थान मिळेल आणि जोपर्यंत चंद्र-सूर्य आहेत तोपर्यंत बिभीषणाचं नाव जगात राहील, असा आशीर्वादही रामानं त्याला दिला आहे.

धर्म आणि अधर्म यांच्यापैकी कशाचं पालन करावं, असं धर्मसंकट उभं राहतं; तेव्हा माणूस स्वत:चंच हित किंवा फायदा याचा किती त्याग करू शकतो, तसंच जे काही मिळेल त्याबद्दल किती निर्हेतुक, अलिप्त भाव राखू शकतो, यावर त्याच्या वर्तणुकीचं खरं मूल्यमापन होऊ शकतं. बिभीषणानं युद्धाआधीच, मदतीच्या बदल्यात देण्यात आलेला राजमुकुट जर स्वीकारला नसता, तर आज त्याच्या व्यक्तिमत्त्वावर जे आक्षेपांचे चरे पडले आहेत, ते पडले नसते. रावणाच्या वधानंतर एक अटळ कर्तव्य म्हणून रामाच्या आज्ञेनं त्यानं जर लंकेची सत्ता सांभाळली असती, तर रामाबद्दलच्या त्याच्या निर्हेतुक भक्तिभावाबद्दल किंवा त्याच्या उच्च कोटीच्या धर्मभावनांबद्दल कोणाला काही म्हणता आलं नसतं.

■

लक्ष्मण

बालकांडापासून उत्तरकांडापर्यंत सात कांडे आणि सगळे मिळून चोवीस हजार श्लोक. एवढ्या मोठ्या महाकाव्यात फक्त दोनच व्यक्ती अशा आहेत, ज्या बालकांडाच्या सुरुवातीपासून उत्तरकांड संपेपर्यंत घडणाऱ्या सर्व घटनांमध्ये आहेतच. या दोन व्यक्तींची नावं आणि चरित्ररेखा यामध्ये अर्थात फरक आहे. परंतु एका दृष्टीनं पाहिलं, तर या दोन्हींपैकी दुसरी व्यक्ती पहिल्या व्यक्तीच्या आयुष्यात जणू आत्मसातच होऊन गेली आहे किंवा निव्वळ सावली होऊन ती विलीन झाली आहे. या दोन व्यक्ती म्हणजे राम आणि लक्ष्मण. या दोघा भावांनी बालकांडाच्या सुरुवातीलाच जवळजवळ एकाच वेळी जन्म घेतला आहे आणि उत्तरकांडाच्या शेवटी जवळजवळ एकाच वेळी ते कालवश झाले आहेत. लक्ष्मणाचा जन्म रामाच्या जन्मानंतर लगेचच झाला असणार; कारण दोघांच्या मातांना एकाच वेळी गर्भधारणा झालेली आहे. या दोघांमध्ये वयाच्या दृष्टीनं अगदी थोड्या दिवसांचंच अंतर असणार, असं खात्रीनं म्हणता येईल. ते दोघे कालवश झाले तो कालावधी बघितला, तर रामानंतर काही दिवस उशिरा लक्ष्मण जन्मला होता. त्याउलट, रामाच्या आधीच थोडे दिवस तो मृत्यू पावला आहे. म्हणजे राम आधी जन्मला खरा, पण मृत्यू मात्र लक्ष्मणालाच आधी आला.

विशेष लक्षात घेण्यासारखी आणखीही एक गोष्ट आहे, ती अशी की, सुरुवातीपासून शेवटपर्यंत संपूर्ण कथेमधील सर्व ठिकाणी, सर्व प्रसंगांमध्ये असूनही लक्ष्मणाच्या तोंडी वाल्मीकींनी अतिशय थोडे संवाद घातले आहेत. संपूर्ण बालकांडात लक्ष्मण एक शब्दही बोललेला नाही. रामाला जेव्हा वनवासाला पाठवायचं ठरतं, तेव्हा चिडून-संतापून काही बोलत लक्ष्मणाचा प्रथमच प्रवेश होतो. अयोध्याकांडाच्या २१ व्या सर्गात लक्ष्मण त्याच्या व्यक्तिमत्त्वाचं खरं स्वरूप दाखवत असावा, असा शौर्य आणि आवेशपूर्ण रूपात कथानकात दाखल होतो.

यापूर्वी महर्षी विश्वामित्र जेव्हा त्यांच्या यज्ञाच्या रक्षणासाठी राजा दशरथाकडे रामाची मदत मागतात, तेव्हा लक्ष्मण रामाबरोबर गेला आहे. विश्वामित्रांनी त्याला पाठवायला सांगितलं नव्हतं. एवढंच नाही, तर विश्वामित्रांनी जेव्हा शस्त्राभ्यास शिकविण्यासाठी रामाला दीक्षा दिली, तेव्हा त्या दीक्षाविधीतही लक्ष्मणाचं नाव कोठेही येत नाही. रामाच्या सांगण्यावरून विश्वामित्रांच्या यज्ञाचं रक्षण लक्ष्मण करतो. तसंच त्राटिकेचे नाक-कानही त्यानेच कापले आहेत. परंतु विश्वामित्रांनी त्याला केव्हाही दीक्षा दिल्याचं किंवा रामाबरोबरच शस्त्रज्ञान दिल्याचं स्पष्टपणे लिहिलेलं नाही. जी शस्त्रं रामाला दिली गेली, ती सजीव होऊन रामाशी बोलली, असं महाकवी वाल्मीकींनी लिहिलं आहे. त्या दिव्य शस्त्रांनी प्रसन्न मनानं रामाला प्रणाम केला आणि असं सांगितलं की, ''रामा, आजपासून आम्ही आपणास वश झालो आहोत.'' म्हणजे शस्त्रांवरचं आधिपत्य रामालाच मिळालेलं आहे. सुरुवातीपासूनच लक्ष्मण जसा काही ज्येष्ठ बंधू रामात आत्मसात झालेला आहे आणि राम असला म्हणजे लक्ष्मण बरोबर असणारच, तेव्हा त्याचा वेगळा उल्लेख करणं शक्य नाही, असं अभिप्रेत होतं. म्हणजे लक्ष्मणाला स्वतंत्र व्यक्तिमत्त्व असूनही जेथे रामाचा संदर्भ आहे, तेथे तो केवळ सावली होऊनच राहिला आहे.

पित्यानं रामाला राज्याभिषेक करण्याऐवजी वनवासाला जायला सांगितलं, हे समजल्यावर लक्ष्मण अत्यंत प्रक्षुब्ध झाला. त्याला स्वत:ला जो अन्यायच किंवा अधर्म वाटेल त्याविरुद्ध रागानं आणि निंदा करत मोठ्यानं बोलून विरोध व्यक्त करायचा, हे लक्ष्मणाच्या स्वभावातलं डोळ्यांत भरणारं वैशिष्ट्य आहे. रामाबद्दल त्याच्या मनात अनन्य प्रेम आणि भक्तिभाव आहे. कितीही अमाप राग आला असला तरीही रामाच्या एकदा सांगण्यानं लक्ष्मण नेहमी शांत होतो. राम त्याचं मत जेव्हा प्रथम व्यक्त करतो, तेव्हा ते लक्ष्मणाच्या मनाविरुद्ध असलं तरी मग तो स्वत:चं विरोधी मत व्यक्त करत नाही. उत्तरकांडात राम जेव्हा सीतेचा त्याग करतो आणि सीतेला आधी न सांगताच तिला गंगेच्या किनाऱ्यावर एकटीला सोडून येण्याचं काम लक्ष्मणावर सोपवतो; तेव्हा लक्ष्मण अत्यंत दु:खी होतो. सारथी सुमंत याच्याशी बोलताना तो सीतेचं पावित्र्य आणि त्याचा स्वत:चा विषाद दोन्हींबद्दल बोलतो. लक्ष्मण म्हणतो की, केवळ अयोध्येतल्या लोकांच्या बोलण्यावरून अशा तऱ्हेनं सीतामाईंचा त्याग करणं, हे अतिशय निर्दय वागणं आहे; परंतु तसं तो रामाला म्हणत नाही.

याउलट, उत्तरकांडात दुसरा एक असा प्रसंग आहे, जेव्हा भरतानं रामाच्या इच्छेविरुद्ध असलेलं आपलं मत स्पष्ट शब्दांमध्ये व्यक्त केलं आहे. रामाची इच्छा राजसूय यज्ञ करण्याची होती, परंतु हा यज्ञ करण्यापूर्वी पृथ्वीवरच्या सर्व राजांशी युद्ध करून त्यांचा पराभव करावा लागतो. त्यामुळे यामध्ये संहार अटळ असतो. असा निरर्थक संहार करून प्रतिष्ठा वाढविण्यासाठी राजसूय यज्ञ करणं रामासारख्या

धर्मनिष्ठ माणसाला शोभत नाही, असं भरत ठामपणे सांगतो आणि भरताचं हे म्हणणं मान्य करून राजसूय यज्ञ करण्याचा विचार राम सोडूनही देतो. लक्ष्मण मात्र भरतासारखं असं कधीही करत नाही. सीतेचा त्याग करण्याच्या वेळीही तो सुमंतासमोर क्षणभर विषाद व्यक्त करतो; परंतु मग लगेच पुढे असंही म्हणतो की, सीतेच्या विरहानं रामाला कसं वाटेल याचीच मला तरी काळजी वाटते. म्हणजे सीतेला टाकून देण्यानं जास्त दु:ख सहन करणं, तर निर्दोष सीतेच्या नशिबी येणार होतं. तरीही वास्तव माहीत असूनही लक्ष्मण व्याकूळ आणि चिंताग्रस्त मात्र रामासाठीच होतो.

लक्ष्मणाबद्दल पूर्ण आदरभाव असूनही येथे बिभीषण आणि कुंभकर्णाचं एका बाबतीत रावणाबरोबरचं वागणं एकदा बघण्यासारखं आहे. रावणानं सीताहरण करून रामाबरोबर शत्रुत्व उभं केलं, हे बिभीषण आणि कुंभकर्ण दोघांनाही पटलं नव्हतं. त्या दोघांनीही थोरल्या भावाचा मान राखूनही आपला विरोध नोंदवला होता. विरोध दर्शविल्यानंतर या दोन भावांनी वेगवेगळे मार्ग पत्करले, ही गोष्ट वेगळी आहे; पण स्वत:ला जे न्याय्य आणि धर्माला धरून वाटतं, ते उघडपणे सांगणं या दोघाही भावांना महत्त्वाचं वाटतं. लक्ष्मणाने असं कधीही केलं नाही.

दशरथराजानं रामाला वनवासाला जायला सांगितलं, तेव्हा लक्ष्मणाने निंदा करत, दोष देत मोठ्यानं राग व्यक्त केला आहे. राजाला कैदेत टाकून किंवा त्याचा वध करूनसुद्धा रामाने राज्य ताब्यात घ्यावं, असंही त्या वेळी म्हटलं आहे. राजा दशरथाची बुद्धिक्षमता वार्धक्यामुळे लोप पावली आहे आणि ते कामलोलुप होऊन कैकेयीसारख्या स्त्रीमध्ये गुरफटले आहेत, त्यामुळे त्यांना विवेक राहिलेला नाही, अशी चीडही त्याने व्यक्त केली आहे. राम त्याचा राग शांत करतो. तसंच त्याला सांगतो, "लक्ष्मणा, माझ्या राज्याभिषेकात हे जे काही विघ्न आलं आहे, ते दैवाधीन आहे. त्यात कैकेयीचा किंवा पिताश्रींचा दोष नाही. कोणतीही घटना जेव्हा आपल्याला समजू शकत नाही, तेव्हा त्याचं कारण आपलं नशीब असतं. म्हणून नशिबाला दोष देणं योग्य नाही. वडिलांच्या आज्ञेचं पालन करणं, हे माझं कर्तव्य आहे."

लक्ष्मण थोरल्या भावाच्या या दैववादी विचारांना कडवा विरोध करतो. तो म्हणतो की, फक्त मनानं दुबळे लोकच दैववादासारख्या तुच्छ गोष्टींवर विश्वास ठेवतात आणि समर्थ मनाचे वीरपुरुष असं बोलत नाहीत. (दैव कल्पनेचा विरोध करणाऱ्या लक्ष्मणाने उत्तरकांड सर्ग-५०/४ मध्ये जड मनानं दैवाचा स्वीकारही केला आहे. वाढत जाणारं वय आणि येत जाणाऱ्या अनुभवांमुळे माणसाला दैवाधीनतेचं अटळपण स्वीकारण्याचं शहाणपण येतं, हे येथे दिसून येतं.) सीतेला वनात सोडून परत येत असताना सुमंताला लक्ष्मण म्हणतो की –

व्यक्तं दैवादहं मन्ये राघवस्य विनाभवम् ।
वैदेह्या सारथे नित्यं दैवं हि दुरतिक्रमम् ।।

म्हणजे, रामांना आता हा जो सीतेचा वियोग झाला आहे, त्याचं कारण फक्त दैवच आहे आणि दैवात जे असेल, ते टळणं अशक्य आहे

म्हणजे, लक्ष्मणाने आयुष्याच्या सुरुवातीला तरुणपणी ज्या दैव कल्पनेबद्दल तुच्छतेचे उद्‌गार काढले आहेत; त्याच कल्पनेची अटळ शक्ती आयुष्याच्या उत्तरार्धात नम्रपणे स्वीकारली आहे. ही गोष्ट लक्षात घेण्यासारखी आहे.

रामायणातील सर्व घटनांमध्ये रामाच्या पाठोपाठ सगळ्यात जास्त महत्त्वाची सक्रिय भूमिका लक्ष्मणाचीच राहिली आहे. असं असूनही रामायणात त्याच्या तोंडी मात्र बोटांवर मोजता येतील इतक्यांदाच संवाद आहेत. त्यातही बरेचसे संवाद लक्ष्मण रागावून, आवेशानं बोलला आहे. अयोध्येच्या राजवाड्यात रामावरच्या भक्तीपोटी त्याने पित्याचा वध करण्याइतका राग बोलून दाखवला आहे आणि नंतर वनवासाला निघताना त्याने रामाला असं म्हटलंही आहे की, तुम्हीच माझे माता, पिता आणि सर्वस्व आहात. पित्यानं फक्त रामालाच वनवासाला पाठवलं असतानाही लक्ष्मणानं तो वनवास स्वत:साठीच असावा असा स्वीकारला आहे. रामाने वनवासाला जाण्यापूर्वी सीतेला भेटून निरोप घेतला, पण मग सीतेला स्वत:बरोबर घेऊन जाण्यासाठी तयार झाला आणि त्यानंतर तो कौसल्येलाही भेटला आहे. पण लक्ष्मणाने असं केलं नाही. पत्नी ऊर्मिलाकडे जाऊन तिला 'मी जातो आहे', एवढंही सांगितलं नाही. सुमित्रेकडेही त्याने परवानगी मागितली नाही; फक्त आपण रामाबरोबर जात असल्याचं सांगितलं आहे. सुमित्रेनंही लक्ष्मणाच्या या अनन्य रामभक्तीचा एक वस्तुस्थिती म्हणून स्वीकार केलेला आहे आणि लगेचच त्याला आशीर्वादही दिले आहेत. शिवाय वनवासात असताना राम आणि सीता यांची सेवा कर, त्यांच्या ठायीच माता-पित्याला बघ, असंही सांगितलं आहे. लक्ष्मणानं याचं तंतोतंत पालन केलं आहे. फळं, फुलं घेऊन येण्यापासून पर्णकुटी बांधण्यापर्यंत सर्व कामं लक्ष्मणानं विशेष काही करत असल्याचा आव न आणता अप्रतिम समर्पणभावनेनं केली आहेत.

चित्रकूट पर्वतावर राहत असताना जेव्हा भरत भेटायला येतो तेव्हा पुन्हा एकदा लक्ष्मणाचं कठोर आणि तेजस्वी बोलणं ऐकू येतं. पर्णकुटीजवळच्या एका वृक्षाच्या फांदीवरून त्याने जेव्हा बघितलं की, समोरून येत असलेल्या सैन्याच्या समोर अयोध्येचा राजध्वज फडकतो आहे, तेव्हा भरताचा वध करायला तो ताबडतोब तयार होतो. भरत अयोध्येचा राजा झाला आणि आता अरण्यात येऊन रामाला मारून टाकायचा त्याचा विचार असेल, याशिवाय दुसरी काही शक्यता लक्ष्मणाला सुचतच नाही! ज्याच्याबद्दल आपल्या मनात अत्यंत प्रेम असेल, त्याच्या हिताची इच्छा करत असताना आपलं मन असाच विचार करतं. लक्ष्मण असंही स्वप्न मनोमन बघत असतो की, भरत-कैकेयीसहित सर्व परिवाराचा वध

करून रामाला अयोध्येचा राजा म्हणून पुन्हा स्थापित करावं.

येथे एक गोष्ट लक्षात घेतली पाहिजे की, रामावरच्या उत्कट प्रेमापायी रामाविरुद्ध कोणी काही करत आहे, अशी तिळमात्र शंका आली तरी भावंडं किंवा आई-वडिलांचाही वध करायला लक्ष्मण त्या क्षणीच तयार होतो. त्याच्या अशा उग्र, तापटपणाच्या वर्तना क्षणी कमालीचं समतोल मन ठेवून लक्ष्मणाच्या लक्षात राम हे आणून देतो की, भरताच्या अशा या अनपेक्षित येण्यामागे दुसराही काही हेतू असू शकेल. कमालीच्या विश्वासानं राम त्याला सांगतो की, भरत येथे काही घेण्यासाठी नाही, तर राज्य परत देण्यासाठीच येत असेल आणि तुला जर ते राज्य हवं असेल, तर मी सांगितल्यावर भरत नक्की ते देऊन टाकेल. रामाने अशी समजूत घातल्यावर लक्ष्मण पुन्हा शांत होतो.

लक्ष्मणाच्या हुशारीची एक चुणूक इथं बघायला मिळते. अरण्यात कोठेही हरवू नये आणि पर्णकुटीचा रस्ता चुकू नये, म्हणून जाण्या-येण्याच्या मार्गावर गवताचे किंवा कापडाचे तुकडे वृक्षांच्या फांद्यांवर लटकवून लक्ष्मणाने रस्ता दाखवणाऱ्या खुणा तयार केल्या होत्या. हल्लीच्या दिवसांत आपण ज्याला मैलाचा दगड किंवा नावाची पाटी म्हणतो, तशी ही व्यवस्था त्या युगात घनदाट अरण्यातही लक्ष्मणानं केली होती, ही लक्षात घेण्यासारखी गोष्ट आहे.

वनवासाच्या काळात पंचवटीमध्ये शूर्पणखेचा प्रसंग घडतो, त्या वेळची लक्ष्मणाची वर्तणूक बघण्यासारखी आहे. राष्ट्रकवी मैथिलीशरण गुप्त यांनी त्यांच्या 'पंचवटी' या खंडकाव्यात असं दाखवलं आहे की, शूर्पणखेचा प्रसंग सरत्या रात्री झाला होता आणि पर्णकुटीबाहेर पहारा देणाऱ्या लक्ष्मणाला बघून शूर्पणखेला प्रथम त्याचं आकर्षण वाटलं. वाल्मीकींच्या मूळ कथेप्रमाणे शूर्पणखा दिवसाच आली होती आणि प्रथम तिला रामाचं आकर्षण वाटलं होतं; म्हणून रामाजवळ जाऊन तिनं प्रेमयाचनाही केली होती. तिनं स्वत:चा परिचय कुमारिका म्हणून करून दिला, असं तुलसीदासांनी लिहिलं आहे. परंतु वाल्मीकींच्या लिहिण्याप्रमाणे ती विधवा झालेली होती. येथे कधी कधी रामायणाच्या अभ्यासकांसाठी एक प्रश्नही उपस्थित होतो. रामानं शूर्पणखेला नकार देऊन तिला लक्ष्मणाकडे पाठवून दिली; एवढंच नाही, तर त्याचं स्वत:चं तर लग्न झालेलं होतं. पण लक्ष्मण अविवाहित आहे, असं त्यानं सांगितलं होतं. येथे 'कृतदार' आणि 'अकृतदार' या शब्दांचा उपयोग केला आहे. रामाने लक्ष्मण अविवाहित आहे असं का सांगितलं, असा साहजिकच प्रश्न पडतो. राम कधीही खोटं बोलत नाही. तेव्हा शूर्पणखेची किंवा लक्ष्मणाची थट्टा करण्यासाठीही ते खोटं बोलतील, असं शक्य वाटत नाही. तेव्हा अशा परिस्थितीत 'कृतदार' आणि 'अकृतदार'चा शब्दश: होणारा रूढ अर्थ जरा बाजूला ठेवून 'पत्नीसोबत असलेला' आणि 'पत्नीसोबत नसलेला' असाच अर्थ घेतला पाहिजे.

लक्ष्मणाची पत्नी सोबत नव्हती आणि त्या काळी एकाहून जास्त बायका असण्यात काही आश्चर्यकारक नव्हतं.

यानंतर लक्ष्मणानेही शूर्पणखेला नकार दिला आणि मी स्वत: तर रामाचा सेवक आहे, तेव्हा तू जर माझी पत्नी झालीस तर तुला दासीसारखं राहावं लागेल; त्यापेक्षा, रामांकडे जाऊन त्यांचीच दुसरी पत्नी होऊन राहण्यात तू जास्त सुखी होशील, असं तिला सांगितलं. या वेळी लक्ष्मण अतिशय उपहासानं असंही म्हणाला आहे की, ''जर तुझ्यासारखी सुंदर स्त्री मिळत असेल तर कोणता हुशार माणूस आपल्या कुरूप, ढेरपोट्या, म्हाताऱ्या पत्नीला टाकणार नाही? राम तसंच करतील!'' म्हणजे या प्रसंगी राम आणि लक्ष्मण दोघाही भावांनी या कामातुर स्त्रीची कुचेष्टा केली आहे. परका पुरुष किंवा परकी स्त्री बघून मोह पडला, तर त्याच्याशी शरीरसंबंधांची मागणी करण्यात त्या काळच्या समाजात काहीही अयोग्य मानलं जात नसे. असे अनेक प्रसंग महाभारताच्या काळातही सापडतात. येथे शूर्पणखेची बाजू घेण्याचा उद्देश मुळीच नाही; परंतु राम आणि लक्ष्मण यांनी त्यांच्या स्वभावाशी विसंगत असं जे वर्तन केलं, त्याबद्दल मात्र नक्कीच प्रश्न उभा राहतो. यानंतर शूर्पणखा संतापून सीतेच्या अंगावर धावून गेली. तेव्हा रामाच्या सांगण्यावरून लक्ष्मणाने तिचे नाक-कान कापून टाकले. म्हणजे एका दृष्टीनं पाहिलं, तर रावण तसंच सर्व राक्षसजातीविरुद्ध शत्रुत्वाचा आरंभ या घटनेपासून झालेला आहे. शूर्पणखेशी राम आणि लक्ष्मण असं वागले, त्यामुळेच पुढील घटना घडल्या, असं म्हणून रावणाचा बचाव करण्याचाही प्रयत्न कधीतरी काही टोकाचे बुद्धिवादी लोक करतात.

लक्ष्मणाच्या चातुर्याची झलक सीताहरणाच्या वेळीही दिसते. मारीच राक्षस मायावी शक्तीनं कांचनमृग होऊन सीतेला मोहित करण्यात सफल होतो. त्या वेळी लक्ष्मण लगेचच म्हणतो की, असा कांचनमृग असणंच शक्य नाही. या अरण्यात राहणाऱ्या राक्षसांचंच हे मायावी कृत्य आहे. अशा लबाडीला आपण फसता कामा नये. पण सीताच नव्हे, तर रामही त्या मायावी मृगाकडे आकर्षित होतात आणि तो मिळविण्याची त्यांना इच्छा होते. लक्ष्मणाची शंका खरी मानली तरी अशा फसवणाऱ्या राक्षसाला मारलंच पाहिजे, असं रामाचं म्हणणं पडतं. सदैव त्यांच्या आज्ञेत राहणारा लक्ष्मण मग वाद घालत नाही आणि सीतेच्या रक्षणासाठी पर्णकुटीपाशी थांबतो. राम एकटाच हरिणाला मारण्यासाठी बाहेर पडतो.

कांचनमृग झालेल्या मायावी मारिचानं लक्ष्मणाचं नाव घेऊन ओरडून हाका मारल्या, त्यामुळं घाबरून काळजीत पडलेल्या सीतेनं रामाच्या मदतीला जाण्यासाठी लक्ष्मणाला जे अपशब्द ऐकवले आहेत, ते लक्ष्मणासारखा मोठ्या मनाचा पुरुषच सहन करू शकेल, असे आहेत. सीतामाईसारखी महान स्त्री असे वाईट आरोप करू शकेल, हे तर घटकाभर खरंच वाटत नाही. त्या अपशब्दांमधील काही आरोप असे आहेत –

"लक्ष्मणा, तू अत्यंत दुष्ट आहेस. राम एकटेच वनवासाला येणार होते. तेव्हा तुझ्या मनात जे होतं ते न दाखवता, मला मिळवण्यासाठीच तू आमच्याबरोबर आला आहेस किंवा मग भरताच्या सांगण्यावरून आला आहेस, असंही असेल."

लक्ष्मणाची सहनशीलता आणि मनोधैर्याची परीक्षा बघणारा हा प्रसंग आहे. सपाट जमिनीवर वीज पडली तर तिथं खड्डा होतो; ती शिखरावर पडली तर शिखर फार फार तर थोडं हलेल, पण विजेचा प्रहार त्याच्या आत खोलवर जाईलच. या क्षणी लक्ष्मण त्या शिखरासारखा वागला आहे. या घोर अन्याय करणाऱ्या वक्तव्याला एका अक्षराचंही उत्तर न देता, तो सीतेला पर्णकुटीत एकटीच सोडून रामाच्या मदतीला जातो. जाता-जाता एवढंच म्हणतो की, "हे वनदेवतांनो, सीतामाईंचं रक्षण करा." पर्णकुटीच्या भोवताली लक्ष्मणानं रेषा काढली, ही गोष्ट नंतर लिहिल्या गेलेल्या रामायणांमध्ये प्रचलित झाली आहे. मूळ वाल्मीकी रामायणात अशी काहीही कथा नाही.

लक्ष्मणाने रामाच्या आज्ञेचं उल्लंघन केलं, असे दोन प्रसंग रामायणात घडले आहेत. पहिल्या वेळी सीताहरणाचा महाअनर्थ झाला आणि या अनर्थापायी महासंहारही झाला. दुसरा प्रसंग उत्तरकांडात येतो. प्रत्यक्ष काळपुरुष रामाकडे येऊन त्याला त्याचं पृथ्वीवरील जीवन समाप्त करायला सांगतो, त्या वेळी लक्ष्मणाने रामाच्या आज्ञेचं उल्लंघन दुसऱ्यांदा केलं आहे. राम आणि काळपुरुष यांचं बोलणं सुरू असताना कोणीही आत येत नाही, हे बघण्याची जबाबदारी रामाने लक्ष्मणावर सोपावली होती आणि काळपुरुषाच्या आग्रहापायी असंही सांगितलं होतं की, जर कुठल्याही माणसानं आम्हा दोघांचं बोलणं ऐकलं किंवा बोलणं होत असलेल्या जागेत प्रवेश केला, तर त्याचा वध केला जाईल.

आणि मग दुर्वासऋषी तेथे येऊन पोहोचले. एक हजार वर्षांच्या उपवासाच्या तपश्चर्येनंतर जेवण्यासाठी अयोध्येला रामाकडे आलेले दुर्वास आत जाण्याचा आग्रह धरून बसले आणि लक्ष्मणाने जर त्यांना त्या क्षणीच रामाला भेटू दिलं नाही तर उपवास सोडण्याचा मुहूर्त चुकेल आणि मग ते संपूर्ण अयोध्येला व राम परिवाराला शाप देतील, अशी धमकी त्यांनी दिली. या सगळ्यांना वाचवण्यसाठी स्वत:चा मृत्यू झाला तरी हरकत नाही, अशा उमद्या विचारानं धर्मसंकटात सापडलेल्या लक्ष्मणानं रामाच्या आज्ञेचं उल्लंघन केलं. त्यामुळे देहान्ताच्या शिक्षेची राजाज्ञा नशिबी आली. लक्ष्मण आत गेल्यामुळे राजाज्ञा मोडली गेली होती. त्या वेळी जर रामाने लक्ष्मणाचा त्याग केला असता तर ती शिक्षा वधासमानच झाली असती, असंही म्हटलं गेलं. परंतु लक्ष्मणाने ते म्हणणं स्वीकारलं नाही आणि क्षणभरही न थांबता, पत्नी ऊर्मिलेला किंवा इतर कोणालाही न भेटताच तो सरळ शरयू नदीकिनारी गेला आणि श्वासविरोध करून त्याने देहत्याग केला.

रामाच्या आज्ञेच्या पहिल्या वेळच्या उल्लंघनामुळे फार मोठ्या प्रमाणात संहार झाला आणि दुसऱ्या वेळच्या उल्लंघनात स्वत: लक्ष्मणानेच आत्मविलोपन केलं. रामाने आपला त्याग करावा व ती शिक्षाच वध समजून स्वीकारून जगावं, अशी जगण्याची लालसा लक्ष्मणाने धरली नाही. येथे महाभारतात युद्धाच्या सोळाव्या दिवशी युधिष्ठिर आणि अर्जुन यांच्यामध्ये झालेल्या कलहाचा प्रसंग अभ्यासकांनी तुलना करून पाहण्यासारखा आहे. गांडीव धनुष्याचा जो कोणी अपमान करेल, त्याचा वध करण्याची अर्जुनाची प्रतिज्ञा आणि पितातुल्य थोरल्या भावाचा अपमान केल्यामुळे अर्जुनाला लागलेलं पितृहत्येचं पाप या दोन्हींमधून श्रीकृष्णाने धर्माचा आधार घेऊन मधला मार्ग काढला होता. युधिष्ठिर व अर्जुन दोघांनाही वाचवलं होतं. दोघाही भावांनी श्रीकृष्णाने सुचवलेला मधला मार्ग स्वीकारून जगणं पसंत केलं होतं. म्हणजे घटनेचा लक्ष्यार्थ न घेता शब्दार्थ स्वीकारला होता. उलट, लक्ष्मणानं शब्दार्थाला चिकटून राहून जिवंत राहण्यापेक्षा लक्ष्यार्थच घेऊन मृत्यू पावणं स्वीकारलं.

रामाबरोबर सदैव सावलीसारखं राहण्याखेरीज लक्ष्मणाने रामाच्या आयुष्यातल्या अस्वस्थ किंवा अवघड काळात आधारही दिलेला आहे. सीताहरणानंतर राम जेव्हा जेव्हा अस्वस्थ झाला आणि शोक करू लागला, तेव्हा तेव्हा लक्ष्मणानं त्याचं सांत्वनही केलं आहे. पंपासरोवराकाठी अस्वस्थ झालेल्या रामाला लक्ष्मणाने सीतेचा शोध घेण्यासाठी नवं मानसिक बळ दिलं, असंही म्हणता येईल. त्याखेरीज युद्ध सुरू असताना इंद्रजितानं सीतेचा वध करण्याचा मायावी प्रसंग दाखवला, तेव्हाही लक्ष्मणाने शांत राहून रामाला सावरलं आहे.

सीतेचा शोध घेण्याच्या प्रयत्नात असताना राम आणि लक्ष्मण जेव्हा ऋष्यमुक पर्वतावर सुग्रीवाला भेटतात, तेव्हा रावण अपहरण करून नेत असताना सीतेनं आकाशातून फेकलेले अलंकार, तसंच उत्तरीय वस्त्र हे सुग्रीवानं त्यांना दाखवले. हा प्रसंग खूप प्रसिद्ध आहे. रामाला ते अलंकार आणि उत्तरीय वस्त्र लगेचच ओळखू येतं. पण ते ओळखायला राम जेव्हा लक्ष्मणाला सांगतो, तेव्हा लक्ष्मण ते ओळखू शकत नाही. या वेळी कवींनी जे शब्द त्याच्या तोंडी घातले आहेत, तेही खूप प्रसिद्ध आहेत.

"हे बाजूबंद किंवा कुंडलं मी ओळखत नाही. पण हे नूपुर बरोबर ओळखतो, कारण मी रोज वहिनींना प्रणाम करत असे. त्यामुळे त्यांच्या पायांमधले हे अलंकार मी ओळखू शकतो." ('हीच राघवा हीच पैंजणे' हे सुधीर फडके यांनी गायलेलं सुंदर गीत अनेक वाचकांना आठवत असेल. – अनुवादिका)

लक्ष्मणाचं हे बोलणं एक उच्च आदर्श नक्कीच प्रस्थापित करतं, हे खरं; परंतु प्रत्यक्ष आयुष्यात ते किती शक्य आहे, याविषयी कोणालाही शंका वाटेल. कित्येक वर्षं एकाच पर्णकुटीत सततचा सहवास असताना आणि तेही दुसऱ्या एकाही माणसाचा संपर्क नसेल अशा परिस्थितीत लक्ष्मणाने सीतेचे पाय सोडून काहीही

बघितलंच नसेल, या बोलण्यात काव्य जरूर असेल, पण ते व्यवहारात किती शक्य आहे? लक्ष्मणासाठी सीता आईसारखी होती. पण म्हणून हीच गोष्ट लक्ष्मण सुमित्रेबद्दल म्हणू शकला असता का, असं वाटणं साहजिक आहे. सीतेकडे लक्ष्मणाने नजर वर करून एकदाही बघितलं नव्हतं, अशा या घटनेचं एकदम दुसरं टोक आपल्याला उत्तरकांडात बघायला मिळतं. गंगेच्या किनाऱ्यावर वाल्मीकींच्या आश्रमाजवळ रामाच्या आज्ञेनं लक्ष्मणानं सीतेला सोडून दिलं, तेव्हा सीतेनं मनाला लागतील असे जे शब्द उच्चारले आहेत, त्यात काही शब्द असेही आहेत –

"हे लक्ष्मणा, आता जाता–जाता तुम्ही माझ्याकडे दृष्टी टाकून हेही बघून जा की, माझा ऋतुकाळ बंद झाला असून मी गर्भवती आहे."

सीतेचं हे बोलणं ऐकून लक्ष्मण मोठ्यानं हुंदके देत रडू लागला आणि म्हणाला, "हे माते, आपण हे काय सांगता आहात? मी तर आजपर्यंत आपल्या चरणांनाच वंदन केलं आहे. आता आज या वनात श्रीरामांच्या अनुपस्थितीत मी तुमच्याकडे कसा पाहू?" पहिल्या प्रसंगापेक्षा हा दुसरा प्रसंग जास्त वास्तवपूर्ण आणि हृदयस्पर्शी वाटतो. या वेळी लक्ष्मणाचं बोलणं आणि वागणं जास्त कुलीन, भारदस्तपणाचं वाटतं.

लक्ष्मणानं सीतामाईंकडे नजर वर करून कधीही बघितलेलं नसण्याच्या या वर्तनाशी हनुमानाने लंकेमध्ये मध्यरात्री सीतेला शोधायला सुरुवात केली, त्या प्रसंगाची तुलना करण्यासारखी आहे. हनुमानाने सीतामाईंना कधी बघितलेलंच नव्हतं. रावणाच्या अंत:पुरापासून सगळीकडे निद्रावश अवस्थेत अस्ताव्यस्त पडलेल्या स्त्रियांचे देह तो खूप निरखून बघतो. या निरखण्याचा हेतू केवळ सीतेचा शोध, हाच होता. स्त्रीदेहाचं असं निरीक्षण आपल्यासारख्या निष्ठावान ब्रह्मचाऱ्यानं करणं योग्य नाही, असा विचार जेव्हा त्याच्या मनात येतो, तेव्हा लगेचच एक सुंदर विचार महाकवीनं मांडला आहे की, कितीही बारकाईनं बघितलं तरी मनात वासना उत्पन्न झाली नाही, तर त्यात अपराध नाही; असं बघण्यानं ब्रह्मचर्यधर्म बिघडत नाही.

हनुमान जेव्हा अशोकवाटिकेत सीतेला बघतो, तेव्हाही त्याने सीतेकडे खूप बारकाईनं नखशिखान्त बघितलं आहे. सीतामाईंच्या अंगावर तेव्हा जे अलंकार घातलेले होते त्यात बाजूबंद, नूपुर आणि कानातली कुंडलं हे तीन अलंकार नव्हते. विलक्षण बुद्धिमत्तेमुळे हनुमान तर्क करतो की, या सीतामाईंच असणार, कारण ते तीन अलंकार त्या दिवशी त्यांनी ऋष्यमुक पर्वतावर फेकले होते; तेच त्यांच्या अंगावर नाहीत. हनुमानाचं हे निरीक्षण सीतामाईंचा संपूर्ण देह बारकाईनं बघितल्याशिवाय तर होऊ शकणार नाही आणि हनुमानाच्या मनाचं पावित्र्य लक्ष्मणाच्या मनाच्या पावित्र्यापेक्षा तसूभरही कमी होतं, असं म्हणण्याची हिंमत कोणी करूच शकणार नाही. येथे महत्त्वाचा मुद्दा कोणत्याही स्त्रीदेहाकडे बघण्याचा नाही; तर तो तसा

बघण्यानं मनात येणाऱ्या कल्पनांचा, विचारांचा आहे. लक्ष्मणाचं बोलणं त्याच्या परीनं बरोबरच होतं असं म्हटलं, तरी ही एका दृष्टीनं त्याच्या मनोवृत्तीची एक मर्यादाच होती, असं म्हटलं पाहिजे. हनुमानाच्या मनोवृत्तीची मर्यादा यापेक्षा खूप-खूप जास्त होती, असंच म्हटलं पाहिजे.

लक्ष्मणाच्या तापटपणाचा आणि आवेशाचा तिसरा अनुभव किष्किंधेत येतो. वालीवधानंतर राजा झालेल्या सुग्रीवानं सीतेचा शोध घेण्याचं काम सुरू करण्यात ढिसाळपणा दाखविला आहे, असं वाटलं; तेव्हा फक्त सुग्रीवालाच नव्हे तर सगळ्या किष्किंधानगरीलाच नष्ट करून टाकण्याइतका क्रोध लक्ष्मणानं व्यक्त केला. संतापलेल्या लक्ष्मणाचं ऋष्यमुक पर्वतावरून सुग्रीवाच्या अंत:पुरापर्यंत जाणं, हे गंमत वाटावी असं आहे. संतापलेल्या मन:स्थितीत सर्वसंहार करायला तयार झालेला लक्ष्मण स्त्रीदाक्षिण्यासारखी सामान्य सभ्यतेची वागणूक अशा वेळीही विसरत नाही. सुग्रीवाऐवजी लक्ष्मणासमोर तारा उपस्थित होते, तेव्हा लक्ष्मणाचा राग भराभरा कमी-कमी होत जातो. तशा संतापलेल्या अवस्थेतही ताराशी तो उद्धटपणानं बोलत नाही किंवा तिचा अपमानही करत नाही; उलट, ताराच्या बचावाच्या बोलण्यात जे काही तर्काला धरून आहे, ते स्वीकारतोही.

सुंदरकांडात हनुमानाला निरोप देताना सीतामाईंनी लक्ष्मणासाठी जो निरोप दिला आहे, त्यात लक्ष्मणाचं पूर्ण आयुष्य तसंच रामभक्ती दिसून येते आणि आपले हरण होण्याआधी त्या लक्ष्मणाला जे अपशब्द बोलल्या, ते जणू त्या परत घेत असाव्यात, असं भासतं. सर्ग-३८ च्या ५४ ते ६२ या श्लोकांमध्ये सीतामाईंनी लक्ष्मणाची मनापासून स्तुती केली आहे. त्या म्हणतात की, "उत्तम, ऐश्वर्यपूर्ण आयुष्याचा त्याग करून त्यानं रामाबरोबर वनवास पत्करला आहे. तो नेहमी धर्मानं वागला आहे. तसंच त्याचा मनावर नेहमी काबू असतो. ज्यानं राम-सीता यांना नेहमी मातापित्याच्या जागी मानलं आहे आणि रामांना जो भाऊ सीतेहूनही जास्त प्रिय आहे, अशा त्या लक्ष्मणाला बघून राम त्यांच्या पित्याला-दशरथांनाही विसरतात, कारण रामांना दशरथांसारखंच लक्ष्मण सांभाळतात."

सीतामाईंच्या या बोलण्यात लक्ष्मणाचं व्यक्तिमत्त्व पूर्णपणे समजून येतं. रामालाही लक्ष्मणाबद्दल किती वात्सल्य आहे, हे आपल्याला युद्धकांड : सर्ग-४९ मध्ये कळतं. इंद्रजिताच्या नागपाशात बांधलं जाऊन बेशुद्ध पडलेल्या लक्ष्मणाला मृतवत् मानून राम जो शोक करतो, त्यात तो म्हणतो की, आता जर लक्ष्मण नसेल तर सीतेला परत मिळवून तरी मला काय करायचं आहे? कारण आता जगण्यातच काय अर्थ आहे? लक्ष्मणाला वाचवता आलं नाही, तर मी प्राणत्याग करेन. लक्ष्मण जिवंत नसेल तर आता युद्ध करण्यात काही अर्थ नाही, असं वाटून त्यांनी युद्ध बंद करून समुद्रापलीकडे निघून जावं, असंही वानर सेनापतींना राम सांगतो. राम आणि

सीता दोघांच्याही मनात लक्ष्मणाबद्दल किती अपार माया होती, हेच येथे दिसते.

लक्ष्मणाचा संतापून, आवेशानं झालेला आणखी एक प्रवेश इंद्रजिताशी झालेल्या शेवटच्या युद्धात आहे. सामान्यत: एक समजूत अशी आहे की, ब्रह्मास्त्राचा उपयोग रामानं फक्त रावणाविरुद्ध केला होता. पण रामायणात या युद्धामध्ये एरवीही त्याचा उपयोग वारंवार झाल्याचे उल्लेख आहेत. अतिकायाचा वध करण्यासाठी लक्ष्मणानं ब्रह्मास्त्राचा प्रयोग केला होता. तसंच इंद्रजितानं राम-लक्ष्मणांसकट संपूर्ण वानरसेनेला मूर्च्छित किंवा जखमी करण्यासाठी ब्रह्मास्त्र वापरलं होतं (युद्धकांड : सर्ग-७३/६८).

रावणावर रामाने मिळवलेल्या विजयापेक्षा इंद्रजितावर लक्ष्मणानं मिळवलेला विजय जास्त नेत्रदीपक म्हटला पाहिजे, कारण इंद्रजित त्याच्या संपूर्ण आयुष्यात अजिंक्य राहिला होता आणि त्यानं इंद्रालाही बंदिवान केलं होतं. अदृश्य राहून मायावी स्वरूपात लढण्याचं सामर्थ्यही त्याच्याकडे होतं. निष्कुंभिकादेवीच्या पूजेनंतर तर तो पूर्णपणे अजय आणि अजिंक्य होत असे. असं असूनही लक्ष्मणाने त्याचा केलेला वध हे एका दृष्टीनं रामानं रावणाचा वध केला त्यापेक्षाही जास्त अवघड काम होतं. (येथे हेही लक्षात ठेवण्यासारखं आहे की, रामानं रावणाचा वध ब्रह्मास्त्रानं केला, तेव्हा वापरलेल्या ब्रह्मास्त्राची आठवण रामाला इंद्राचा सारथी माताली यानं करून दिली होती आणि मातालीनं सांगितल्यानंतरच रामाला ब्रह्मास्त्राचा उपयोग करण्याची आठवण झाली होती.) (युद्धकांड : सर्ग-१०८/३)

लक्ष्मणाची रामभक्ती इतकी प्रबळ आहे की, युद्ध संपल्यानंतर रामाने जेव्हा सीतामाईंचा अपमान केला; एवढंच नाही, तर त्यांना अग्निप्रवेश करायला सांगितलं, तेव्हा लक्ष्मणाला धक्का बसला व तो अतिशय दु:खी झाला खरा; पण त्याने एका अक्षरानंही विरोध न दाखवता रामाच्या आज्ञेवरून सीतामाईंसाठी चिता रचली. लक्ष्मणाच्या आयुष्यातील या शोकांतिकेचा दुसरा भाग अयोध्येच्या सिंहासनावर बसल्यानंतर रामाने सीतेचा त्याग केला, तेव्हा बजावला गेला आहे. सीतेचा त्याग करण्याचं अत्यंत अवघड काम पार पाडण्याची जबाबदारी रामाच्या आज्ञेवरून लक्ष्मणानेच पार पाडली आहे. त्या वेळी तर लक्ष्मण खोटंही बोलला आहे. सीतेला आपण गंगेच्या किनाऱ्यावरच्या ऋषी-मुनींच्या आश्रमात हिंडा-फिरायला नेत आहोत, असं या वेळी सीतेला रामाच्या सांगण्यावरून खोटंच सांगितलं आहे. म्हणजेच लक्ष्मणाच्या मनात कोणतंही काम योग्य किंवा अयोग्य, न्याय्य किंवा अन्याय्य, धर्माला धरून किंवा अधर्माचं अशी द्विधा स्थिती कधीच नव्हती. रामानं जे करायला सांगितलं असेल त्याप्रमाणे करणं, हाच लक्ष्मणाच्या आयुष्याचा एकमेव जीवनमंत्र होता.

असं असूनही लक्ष्मणाने रामाच्या इच्छेला एकदा नकार दिला होता, अशी एक लहानशी पण लक्षात घेण्यासारखी गोष्ट रामायणात सापडते खरी. राज्याभिषेकाच्या

वेळी लक्ष्मणाला युवराजपद देण्यात यावं, असं रामाने सांगितलं. परंतु लक्ष्मणाने ते पद स्वीकारलं नाही. लक्ष्मणाला युवराजपद देण्यामुळे वयानं मोठा असेल त्याला ते पद देण्याचा इक्ष्वाकुकुलाच्या परंपरेचं उल्लंघन होत होतं, हे लक्षात घेतलं पाहिजे. वयाप्रमाणं रामानंतर भरत मोठा आहे, लक्ष्मण नाही. रामाने प्रेमापोटी कदाचित लक्ष्मणाला युवराजपद देण्याचा विचार केला असेल, तरी पण ते योग्य नव्हतं, असं वाटून लक्ष्मणाने त्यासाठी 'नाही' म्हटलं. लक्ष्मणाच्या दृष्टीने रामाला त्याच्याबद्दल वाटत असलेल्या प्रेमापेक्षाही त्याची 'धर्मनिष्ठ' ही प्रतिमा डागाळली जाऊ नये, हे अधिक श्रेयस्कर, असं वाटणं तर्कशुद्ध ठरावं. काही असो, लक्ष्मणाचं इतरांपेक्षा श्रेष्ठ व्यक्तिमत्त्व गप्प राहूनही उठून दिसतं.

लक्ष्मणाच्या व्यक्तिमत्त्वाच्या एका विशेष पैलूची नोंद घेतलीच पाहिजे. एकंदरीत, लक्ष्मणाचा स्वभाव राजस प्रकृतीचा आहे. धैर्य आणि सहनशीलता त्याच्या स्वभावात फारशी नाही. तरी पण रामायणात असे काही प्रसंग आहेत, जेव्हा रामाचं धैर्य आणि सहनशीलता ढासळली असताना लक्ष्मणाने त्याला आधार देऊन उठवलं आहे. अरण्यकांडात विराध राक्षसाशी झालेल्या युद्धाच्या वेळी किंवा रावणानं सीताहरण केल्यानंतर राम व्याकूळ होतो, शोक करतो, दैवाला दोष देतो, अश्रू ढाळतो; त्या वेळी लक्ष्मण त्याला धीर देतो. पौरुष आणि प्रारब्ध या दोन्ही गोष्टींबद्दल लक्ष्मण उत्तम उपदेश करतो. लक्ष्मणाचा धीर सुटला असेल, तेव्हा राम त्याला धीर देतो, यात काही नवल नाही. रामाच्या स्वभावानुसार ते साहजिक आहे; परंतु याउलट जेव्हा होतं, तेव्हा लक्ष्मणाच्या व्यक्तिमत्त्वातली ही वेगळी बाजू आकर्षक वाटते. इंग्रजीत ज्याला आपण Man of the crisis म्हणतो, तशी ही त्याच्या स्वभावाची बाजू आहे.

लक्ष्मणाच्या संपूर्ण व्यक्तिमत्त्वाचं वैशिष्ट्य हे आहे की, त्याच्या संपूर्ण आयुष्यातील वर्तनात कोठेही विसंवाद दिसत नाही. रामाबद्दल भक्ती आणि थोरल्या भावाविषयी प्रेम या दोन बाबतींत त्याची सुरुवातीपासूनची जी वागणूक आहे, तीत शेवटपर्यंत थोडासाही फरक दिसत नाही. रामाच्या आयुष्यात सीतेची अग्निपरीक्षा, तसंच सीताहरण या दोन प्रसंगांमध्ये त्याच्या दैवी स्वरूपाशी विसंवादी असं वर्तन दिसतं. सीतामाईंनीही कांचनमृगाच्या मागे गेलेल्या रामाच्या मदतीला जाण्याच्या प्रसंगी लक्ष्मणाला जे काही म्हटलं, त्यात त्यांच्या सौम्य तसंच खानदानी, सुसंस्कृत स्वभावाला काहीसा डाग लागतो. लक्ष्मणाच्या बाबतीत असं कोठेही होत नाही, हेच त्याच्या व्यक्तिमत्त्वाचं वैशिष्ट्य आहे. रामभक्तीसारखंच वागणुकीतलं हे सातत्यही लक्ष्मणाला वंदनीय व्यक्तिमत्त्वाचा मान देतं.

■

सीता

रामायण हा ग्रंथ महाकवी वाल्मीकींनी रामाच्या व्यक्तिमत्त्वाला मध्यवर्ती ठेवून लिहिला असणार, यात शंकाच नाही. रामायण शब्दाचा अर्थच 'रामाचं अयन' म्हणजे परिभ्रमण असा होतो. असं असलं, तरी या शब्दाचा अर्थ 'रामा'चं आयुष्य असाही करता येईल. सीतेसाठी जे वेगवेगळे शब्द या ग्रंथात वापरले गेले आहेत, त्यात एक शब्द 'रामा' हाही आहे. महाकवींनी सीतेचा वैदेहनंदिनी, मिथिलात्मजा, जानकी अशा ज्या वेगवेगळ्या नावांनी उल्लेख केला आहे; त्यातच एकाहून अधिक वेळा 'रामा' या शब्दानंही तिला संबोधलं आहे. त्या अर्थानं रामायण हे 'रामा'च्या परिभ्रमणाचा ग्रंथही होतो. सीता हे एक असं अद्‌भुत आणि आगळंवेगळं व्यक्तिमत्त्व आहे की, एका प्रसिद्ध गुजराती कवीनं तर असंच म्हटलं आहे की –

'सीताजींना तोले तमे ना आवो
राम, तमे सीताजींना तोले न आवो'

म्हणजे, 'सीतामाईंशी तुमची तुलना होऊ शकत नाही माझ्या रामा! तुमची तुलना सीतामाईंशी होऊ शकत नाही!'

रामापेक्षाही लोकसंस्कृतीत ज्यांना उच्च आणि आगळं स्थान दिलं गेलं आहे, त्या सीतामाईंचा जन्म आणि बालपण याविषयी आपल्याला फार काही माहिती मिळत नाही. वेगवेगळ्या रामायणांमध्ये सीतेचा जन्म आणि बालपण यांच्याविषयी जरी वेगवेगळं लिहिलं गेलं असलं, तरी आदिकवींनी मूळ कथानकात आपल्याला असं काही सांगितलेलं नाही. ज्या नावाचा केवळ उच्चार करण्यानं आज शेकडो वर्षांनंतरही कोट्यवधी माणसांच्या मनात एक विशिष्ट व्यक्तिमत्त्व उभं राहतं आणि प्रत्यक्ष मस्तक नमवलं-न नमवलं, तरी मनोमन एक विशेष कौतुक वाटल्याशिवाय राहत नाही; अशा या व्यक्तीच्या जन्माविषयी आणि बालपणाविषयी बालकांडात, तसंच उत्तरकांडात जे काही थोडं सांगितलेलं आहे, तेच प्रमाण मानलं पाहिजे.

(अर्थात, संपूर्ण बालकांड आणि उत्तरकांड ही दोन्हीही वाल्मीकींनी लिहिलेली नाहीत. हे मूळ रामायणाला नंतर जोडलेले भाग आहेत, असा वादही झालेला आहे. बऱ्याच अभ्यासकांनी या दोन्ही कांडांचा रामायणाचे अधिकृत भाग म्हणून स्वीकार केलेला नाही, हे आपण लक्षात घेतलं पाहिजे. असं, असलं तरी महाराजा सयाजीराव युनिव्हर्सिटी, बडोदा यांनी तयार केलेल्या रामायणाच्या अधिकृत प्रतीत या दोन्ही कांडांना जागा मिळालेली आहे, तेव्हा आपण तात्पुरता ती बाजू समजून घेण्यापुरता त्यांचा स्वीकार केला पाहिजे.)

विश्वामित्रांच्या यज्ञाच्या रक्षणासाठी राजपुत्र ज्या मार्गानं गेले होते, त्या मार्गानं ते परत फिरले नाहीत. त्राटिकावधातून स्त्रीशक्तीच्या वाईट रूपाचा विनाश करवून, तसंच अहल्येच्या निमित्तानं सौंदर्य तसंच पावित्र्य यांच्याशी संबंध घडवून, रामाला घेऊन मिथिलेला जाऊन, तेथून अयोध्येला विश्वामित्र परत आले, असं लिहिण्यात महाकवी वाल्मीकींचा नक्कीच काही गुप्त उद्देश असला पाहिजे. अर्थात हा वेगळ्याच चर्चेचा मुद्दा होतो. विश्वामित्र जेव्हा पहिल्यांदाच राम-लक्ष्मणाला घेऊन मिथिलानगरीत राजा जनकांना भेटतात, तेव्हा शंकराचं धनुष्य राजकुमारांनी बघावं, एवढीच अपेक्षा व्यक्त करतात. उघडच होतं की, राम तसंच लक्ष्मण गुरू विश्वामित्रांकडून धनुर्विद्या शिकले होते; त्या शिक्षणाचाच एक भाग म्हणून शिवधनुष्य बघणं, त्याची वैशिष्ट्यं समजून घेणं, असाच काही उद्देश अभिप्रेत असेल, असं वाटतं.

मिथिलेमध्ये सीतास्वयंवर योजलेलं नव्हतं. अशा कुठल्याही स्वयंवराचा उल्लेख वाल्मीकी रामायणात नाही. जनक राजाला भेटून विश्वामित्रांनी त्या सुप्रसिद्ध शिवधनुष्याचं दर्शन राजकुमारांना करता यावं, अशी इच्छा व्यक्त केलेली आहे. जनकानं ऋषींची ही इच्छा स्वीकारली, तसंच या शिवधनुष्याशी जोडलेला असा त्याची मुलगी सीता हिच्या लग्नाबद्दलचा विचारही सांगितला. सीता 'वीर्यशुल्का' असावी – म्हणजे पराक्रमानंच प्राप्त करता यावी – अशी पिता या नात्यानं जनकाची इच्छा होती. सीतेला मिळवण्यासाठी यापूर्वी ज्या कोणी राजांनी किंवा राजपुत्रांनी इच्छा व्यक्त केली होती, त्यांच्या समोर जनक एकच प्रस्ताव मांडत असे – जो कोणी राजपुत्र हे शिवधनुष्य उचलून त्यावर प्रत्यंचा चढवू शकेल, त्यालाच पत्नी म्हणून सीता प्राप्त होईल. अनेक राजांनी यासाठी प्रयत्न केले होते, पण कोणीही सफल झालं नव्हतं. हे सांगितल्यानंतर जनकराजानं सांगितलं की, जर राम ते धनुष्य उचलून त्याला प्रत्यंचा चढवू शकेल, तर सीतेचं कन्यादान जनक करेल.

म्हणजे गुरूंबरोबर विश्वामित्रांच्या यज्ञासाठीच राम आणि लक्ष्मण आले होते आणि त्यांचा उद्देश फक्त शिवजींच्या या बळकट व विशेष प्रकारच्या धनुष्याचं दर्शन करण्याचाच होता. सीतेबद्दल त्यांना काही माहिती नव्हती. धनुष्य बघितल्यानंतर

विश्वामित्रांच्या आज्ञेनं रामानं त्या धनुष्याचा भंग केला आणि म्हणून त्याला ही मिथिलेची वीर्यशुल्का पुत्री मिळाली.

लग्नाच्या वेळी आणि लग्नानंतर अयोध्येत राहत असतानाही सीतेविषयी काहीच विशेष म्हणण्यासारखा उल्लेख रामायणात होत नाही. साधारणपणे आपण असं समजतो की, लग्नानंतर भरत लगेच आजोळी गेला आणि राजा दशरथांनी रामाच्या राज्याभिषेकाचा विचार केला. असं मानण्याचं एक कारण असं की, लग्नसमारंभाची तयारी मिथिलेत होत असतानाच भरताचे मामा युधाजित भरताला भेटायला आणि आजोळी घेऊन जायला अयोध्येला आले होते. अयोध्येतून सर्व जण मिथिलेला गेले आहेत, हे समजल्यावर युधाजित लग्नाच्या वेळीच मिथिलेलाही पोहोचले होते आणि लग्नसमारंभ पार पडल्यानंतर सर्व जण जेव्हा अयोध्येला परत आले, तेव्हा थोडे दिवस राहून राजा दशरथांच्या संमतीनं भरताला बरोबर घेऊन केकय देशाला युधाजित गेले, असा स्पष्ट उल्लेख आहे. हे थोडे दिवस, म्हणजे किती दिवस, हे आपल्याला लगेच समजत नाही. पण अरण्यकांडात सीताहरणाच्या वेळी साधूच्या वेशात आलेल्या रावणाला स्वत:ची ओळख सांगताना सीतेनं जे सांगितलं आहे, त्यावरून हे थोडे दिवस म्हणजे किती, त्याचा हिशोब लागतो. पण त्याचबरोबर दुसरा प्रश्नही उपस्थित होतो. अरण्यकांड : सर्ग-४७/४ आणि १० मध्ये सीता सांगते –

उषित्वा द्वादश समा इक्ष्वाकूणां निवेशने ।
भुञ्जाना मानुष्यान् भोगान् सर्वकामसमृद्धिनी ॥ ४ ॥
मम भर्ता महातेजा वयसा पञ्चविंशक: ।
अष्टादश हि वर्षाणि मम जन्मानि गण्यते ॥ १० ॥

म्हणजे – ''लग्नानंतर बारा वर्षांपर्यंत इक्ष्वाकुवंशी महाराज दशरथांच्या महालात मी पतीबरोबर माणसांना हवे असतात, ते सर्व आनंद भोगले आहेत.'' (४)

''त्या वेळी (म्हणजे वनवासाला आलो तेव्हा) माझ्या महातेजस्वी पतीचं वय पंचवीस वर्षांचं होतं आणि माझ्या जन्मापासून वनवासाला आलो तेव्हापर्यंतची वर्षं मोजता माझं वय तेव्हा अठरा वर्षांचं होतं.'' (१०)

या दोन श्लोकांवरून असं दिसतं की, लग्नानंतर सुरुवातीची बारा वर्षं अयोध्येत राहिल्यानंतरच वनवासाचा प्रसंग उभा राहिला आहे. ही बारा वर्षं बरोबर आहेत असं मानलं, तर भरताला लग्नानंतर थोडे दिवस थांबून युधाजित लगेचच घेऊन गेले, असं म्हणण्यानं मोठा प्रश्न उभा होतो. वनवासाला गेले तेव्हा रामाचं वय जर पंचवीस असेल आणि सीता जर अठरा वर्षांची असेल, तसंच लग्नानंतरची बारा वर्षं जर हिशोबात घेतली तर लग्नाच्या वेळी दोघांचं वय अनुक्रमे तेरा आणि सहा वर्षांचं असायला हवं. परंतु, रामायण किंवा महाभारत यांसारख्या ग्रंथांमध्ये

गणितं करून अगदी बरोबर हिशोब वाचता येत नाहीत. अयोध्येतील लग्नानंतरच्या ज्या बारा वर्षांचा उल्लेख इथं आला आहे, त्याविषयी रामायणात काही जास्त माहिती सापडत नाही.

सीता एक व्यक्ती म्हणून अधूनमधून दिसते किंवा कुटुंबातल्या लोकांच्या संवादांत तिचा उल्लेख येतो, त्याखेरीज सुरुवातीला ती कोठेही दिसत नाही. रामाच्या राज्याभिषेकाच्या प्रसंगीही ती प्रसन्न झाली असल्याचा काही उल्लेख कवीनं केलेला नाही. राज्याभिषेकाऐवजी जेव्हा रामाला वनवासाला जाण्याची आज्ञा मिळाली आणि ही विपरीत बातमी घेऊन सीतेकडे राम आला, तेव्हा सीतेच्या तोंडी प्रथमच काही संवाद घातलेला आहे. या वेळी रामाचा चेहरा उदास होता, अंग घामानं भिजलं होतं आणि महाकवींच्या सांगण्याप्रमाणे तो स्वत:च्या दु:खावर नियंत्रण ठेवण्यात निष्फळ ठरला होता. त्याची अशी अवस्था बघून सीता तिच्या व्यक्तिमत्त्वाचं दर्शन देणारं पहिलं वाक्य बोलते ते असं आहे – ''प्रभू! आत्ता या वेळी आपली स्थिती अशी का झाली आहे? अभिषेकाच्या या वेळी आनंदी असण्याऐवजी हे औदासीन्य का?'' राम उत्तर देतो, तेव्हा तो त्याला मिळालेल्या वनवासाच्या आज्ञेबद्दल सांगतो आणि तो येथे नसेल तेव्हा भरत, कौसल्या, दशरथ वगैरे सर्वांबरोबर सीतेनं कसं वागावं, याबद्दल सल्ला देतो. या वेळची सीतामाईंची प्रतिक्रिया विशेष लक्षात घेण्यासारखी आहे. सीतामाई घाबरत किंवा व्याकूळ होत नाहीत, उलट पतीचा सल्ला-सूचना ऐकून त्यांना हसू येतं आणि त्या म्हणतात – ''मला इथं ठेवून वनवासाला जाण्याचं तुमचं हे बोलणं हास्यास्पदच आहे! इथं मी कोणाबरोबर कसं वागावं याची शिकवण मला कौमार्यावस्थेत माझ्या आई – वडिलांनी अगदी चांगली दिली आहे, तेव्हा त्याविषयी तुम्ही मला काहीच सांगण्याची जरुरी नाही.''

सीतामाईंच्या या प्रतिक्रियेनं त्यांच्या व्यक्तिमत्त्वाच्या दोन बाजू प्रथमच दिसतात. त्यांच्या दृष्टीनं राज्यारोहण किंवा वनवास या दोन परिस्थितींमध्ये काहीच फरक नसतो; परंतु पती जवळ नसताना मात्र तेथे राहण्याची कल्पनाही त्या करू शकत नाहीत. एवढंच नाही, तर सीतेनं कोणाबरोबर कसं वागावं याबद्दल रामांनी सल्ला देणंही त्यांना अजिबात आवडलेलं नाही, हे त्या स्पष्टपणानं सांगतात. सीतामाई पतिपरायण म्हणजे पतीलाच केंद्रस्थानी ठेवून वागणाऱ्या होत्या. त्याबद्दल आपण खूप ऐकलं आहे, परंतु येथे प्रथमच त्या बोलतात तेव्हा रामांनी असा गरज नसलेला उपदेश आपल्याला करण्याची आवश्यकता नाही, असं त्या खंबीरपणे पण नम्रतेनं सांगतात.

मग राम तिला वनवासात किती कष्ट पडतील, निबिड अरण्यात तिला काही सुखसोई मिळणं, तसंच तिचं रक्षण करणं किती अवघड आहे याची भीती दाखवतो

आणि सीतेला स्वत:बरोबर घेऊन जाण्याची अनिच्छा व्यक्त करतो. या वेळी सीतामाईंनी ज्या दोन गोष्टी सांगितल्या आहेत, त्या खूपच लक्षात घेण्यासारख्या आहेत. सीतामाई म्हणतात, ''अरण्यात त्रास आणि दु:ख तर असणारच; पण माझ्या हातांवरच्या रेषांप्रमाणे माझ्या आयुष्यात वनवास आहेच. लग्न होण्यापूर्वी वडिलांच्या घरी आलेल्या ब्राह्मणांनी माझं जे भविष्य सांगितलं होतं, त्यात माझ्या आयुष्यात वनवास निश्चितच आहे, असं सांगितलं होतं. आणखी एका भिक्षुक स्त्रीनंही माझ्या आईला माझ्या वनवासाच्या शक्यतेची भविष्यवाणी सांगितली होती.'' (अयोध्याकांड : २९/९, १०, १३) म्हणजे वनवास रामांना जरी अनपेक्षित होता तरी सीतामाईंसाठी तर अगदी निश्चितच होता आणि त्यासाठी मनानं कदाचित त्या तयारच होत्या. जे भविष्य त्यांना ठाऊकच होतं, त्याचा त्या स्वीकार करत होत्या.

परंतु सीतामाईंच्या तोंडी घातलेली दुसरी गोष्ट खूपच आकर्षक आणि मनोरम आहे. वनवासातल्या आयुष्यात सुरक्षा नसेल, कष्ट असतील म्हणून राम त्यांना बरोबर घेऊन जायला तयार नाहीत, हे ऐकल्यावर सीतामाई जे बोलतात, त्यामुळं कथेतील त्यांचं स्थान लगेचच विशेष उच्च कोटीचं होतं. ती वाक्यं अशी आहेत–

किं त्वामन्यत वैदेह: पिता मे मिथिलाधिष: ।
राम जामातरं प्राप्य स्त्रियं पुरुषविग्रहम् ॥ ३ ॥
अनृतं बत लोकोऽयमज्ञानाद् यदि बक्ष्यति ।
तेजो नास्ति परं रामे तपतीव दिवाकरे ॥ ४ ॥
किं हि कृत्वा विषण्णास्त्वं कुतो वा भयमस्ति ते ।
यत् परित्यक्तुकामस्त्वं मामनन्यपरायणाम् ॥ ५ ॥

(अयोध्याकांड : ३०/३, ४, ५)

म्हणजे – ''हे राम, माझ्या पित्यानं तुमचा जावई म्हणून स्वीकार केला, तेव्हा त्यांना कदाचित माहीत नसेल की, तुम्ही देहानंच पुरुष आहात, पण मनानं तर स्त्रीच आहात! मला सोडून तुम्ही एकटेच गेलात म्हणून लोक जर असे म्हणाले की, रामांमध्ये तेज आणि पराक्रम नाही, तर त्यांचं बोलणं खोटं म्हणता येणार नाही! तुमच्या मनात अशी काही भीती आहे का, की ज्या स्त्रीला फक्त तुमचाच आधार आहे, तिचं रक्षण तुम्ही करू शकणार नाही आणि म्हणून तुम्ही तिला येथे सोडून जात आहात?''

एवढं बोलणं कमी होतं म्हणून की काय, पुढे आठव्या आणि नवव्या श्लोकात त्या असं तिखट बोलतात की, बायकोच्या कमाईवर जगणाऱ्या डोंबाऱ्यासारखे तुम्ही काय मला इतरांच्या हाती सोपवण्याचा विचार करत आहात? जर भरताच्या ताब्यात आणि त्याच्या आज्ञांचं पालन करूनच इथं राहायचं असलं, तर तुम्हीच इथं

राहा; मी राहणार नाही.

महाभारतात अपमानित झालेली द्रौपदी जे क्रोधानं बोलते, त्या बोलण्याची आठवण सीतामाईंची ही वक्तव्यं आपल्याला करून देतात. कुठल्याही पुरुषाच्या पौरुषाला आव्हान देणं आणि अप्रत्यक्षपणे तो पुरुषत्वहीन आहे असं म्हणणं, यामुळे अगदी नेभळट पुरुषामधीलही चेतना जागी होईल; यात काही विशेष नाही, ती नैसर्गिक व्यवस्था आहे. त्याला आपण मानसशास्त्रावर आधारित प्रयत्नही म्हणू शकू. सीतामाईंनी हा प्रयोग खूपच नम्रपणे, पण मनाला लागतील अशा जळजळीत शब्दांमध्ये केला आहे. रामायणातील नंतर घडलेल्या घटनांमध्ये अग्निप्रवेश किंवा भूमिप्रवेश सीतामाई जितक्या मुकाटपणे आणि त्यांचं सारं व्यक्तिमत्त्वातलं तेज पूर्णपणे नष्टच झालं असेल अशा तऱ्हेनं करतात, त्यापेक्षा सुरुवातीच्या काळातल्या सीतामाई अगदी वेगळ्या आहेत. त्यांच्या व्यक्तिमत्त्वाच्या या अद्भुत दर्शनाकडे रामायणाचे अभ्यासक किंवा सीतेचे चरित्रलेखक यांनी पुरेसं लक्ष दिलेलं नाही. सीतेच्या त्या धारदार शब्दांचा ताबडतोब उपयोगही झाला आणि राम लगेच म्हणाला, ''स्वयंभू ब्रह्मासारखीच मलादेखील कोणाचीही अजिबात भीती नाही.'' आणि अशा रीतीनं सीतामाईंना रामाबरोबर वनवासाला जाण्याची संमती मिळाली.

मात्र, सीतामाईंच्या आयुष्यातल्याच नाही, तर इक्ष्वाकुकुलाच्या सर्वांत करुण क्षणीही सीतामाई शांत, स्वस्थचित्तच राहिल्या. वनवासात घालण्यासाठी योग्य वस्त्रं म्हणून वल्कलं धारण करण्यासाठी खुद्द माता कैकेयी त्यांना वल्कलं देतात आणि राजवस्त्रं व अलंकार काढून टाकायला सांगतात. त्या वेळी सीता भयभीत होते. पण ती भीती अलंकार काढून टाकण्याची नव्हती; वस्त्रं म्हणून वल्कलं कशी नेसायची, हे माहीत नसण्याचं अज्ञान हे भीतीचं कारण आहे. ती वस्त्रं नेसू बघताना तिची पुन:पुन्हा चूक होते आणि शेवटी लज्जितावस्थेत वल्कलाची टोकं हातात धरून ती उभी राहते. अर्थात नंतर सीतामाईंनी वल्कलं नेसून वनवास केला नाही. दशरथांनी त्यांना सर्व राजवस्त्रं आणि अलंकार घालूनच अरण्यात जायला सांगितलं आहे.

वनाच्या वाटेवर गंगेचा आणि यमुनेचा प्रवाह ओलांडताना सीतेनं या नद्यांची प्रार्थना केली, तसंच या दोन्ही नदीमातांजवळ आपण नवस बोलतो तसं ती बोलली आहे. या प्रार्थनांमधील शब्दांविषयी बरेच वादविवाद होत राहिले आहेत.

सीतामाईंनी गंगेला सांगितलं आहे, ''हे माते, आम्ही अयोध्येला पुन्हा सुरक्षित परत येऊ तेव्हा मी 'सुराघटसहस्त्रेण' तसंच 'मांसभूतउदनेन' तुझी पूजा करेन.'' यमुनेच्या प्रवाहाची प्रार्थना करताना सीतामाईंनी 'सुराघटशतेन' असा शब्द वापरला आहे. या शब्दांचा सरळ अर्थ – एक हजार/ शंभर धडे सुरा म्हणजे मद्य आणि मांस इ. पदार्थ असा होतो. परंतु 'मांस'चा अर्थ फळांचा गाभा किंवा पाने असाही होतो

आणि सीता मांसाहाराची घृणा करते, असे उल्लेख दुसरीकडे सापडतात; त्या आधारे जेव्हा मांसाहार करतात तेव्हा त्या मांसाला खरे – प्राण्याचे – मांस असा अर्थ करण्यात उलट-सुलट अर्थ घेतल्यासारखे होते.

असाच वाद सुरा या शब्दाविषयीही होत राहिला आहे. सर्वसाधारण सर्वांच्या समजुतीप्रमाणे तरी इक्ष्वाकुवंशीय लोक मांस आणि मद्य दोन्हींना अग्राह्य पदार्थ समजत नसावेत, ही शक्यता जास्त आहे. असं असूनही सुंदरकांड: सर्ग-३६/४१ मध्ये हनुमानाने सीतामाईंना जे सांगितले आहे, तेही लक्षात घेण्यासारखे आहे. हनुमानाने म्हटलं आहे की, कोणी रघुवंशी मांस खात नाहीत किंवा मद्यपान करत नाहीत. चित्रकूटाच्या मार्गानं जात असलेल्या भरताच्या स्वागतासाठी भरद्वाज–ऋषींनी जे पदार्थ करवून घेतले, त्यात मांस आणि सुरा या दोन्ही शब्दांचे स्पष्ट आणि परंपरागत अर्थही दिले आहेत.

चित्रकूट सोडून दण्डकारण्यात राहण्याचा विचार करणाऱ्या रामाला सीतेनं जे सांगितलं आहे, तेही अवश्य लक्षात घेतलं पाहिजे. खर आदी राक्षस दण्डकारण्यात राहणाऱ्या ऋषींच्या यज्ञांमध्ये विघ्नं आणतात, तसंच हिंसा करतात. हे समजल्यानंतर राम आपण होऊन दण्डकारण्यात जाऊन त्या राक्षसांचा नायनाट करण्याचं मनाशी ठरवतो, तेव्हा सीतेनं त्याला असं सांगून रोखू बघितलं आहे – "हे राम, या जगात तीन मोठी व्यसनं आहेत. एक म्हणजे खोटं बोलणं, दुसरं म्हणजे परस्त्रीशी संबंध ठेवणं; ही दोन तर तुमच्या बाबतीत असंभवच आहेत. पण जे तिसरं व्यसन आहे, त्यापासून दूर राहण्याची मी तुम्हाला विनंती करते आहे. हे तिसरं व्यसन म्हणजे ज्याच्याशी आपलं काही वैर नसेल, त्यांच्याशी क्रूरतेनं किंवा हिंसकपणानं वागणं. दण्डकारण्यातील राक्षसांशी आपलं काहीही वैर नाही आणि जे आपले अपराधी नाहीत, त्यांचा वध करणं हे चांगलं काम समजलं जात नाही. आपण इथं अरण्यात राहत आहोत, तेव्हा तप करणं हा आपला धर्म आहे आणि हिंसा हा आपल्यासाठी अधर्म आहे."

परंतु सीतामाईंचं हे वक्तव्य रामाला पटलं नाही आणि तो म्हणाला, "मी क्षत्रिय आहे; तेव्हा ऋषींच्या यज्ञांमध्ये विघ्नं आणणाऱ्या अधर्मी राक्षसांचा वध करणं, हाच माझा धर्म आहे." यानंतर सीतेनं रामाचं बोलणं मानलं खरं; पण तिनं जे सांगितलं, त्यासंदर्भात रामाने केलेल्या वालीवधाकडेही बघण्यासारखं आहे.

शूर्पणखेच्या प्रसंगानंतर दण्डकारण्यात राहणाऱ्या राक्षसांबरोबरचं वैर तीव्र झालं आणि त्याचा परिणाम म्हणूनच सीतेचं अपहरण झालं. अपहरण करणं सोपं होण्यासाठी राम आणि लक्ष्मण दोघंही पर्णकुटीपासून दूर जातील अशा हेतूनं रावणानं मारिचाला कांचनमृगाचं रूप घ्यायला सांगितलं. या कांचनमृगाला बघितल्याबरोबर सीतामाईंना मोह पडला आणि त्या मृगाला जिवंत आणा किंवा त्याला मारून त्याचं

कातडं आणा, असं त्यांनी रामाला सांगितलं. जी सीता अजूनपर्यंत अकारण हिंसेचा विरोध करत होती, त्याच सीतेनं त्या मृगाला मारण्याचा हट्ट धरला! असा कांचनमृग असणंच शक्य नाही आणि हा नक्की राक्षसांचा काहीतरी मायावी बेत असेल, अशी धोक्याची सूचना लक्ष्मणाने दिली; तीही सीतेनं मनावर घेतली नाही. सीतेच्या रक्षणाची जबाबदारी लक्ष्मणावर सोपवून राम गेला आणि मायावी मृगानं मरताना सीता आणि लक्ष्मणाच्या नावांनी आर्त स्वरात हाका मारल्या, ही घटना प्रसिद्ध आहे. तो मरणोन्मुख आवाज ऐकून सीतेनं लक्ष्मणाला रामाच्या मदतीला धावून जायला सांगितलं, पण लक्ष्मण त्या वेळी दृढ राहिला. रामावर श्रद्धा ठेवून राहिला. ही किंकाळी रामाची असणं शक्यच नाही आणि रामाला असं कोणी मारू शकणारच नाही, असा विश्वास त्यानं व्यक्त केला.

या वेळी सीतामाई जशा वागल्या आहेत, त्यामुळं त्यांच्या संपूर्ण चरित्राबद्दल एक खूप मोठा प्रश्न उभा राहतो. रामाबद्दलच्या केवळ भ्रातृप्रेमापोटीच लक्ष्मणाने अरण्यवास स्वीकारला होता आणि आत्तापर्यंत वनवासात घालवलेल्या बारा वर्षांमध्ये ज्या लक्ष्मणाने राम-सीता यांची निर्हेतुक सेवा सतत केली होती, त्या लक्ष्मणाबद्दल सीतेनं धगधगत्या निखाऱ्यांसारखे अपशब्द उच्चारले आहेत. लक्ष्मणाला पुढे एक शब्दही बोलू न देताच ती म्हणाली, "अरे लक्ष्मणा, तुझा भाऊ संकटात आहे, तरी तू त्याच्या मदतीला धावून जात नाहीस? त्यामुळे मला तर असंच वाटतंय की, मला मिळवण्यासाठी रामाला नाहीसा करण्याचीच तुझी इच्छा आहे. तुला भावाबद्दल काही प्रेम नाही, तर माझ्याबद्दल तुझ्या मनात मोह निर्माण झाला आहे." एवढं पुरे नव्हतं म्हणून की काय, ज्यांना अभद्र म्हणता येतील असे अपशब्दही ती बोलली आहे. "अरे अनार्य, निर्दय, क्रूर, दुष्ट कुलांगारा! रामांवर संकट आलं आहे, याचंच तुला बरं वाटत असणार! छुपा शत्रू आहेस तू. मला आता वाटतंय की, रामांबरोबर वनात येण्याचं कारण तुझ्या मनात माझी प्राप्ती व्हावी, हेच असणार किंवा मग तू भरताच्या सांगण्यावरूनच आमच्याबरोबर आला असशील!" एवढं बोलून सीता दोन्ही हातांनी छाती-पोट पिटून आक्रोश करू लागते.

लक्ष्मणालाच काय, पण आज हजारो वर्षांनंतर आपल्यासारख्या सामान्य वाचकांनाही हे दृश्य आणि हे शब्द अतिशय भयंकर वाटतात. अतिप्रेमानं मनुष्याच्या मनात नाही-नाही त्या शंका येतात आणि मनाचा तोल पार ढळतो, असं मानसशास्त्रीय कारण सांगून आपण सीतामाईंचा बचाव करण्याचा प्रयत्न जरी केला, तरीही त्यांच्या व्यक्तिमत्त्वातील सातत्य बघितलं, तर हे वागणं आणि बोलणं काहीही झालं तरी त्या व्यक्तिमत्त्वाशी जुळणारं नाही. काळाचं करुण वास्तव हे की, लक्ष्मणासारख्या पवित्र माणसाबरोबर सीता जशी वागली, त्याचेच पडसाद पडल्यासारखी वागणूक तिला तिचे प्रिय पती आणि परमपवित्र मानल्या गेलेल्या मर्यादापुरुषोत्तम

रामांकडून मिळाली.

युद्ध संपल्यावर सीता जेव्हा विजयी रामासमोर येऊन उभी राहिली, तेव्हा अशाच कुशंका आणि अपशब्दांनी रामानं तिला झिडकारलं होतं. ज्या पतीचं दर्शन व्हावं म्हणून सीतामाईंनी अशोकवाटिकेत अपार दुःख सहन केलं होतं, त्या पतीनं त्यांचा स्वीकार न करता असं म्हटलं, "आज आता माझ्या कुलाला लागलेला कलंक आणि माझ्या शौर्यावर बसलेला ठपका यांचं निवारण झालं. सीते, रावणानं तुला त्याच्या मांडीवरून नेली होती आणि तुझ्यासारखी सुंदर स्त्री त्याच्या घरात असेल, तेव्हा रावण तुझ्यापासून दूर राहूच कसा शकला असेल? आता माझ्यासारखा कुलवान पुरुष तुझा स्वीकार कसा करू शकणार? आज तू मला अतिशय नकोशी वाटते आहेस. तुला आता लक्ष्मण, भरत, शत्रुघ्न, सुग्रीव किंवा बिभीषण – ज्याच्याबरोबर सुख मिळेल असं वाटत असेल, त्याच्याबरोबर तू राहा." (येथे एक गोष्ट लक्षात घेण्यासारखी आहे की, राम स्वतःच्या ज्या कुलाच्या अभिमानाबद्दल बोलत आहेत; त्याच कुलात भरत, लक्ष्मण आणि शत्रुघ्न यांचाही जन्म झाला आहे, या गोष्टीचा त्यांना विसर पडलेला दिसतो.)

रामाचे हे असह्य शब्द ऐकल्यानंतर सीतामाईंनी जी प्रतिक्रिया व्यक्त केली आहे, ती वनवासाच्या सुरुवातीला अयोध्येत पतीसमोर खंबीर मनानं बोलणाऱ्या सीतामाईंसारखी राहिलेली नाही. सीतामाईंनी अत्यंत सौम्यपणे, पण मनाला भिडेल असं उत्तर दिलं आहे – "हे वीर! तुम्ही हे 'प्राकृतः प्राकृतामिव' शब्द बोलता आहात. एखाद्या हलक्या वर्गातला पुरुष तशाच हलक्या वर्गातील स्त्रीला जसं बोलेल तसं तुम्ही माझ्याशी बोलत आहात." येथे प्राकृत शब्दाचा अर्थ लक्षात घेणं आवश्यक आहे. आपण बोलीभाषेत ज्यांना खालच्या स्तरातले अभद्र लोक म्हणतो, तशा असंस्कृत माणसाचा या 'प्राकृत' शब्दात समावेश होतो. सीतामाईंनी अशा अत्यंत बिकट प्रसंगीही जे म्हटलंच पाहिजे, ते तर नक्कीच म्हटलं आहे.

सीतामाईंच्या हट्टापायी लक्ष्मणाने त्यांच्या रक्षणाचं काम वनदेवतांवर सोपवलं आणि ते अरण्यात गेले. (लक्ष्मणाने पर्णकुटीभोवताली नियंत्रणरेषा काढली होती, अशी काहीही कथा वाल्मीकी रामायणात नाही.) अशा वेळी एकट्या पडलेल्या सीतामाईंसमोर साधुवेशात येऊन रावण उभा राहिला.

वाल्मीकी रामायणात साधुवेशातील रावण आणि सीता यांच्यामध्ये येथे जे बोलणं होतं, त्यामुळेही आपल्यासारख्या वाचकांच्या मनात काही असे प्रश्न उभे राहतात; ज्यांची उत्तरं मिळत नाहीत. सीतेसमोर येऊन उभा राहिल्यावर रावण जे पहिलंच वाक्य बोलतो, ते असं आहे – "सोन्यासारखी कांती असणाऱ्या, रेशमी वस्त्रं धारण केलेल्या हे सुंदरी! तुझे हात, पाय, चेहरा सर्व काही कमळासारखे आहेत. हे वरारोहे! (हे संबोधन लक्षात घेण्यासारखं आहे. 'वरारोहा' म्हणजे सुंदर

नितंब असणारी!) तू कामदेवाची पत्नी रती तर नाहीस?'' एवढं बोलल्यावर रावणानं सीतेच्या सर्व अवयवांचं जे असभ्य वर्णन केलं आहे, तेही लक्षात घेण्यासारखं आहे. हे वर्णन पुरते सोळा श्लोक लांबलचक आहे!

काही क्षणांपूर्वीच रामाबद्दल चिंता आणि लक्ष्मणाशी झालेला विवाद यामुळे सीतेची मनोदशा अतिशय अस्वस्थच असणार. असं असूनही रावणाने हीन लुब्धतेनं बोललेली अशी वाक्यं ऐकूनही सीता तत्परतेनं त्याचं स्वागत करते. साधुवेशात आलेल्या अतिथीचा अनादर होऊच शकत नाही, असं स्पष्टीकरण यानंतरच्या श्लोकात महाकवीनं दिलं आहे. पण इथं प्रश्न असा पडतो की, अतिथी किंवा संन्यासी यांचीही वागण्या-बोलण्याची एक पद्धत असते. त्या पद्धतीची मर्यादा ओलांडून अतिथी बोलेल, तर त्याचा अनादर करण्यानं गृहस्थधर्माला बाधा कशी येईल? येथे लिहिणंही मर्यादा सोडून लिहिल्यासारखं होईल, असं सीतेच्या देहसौंदर्याचं वर्णन रावणानं केलं आहे. असं असूनही सीतामाईंनी अतिथिधर्म पाळला, रावणाला बसायला आसन दिलं, भोजन दिलं, पाणी दिलं. (सर्वसाधारण समजुतीप्रमाणे रावणानं भिक्षा मागितलीच नव्हती.)

त्यानंतर रावणानं विचारलेल्या प्रश्नांच्या उत्तरांमध्ये सीतेनं पुऱ्या बावीस श्लोकांमध्ये स्वत:च्या जन्माची, रामाच्या राज्याभिषेकाची आणि वनवासाची सर्व हकिगत विस्तारपूर्वक सांगितली आहे. हा संपूर्ण संवाद वाचकांच्या मनात तऱ्हेतऱ्हेचे प्रश्न उभे करतो; ज्यांची उत्तरं सापडत नाहीत. सीतामाईंची मनोदशा अस्वस्थ होती आणि त्यामुळंच त्यांनी लक्ष्मणासारख्या स्वजनाला धिक्कारून त्याचा अपमान केला होता. असं असूनही थोड्याच वेळात रावणाच्या तोंडून हलक्या मनोवृत्तीनं बोललेले लोलुप शब्द ऐकल्यावरही सीतेनं त्याचं स्वागत केलं आणि त्याला स्वत:चा सविस्तर इतिहासही सांगितला. रावण ब्राह्मण साधूच्या वेशात होता आणि ब्राह्मणानं विचारलेल्या प्रश्नांची उत्तरं न देणं म्हणजे त्याचा अनादर केल्यासारखं होईल, असं सीतामाईंना क्षणभर वाटून जातं खरं; पण तसं असलं तरी रावणाच्या प्रश्नांची उत्तरं त्या एखाद्या वाक्यातच देऊ शकल्या असत्या. त्या उत्तरांमध्ये मिथिला, अयोध्या, रामांचा राज्याभिषेक, कैकेयीनं मागितलेलं वरदान, स्वत:चं आणि रामांचं वय, महाराज दशरथांची कामलोलुप अवस्था... हे सगळं सविस्तर सांगण्याचं औचित्य काय, ते समजत नाही.

रावणानं जेव्हा सीतेचं अपहरण केलं, तेव्हा सीतेनं जो आक्रोश केला आहे; त्यात सर्वांत प्रथम तिनं लक्ष्मणाचीच आठवण काढली आहे, ही गोष्ट लक्षात घेण्यासारखी आहे. पळवून आणलेल्या सीतेला सुरुवातीला रावणानं आपल्या अंत:पुरात ठेवलं आणि रामाला सोडून त्याचा स्वीकार करण्यासाठी खूप प्रलोभनं दाखवली आहेत. रावणाच्या त्या सर्व वैभवाला आणि सामर्थ्याला सीतामाईंनी

धुडकावून लावलं. त्यानंतर रावणानं सीतामाईंना अशोकवाटिकेत एकांतवासात ठेवलं, तसंच त्यांच्या मनात धाक उत्पन्न करण्यासाठी बघूनच भीती वाटेल अशा राक्षशिणींना तेथे नेमलं. त्या भीतीच्या, धाकाच्या वातावरणात सीतामाईंनी पुरे दहा महिने काढले (सुंदरकांड : ३७/८).

या दहा महिन्यांत रावणाकडून सीतेला समजावण्याचे अनेक प्रयत्न झाले. परंतु सीता त्या संपूर्ण काळात अपूर्व मनोबल आणि प्रचंड निश्चयानं अविचल राहिली. शेवटी-शेवटी रावणानं त्याच्या म्हणण्याला होकार देण्यासाठी तिला दोन महिन्यांचा अवधी दिला. तेव्हा मग सीतेनं दोन महिने पूर्ण होण्यापूर्वी आत्महत्या करण्याचा निश्चय केला. हा निश्चय केला, त्या वेळी सीता एक स्त्रीसुलभ कल्पनाही करते (सुंदरकांड : २८/१४-१५). ती स्वत:शीच म्हणते, 'हे राम, तुम्ही तर आता पित्याच्या आज्ञेप्रमाणे वनवास पूर्ण करून अयोध्येला परत जाल आणि मग मनोरथ पूर्ण झाल्यावर मोठमोठे डोळे असलेल्या अनेक सुंदर स्त्रियांशी विवाह करून आनंदात राहाल. पण माझं प्रेम तर फक्त तुमच्यावरच आहे आणि ते प्रेम मला प्राणत्यागाकडे घेऊन जाणार आहे. ज्याची इच्छा होती, ती पूर्ण होणार नसल्यानं मला आता आत्महत्या करावी लागणार आहे. धिक्कार असो! माझ्या दुर्भाग्याचा!'

या वेळी हनुमान अगदी लहान रूप धारण करून सीतामाईंला अशोकवाटिकेत भेटतो. त्याच्या तोंडून रामकथा ऐकल्यावर सीतामाईंच्या मनात शंका येते. येथेही हनुमानाने विचारल्यावर सीता भूतकाळातली सगळी माहिती हनुमानाला सांगते. पण मग लगेच दण्डकारण्यात साधूच्या वेशात आलेल्या रावणाला असंच सगळं सांगितलं होतं, ते तिला आठवतं. दुधानं तोंड पोळलं म्हणजे ताकही फुंकून पिणाऱ्यासारखं सीता लगेच म्हणते, "दण्डकारण्यात जसा खरं रूप लपवून संन्याशाच्या रूपात तू माझ्याकडे आला होतास, तसाच आत्ताही मायावी रूपात आलेला तू रावणच असणार!" हनुमानानं जेव्हा तो रावण नसून रामाचा सेवक आहे आणि सीतेच्या शोधासाठीच तो येथे आला आहे, असा भरवसा दिला, तेव्हाच सीतेनं तो खरा मानला.

इतके दिवस झाले तरी रामांनी त्यांना सोडवलं नाही, हे दु:ख सीतामाईंनी बोलून दाखवलं आणि त्यांना रडू आलं; तेव्हा हनुमानांनी जे सुचवलं आणि सीतामाईंनी जे उत्तर दिलं, ती दोन्ही वक्तव्यं विचार करण्यासारखी आहेत. युद्धाचा परिणाम नेहमीच अनिश्चित असतो. त्यामुळं युद्ध संपेल तेव्हा सीता मुक्त होईलच याची खात्री हनुमान देऊ शकत नव्हते आणि असं युद्ध किती दिवस चालेल, हेही कोणी सांगू शकत नाही. सीतामाईंना हनुमान म्हणतात, "हे माते, तुम्ही माझ्या पाठीवर बसा. मी आत्ता हा समुद्र ओलांडून तुम्हाला रामांकडे पोहोचवीन. आकाशमार्गातून

जाताना मला कोणी रोखू शकणार नाही.'' हनुमानाचं हे बोलणं ऐकून सीता हर्षानं रोमांचित होते.

सर्व कथा-कीर्तनकार नेहमी आपल्याला हेच सांगतात की, सीतामाईंनी हनुमानांच्या सूचनेचा स्वीकार केला नाही. त्या म्हणाल्या, ''रामांशिवाय दुसऱ्या कोणाला स्वेच्छेनं स्पर्श करण्याची माझी इच्छा नाही. रावणानं मला स्पर्श केला, तेव्हा मी हतबल होते; परंतु तुझ्या पाठीवर बसण्यानं जो स्पर्श होईल, तो माझ्यासारख्या सती स्त्रीला शोभणारा नाही.'' सीतामाईंचं सतित्व, प्रत्यक्ष स्पर्शाच्या मुद्द्याला महत्त्व देऊन जास्त उज्ज्वल करण्याचा प्रयत्न हे कीर्तनकार करतात.

सीतामाईं खरोखर सत्त्वशील सती होत्या आणि त्यांनी हनुमानाच्या स्पर्शाला नाही म्हटलं, ही गोष्टही खरी आहे; परंतु अगदी प्रथम हनुमानाने तत्काळ रामांकडे घेऊन जायचं सुचवलं, तेव्हा त्या कल्पनेनं त्या इतक्या सुखावल्या होत्या की, हा स्पर्शाचा विचार त्यांनी अगदी शेवटी बोलून दाखवला आहे. प्रथम तर त्यांनी एवढ्याशा वामनरूपाचे हनुमान त्यांना उचलतील कसे, असं विचारलं आहे. सीतामाईंची ही शंका दूर करण्यासाठी हनुमानांनी विराट देह धारण केला. तो बघून प्रसन्न झालेल्या सीतेनं मग दुसरं कारण दिलं आहे.

एवढ्या विराट देहाचा हनुमान तिला उचलू शकेल याची खात्री झाल्यावर ती म्हणाली, ''हे कपिश्रेष्ठ, आकाशातून तू तर वाऱ्याच्या वेगानं जाशील; त्या वेगानं मला मूर्च्छा येईल किंवा मी तुझ्या पाठीवरून खाली पडेन आणि मग समुद्रातले प्राणी मला खाऊन टाकतील. शिवाय तू मला घेऊन जाताना जर कोणा राक्षसानं बघितलं, तर रावण त्याच्या सैन्यासकट आपला पाठलाग करेल आणि तसं झालं तर नि:शस्त्र असा तू माझं रक्षण कसं करशील? राक्षसांशी युद्ध करताना मी तुझ्या पाठीवरून खाली पडेन आणि अशी पडल्यावर मला पकडून रावण मला मारून टाकेल, हेही शक्य आहे. शिवाय तू जरी मला सुरक्षित पोहोचवू शकलास तरी त्याचं यश तर तुलाच मिळेल आणि रामांना तर काहीच यश मिळणार नाही.'' (रामांना आणि इक्ष्वाकुवंशाला यश मिळावं, हा विचार अशा वेळीही सीतामाईंनी ज्या तीव्र इच्छेनं प्रकट केला आहे, त्याचं उलटं टोक युद्धकांडात रावणवधानंतरच्या प्रसंगाशी ताडून बघण्यासारखं आहे. रामासमोर आलेल्या सीतामाईंना श्रीरामांनी तेव्हा या यशाबद्दलच सांगितलं आहे. त्यांनी इक्ष्वाकुवंशावरचा आणि स्वत:च्या शौर्यावरचा कलंक आपल्या पराक्रमानं दूर केला आहे आणि त्यात सीतेला काही स्थान नाही. रामाच्या या शब्दांमध्ये परमेश्वरानं किती विटंबना केली आहे! सीतामाईंनी अशोकवाटिकेत रामाच्या ज्या उत्तम यशाबद्दल आशा केली होती, त्या यशाचं हे रूप किती वेगळं आहे!)

अशा तऱ्हेनं हनुमानाबरोबर न जाण्यासाठी चार कारणं पुढे केल्यावर मग

शेवटी सीतेनं परपुरुषाच्या स्पर्शाचं कारणही पुढे केलं आहे. स्पर्श हे एकमेव कारण नव्हतं. खरं म्हणजे, स्पर्शाची आठवण तर शेवटीच झाली आहे. सीतामाईंचा हा निर्णय योग्य होता की नाही याचा सर्व दृष्टींनी विचार केला, तर खरं म्हणजे प्रश्न पडतोच. युद्धाची अनिश्चितता, त्यात होऊ शकणारा संहार – या सर्व गोष्टी विचारात घेतल्या; तर उद्दिष्ट परिणाम वेगळ्या मार्गानं प्राप्त होणं शक्य असताना तो स्वीकारणं हा अधर्म कसा होतो, असा प्रश्न कोणालाही पडेल. धर्म या शब्दाचा वापर रामायणात आणि महाभारतात वेगवेगळ्या परिस्थितीत वेगवेगळ्या व्यक्तींनी वेगवेगळ्या अर्थांनी केला आहे. (त्याला अपवाद एकमात्र श्रीकृष्ण आहेत, जे धर्म या शब्दाचा खरा अर्थ सांगतात.) हे लक्षात घेतलं पाहिजे की, वालीवधाच्या वेळी श्रीरामांनी 'शिकार करणे हा राजपुत्रांचा धर्म आहे', असं सांगून वालीवध हा योग्य कसा आहे, हे पटवून देण्याचा प्रयत्न केला आहे. तर, अशोकवाटिकेत सीतामाईंशी बोलताना रावणानं असंही म्हटलं आहे की, परस्त्रीचं अपहरण करणं किंवा तिच्यावर बलात्कार करणं, हा तर राक्षसांचा धर्मच असतो –

"स्वधर्मो रक्षसां भीरू सर्वदैव न संशयः ।
गमनं वा परस्त्रीणां हरणं सम्प्रमथ्य वा ।।" (सुंदरकांड : २०/५)

म्हणजे, कुठलाही धर्म संपूर्णपणे परिस्थितीशी अनुरूपच धरला गेला आहे. धर्म आणि चांगल्या तऱ्हेनं मिळवलेलं यश यांचा आग्रह धरणाऱ्या सीतामाईंना जेव्हा अशोकवाटिकेत हनुमानाने केलेल्या विध्वंसाबद्दल राक्षशिणी प्रश्न विचारतात, तेव्हा त्यांनी हनुमानाला त्या ओळखतच नाहीत आणि त्याच्याशी आपलं काही बोलणंही झालं नाही, असं शब्दशः खोटे म्हणता येईल; पण वेगळ्या अर्थानं योग्य म्हणता येईल; असं त्या वेळच्या परिस्थितीला योग्य असं सत्य सांगितलं आहे. सत्याचा शब्दशः अर्थ न घेता व्यावहारिक अर्थ जर सीतामाईंनी करणं पत्करलं, तर मग स्पर्श किंवा सुयश या शब्दांचा शब्दशः अर्थ घेण्यापेक्षा हनुमानाची सूचना स्वीकारणं त्या परिस्थितीत योग्य नव्हतं, असं कसं म्हणता येईल?

केवळ सीतेच्या आयुष्यातीलच नाहीत, कुठल्याही स्त्रीच्या आयुष्यातील म्हणता येतील असेही नाहीत; परंतु संपूर्ण मानवजातीचे म्हणता येतील असे अत्यंत करुण प्रसंग महाकवींनी सीतेच्या व्यक्तिरेखेतून आपल्यासमोर दोनदा उभे केले आहेत. युद्ध संपल्यावर सीता जेव्हा पतीला भेटायला अधीर झाली, तेव्हा रामाने अशी आज्ञा दिली आहे की, सीतामाईंनी स्नान इ. सर्व करून संपूर्णपणे व्यवस्थित वस्त्रं-आभूषणं धारण करूनच यावं. काहीही वाद न घालता सीतामाईंनी पतीच्या या इच्छेचा स्वीकार केला. तत्पूर्वी, त्यांनी 'स्नान इ. नंतर करेन, प्रथम मला पतीला भेटायचं आहे', असं अधीरपणानं म्हटलं होतं.

सीतामाईंना असं वाटणं कोणत्याही व्यक्तीला साहजिक वाटेल. परंतु बिभीषणानं

रामाची आज्ञा ऐकवली, तेव्हा सीतेनं अगदी शांतपणे ते मान्य केलं. पतीच्या आज्ञेप्रमाणे किमती वस्त्रे, अलंकार व सर्व शृंगार करून ती रामांसमोर आली. तेव्हा रामाने तिच्या चारित्र्याबद्दल जी शंका घेतली, त्याबद्दल आधी लिहिलं आहेच. राम सीतेचा नुसता अस्वीकार करतो असं नाही; तर ज्याला क्रूर म्हणता येईल असा अपमानही राक्षस, वानर आणि इतर सर्वांसमोर करतो.

सीतामाईंसाठी मृत्यू हा एकच पर्याय राहिलेला असतो. रामाने तिचा त्याग केला; एवढंच नाही तर बिभीषण, सुग्रीव किंवा इतर कोणाहीबरोबर त्यांनी जावं, अशी निर्दय सूचनाही केली आहे. अशोकवाटिकेत असताना तर सीतामाईंना एक आशा होती – राम त्यांना सोडवतील आणि त्यानंतर सुखाचे दिवस येतील, अशी रम्य कल्पनाही होती. परंतु, रामाने त्याग केल्यावर सीतामाईंसाठी अग्निप्रवेश करण्याखेरीज दुसरा कुठला पर्यायच नव्हता. सीतामाईंनी तो पर्याय स्वीकारला आणि अशोकवाटिकेत सहन केलेले अग्निपरीक्षेइतकेच कठीण दिवस जणू कमी होते म्हणून खरोखरीची अग्निपरीक्षा दिली. या अग्निपरीक्षेच्या वेळी सीतामाईंनी आपल्या संपूर्ण आयुष्याचं सत्त्व पणाला लावलं आहे.

श्रीकृष्णांनी महाभारतात उत्तरेच्या गर्भाला पुन्हा जिवंत करण्यासाठी स्वत:च्या आयुष्याचं सत्त्व जसं पणाला लावलं होतं, त्याची आठवण सीतामाईंनी अग्नीसमोर उभं राहून जे म्हटलं आहे, ते वाचताना एखाद्या अभ्यासकाला येऊ शकेल.

उत्तरेच्या गर्भाला पुन्हा जिवंत करण्यासाठी विनंती नाही, पण जणू आव्हान देत असतील असे श्रीकृष्ण म्हणतात, "हे महाकाळा, आयुष्यात मी जर कधी खोटं बोललो नसेन, मी कधी अधर्मानं वागलो नसेन, मी युद्ध करत असताना कधी माघार घेतली नसेन; तर उत्तरेचा हा गर्भ जिवंत होवो!"('मी जर सदैव ब्रह्मचर्याचं पालन केलं असेल' असा संदर्भ महाभारताच्या काही काही आवृत्त्यांमध्ये आहे.)

येथे कोणत्याही प्रकारे याचना, विनंती किंवा प्रार्थना नाही; येथे तर अधिकाराच्या आधारावर पूर्ण किंमत देऊन इच्छित गोष्ट मिळवायची आहे. त्याचप्रमाणे सीतामाईंनीही अग्निप्रवेशाच्या वेळी कुठल्याही याचकासारखी प्रार्थना केलेली नाही, तर श्रीकृष्णांसारखंच स्वत:च्या आयुष्याच्या संपूर्ण सत्त्वाच्या बदल्यात रक्षण मागितलं आहे – "जर माझं चारित्र्य संपूर्णपणे निष्कलंक असेल; मनानं, वाचेनं, कर्मानं मी कधीही रामांच्या इच्छेविरुद्ध गेले नसेन; सूर्य, चंद्र, वायू, पृथ्वी, दिवस, रात्र आणि दाही दिशांना जर माझं शुद्ध चारित्र्य माहीत असेल; तर हे अग्निदेवा, माझं रक्षण करा!"

सीतामाईंच्या या आव्हानासमोर अग्नीही जणू नमला आणि या अग्निदिव्यातून त्या सुरक्षित बाहेर पडल्या. खुद्द अग्निदेवांनी प्रकट होऊन सीतेच्या शुद्धतेची खात्री दिली, तेव्हाच रामाने तिचा स्वीकार केला. या वेळीही रामाने सीतेचा स्वीकार करताना असंच म्हटलं आहे की, मी जर सीतेची अशी अग्निपरीक्षा घेतली नसती,

तर लोकांनी माझ्या इक्ष्वाकुकुलाला आणि मला दोषच दिला असता.

अयोध्येला परत आल्यावरही सीतामाईंचं दुर्भाग्य संपत नाही. हजारो माणसांच्या साक्षीनं आणि खुद्द अग्निदेवतेनं खात्री दिल्यानंतरही त्यांची शुद्धता त्यांच्या दुर्भाग्याला दूर करू शकत नाही. अयोध्येला परत आल्यानंतर किती काळानं ही घटना घडली असेल याची स्पष्ट माहिती मिळत नाही; परंतु अयोध्येमध्ये सीतामाईंना सुखाचे दिवस फारसे मिळाले नसणार, असा अंदाज करता येतो.

राज्यारोहणानंतर अयोध्येतला पाहुणचार घेऊन राक्षस आणि वानर यांनी निरोप घेतला. त्यानंतर लगेचच राम आणि सीता उद्यानात फिरत असतात, असं वर्णन आहे. तेथे फिरत असताना आपण गर्भवती असल्याचं सीता सांगते आणि अशी इच्छा व्यक्त करते की, वनातल्या ऋषींच्या आश्रमात पुन्हा एक रात्र राहून यावंसं मला वाटत आहे. त्यानंतर लगेचच श्रीराम आणि त्यांचे मित्र यांच्यामधलं संभाषण दिलं आहे. रामाने विचारलं असता, अयोध्येतले नागरिक सीतेच्या चारित्र्याबद्दल जे बोलत होते, ते या मित्रांनी सांगितलं. अयोध्येचे नागरिक रामाच्या राज्यात सर्व बाबतींत प्रसन्न होते; परंतु रावणाच्या अंत:पुरात राहून आलेल्या स्त्रीबरोबर राम सुखानं कसे राहत असतील, असा लोकापवाद मात्र सर्वत्र होता. एवढंच नाही, तर खुद्द राम अशा स्त्रीचा जर स्वीकार करतात, तर सामान्य नागरिकांबद्दल काय म्हणता येईल, अशी टीकाही होत होती. (लक्षात घेण्यासारखी गोष्ट म्हणजे, येथे धोब्याची गोष्ट लिहिलेली नाही; सामान्य नागरिकांमध्ये होणाऱ्या चर्चेबद्दल लिहिलं आहे.)

खुद्द अग्निदेवतेनं खात्री दिली होती आणि सीतेच्या पावित्र्यावर रामाची श्रद्धा होती; असं असूनही लोकापवादाचा विचार करून त्याने सीतेचा त्याग तत्काळ करण्याचा निर्णय घेतला. इतका काळ लोटल्यानंतर आजही रामाच्या परम-भक्तांनाही या निर्णयाच्या बाजूनं बोलणं अतिशय अवघड होतं.

या लोकापवादाबद्दल समजल्यावर रामाने आपल्या भावांना बोलावून सीतेचा त्याग करण्याचा आपला निर्णय सांगितला आहे. भावांशी काहीही चर्चा केली नाही, त्यांचं याबद्दल काय मत आहे, हेही विचारलं नाही; एवढंच नव्हे, तर सीतेचा त्याग करण्याचा आपला निर्णय सांगून लगेच पुढे म्हटलं आहे की, माझ्या या निर्णयाविरुद्ध जी व्यक्ती काहीही म्हणेल, ती माझं अहित इच्छिणारी आहे, असं मी कायम समजेन.

अशा तऱ्हेनं लक्ष्मणासहित सर्वांनाच काही म्हणण्याची संधीच न ठेवता रामाने सीतेला मुकाट्यानं, चुपचाप रानात सोडून येण्याची आज्ञा लक्ष्मणालाच दिलेली आहे. काही दिवसांपूर्वी सीतामाईंनी गंगेकाठी राहणाऱ्या ऋषींच्या आश्रमात जाऊन दर्शन घेऊन यावंसं वाटत होतं, असं जे म्हटलं होतं; त्याची आठवण ठेवून तिला

गंगाकिनारी घेऊन जात असल्याचं दाखवून तिकडे नेल्यावर तिथेच सोडून येण्यास लक्ष्मणाला राम सांगतो.

सीतामाईंना लक्ष्मण गंगाकिनारी घेऊन गेला. सीतेला असं घेऊन जाण्यासाठी लक्ष्मणाने तयार केलं आहे, ते शब्दही बघण्यासारखे आहेत. लक्ष्मण म्हणाला आहे, ''हे देवी, मुनींच्या दर्शनाला त्यांच्या आश्रमात जाण्याची इच्छा तुम्ही महाराजांजवळ व्यक्त केली होती, ती इच्छा पुरी करण्याची आज्ञा मला महाराजांनी दिली आहे.''

कुठल्याही सहृदय वाचकाला रामाच्या सांगण्यावरून लक्ष्मणाने खोटं बोलून रचलेल्या या कटामुळे धक्का बसेल. पतीनं आपली इच्छा पूर्ण केली, म्हणून हर्षभरित होऊन लक्ष्मणाबरोबर रथात बसलेल्या सीतामाईंना सत्य तेव्हाच समजलं, जेव्हा गंगेच्या काठी सीतामाईंना उतरवल्यावर लक्ष्मण एकाएकी हुंदके देऊन रडू लागला. लक्ष्मणासाठी हा क्षण सीतेपेक्षाही जास्त असह्य होता. रामाने तर लोकनिंदेपासून वाचण्यासाठी सीतेचा त्याग केला होता, परंतु रामाचं हे असं करणं सीतामाईंना सांगण्याचं अत्यंत दुर्धर काम लक्ष्मणाला करायचं होतं.

लक्ष्मणाला रडताना बघूनही निष्पाप सीता तर अजून असंच म्हणते, ''भावोजी, आपण थोडेच इथं कायमचे राहायला आलो आहोत? इथं तर दोन दिवसच राहायचं आहे. दोन दिवसांचा हा रामांचा वियोगही तुम्ही सहन करू शकत नाही आणि तुम्हाला असं रडू येतं, याला काय म्हणावं? बघा ना – राम तर मलाही प्रिय आहेत, पण मी काही तुमच्यासारखी रडत नाही!''

आता लक्ष्मणाला खरं सांगितल्यावाचून गत्यंतरच नव्हतं आणि रडत-रडतच सीतेसमोर जमिनीवर साष्टांग नमस्कार घालून त्याने म्हटलं, (कदाचित जमिनीवर आडवं पडून साष्टांग नमस्कार करण्यानं लक्ष्मण ते असह्य शब्द बोलतानाचे स्वत:च्या चेहऱ्यावरचे भाव लपवू बघत होता!) – ''हे माते, आपण माझ्या, तसंच रामांच्या दृष्टीनं निष्पाप सिद्ध झालाच आहात; परंतु लोकनिंदेमुळे घाबरून महाराजांनी आपला त्याग केला आहे! आपण आता गंगातटीच्या ऋषींच्या आश्रमात राहावं.''

हे शब्द ऐकल्याबरोबर सीतेची स्थिती कशी झाली असेल याची कोणीही कल्पना करू शकणार नाही. सीतामाई शोक तर करतातच; पण त्यांना प्रचंड धक्काही बसला आहे. आक्रोश करताना त्यांनी जो एकच प्रश्न विचारला आहे, तो त्यांची महानता थोडीशी नाही, कितीतरी वाढवतो आणि त्यांचं व्यक्तिमत्त्व आभाळाला जाऊन पोहोचतं. त्यांचा हा प्रश्न जगातल्या सर्वच स्त्रियांची करुण परिस्थिती प्रगट करतो –

किं नु वक्ष्यामि मुनिषु कर्म चासत्कृतं प्रभो ।
कस्मिन् वा कारणे त्यक्ता राघवेण महात्मना ॥ (उत्तराकांड : ४८/७)

आपल्या चारित्र्यावर किंवा पावित्र्यावर शंका घेतली जाणं, ही कुठल्याही स्त्रीसाठी अत्यंत धक्का देणारी परिस्थिती असते. त्यातही पुन्हा विवाहित स्त्रीसाठी तर अशी शंका तिचं आयुष्य अगदी मृतप्राय करून टाकते. विशेषत: स्त्री जेव्हा पूर्णतया निर्दोष असते आणि ही निर्दोषता मधल्या काळात सिद्धही झालेली असते; तरीही आप्तेष्टच अशी शंका घेतात, तेव्हा कोणत्याही स्त्रीचं आयुष्य असह्य होऊन जातं. सीता या क्षणी लक्ष्मणाला विचारते, "ज्या ऋषींच्या आश्रमात मी राहीन, ते ऋषी रामानं माझा त्याग का केला याचं कारण विचारतील; तेव्हा मी त्यांना काय सांगू, ते तरी सांगा?"

अग्निदिव्य करून आपण राम-लक्ष्मणाखेरीज हनुमान, बिभीषण, सुग्रीव या सर्वांच्या साक्षीनं निर्दोष सिद्ध झालोच आहोत; असं असूनही पतीनं केवळ लोकनिंदेपासून वाचण्यासाठी आणि केवळ स्वत:ची कीर्ती निष्कलंक ठेवण्यासाठी पत्नीचा त्याग केला आहे, हे शंभर टक्के निखळ सत्य सीतामाईं नि:संकोचपणे सांगू शकल्या असत्या. त्यात काहीच खोटं नव्हतं. परंतु, असं म्हणण्यानं रामांची प्रतिमा डागाळेल, हा विचार त्यांच्या मनात आला नसेल, असं तर शक्यच नाही. वर दिलेल्या श्लोकातून त्यांची ही 'सांगताही येत नाही आणि सहनही होत नाही' अशी मनोवेदना व्यक्त होते.

या परिस्थितीत सीता आत्महत्या करण्याचाही विचार करते. परंतु तिच्या पोटात रामाचा अंश वाढत होता आणि रामाचा हा अंश सीता नष्ट कशी करू शकेल? निरोप घेणाऱ्या लक्ष्मणाला सीता शेवटी एक गोष्ट अशीही सांगते; जी लक्ष्मणालाच काय, गंगातटीच्या निसर्गालाही असह्य झाली असेल! सीतामाईं म्हणते, "लक्ष्मणा, जाता-जाता माझ्याकडे एक वेळा बघून जा! इक्ष्वाकुकुलाचा वंशज मी वाढवते आहे!"

सीतात्यागानंतर रामाने अश्वमेध यज्ञ केला होता. या यज्ञात सपत्नीक पूजा करण्याच्या उद्देशानं सीतेची सुवर्णाची मूर्ती स्थापन केली होती, असं कीर्तनकार आपल्याला सांगतात; पण त्याबद्दल वाल्मीकींनी काहीही म्हटलेलं नाही. वाल्मीकी रामायणात अश्वमेध यज्ञाचा उल्लेख आहे आणि हा यज्ञ पुरं एक वर्ष चालला होता; परंतु रामाने सीतेची सुवर्णमूर्ती बनवली होती, असा उल्लेख कोठेही नाही.

पतीनं सोडून दिलेल्या सीतामाईंनी वाल्मीकी आश्रमात लव आणि कुश या दोन जुळ्या मुलांना जन्म दिला. येथे रामायणात वाल्मीकीऋषींच्या स्थानाविषयीही विचार केला पाहिजे. तमसा नदीच्या काठी क्रौंच पक्ष्यांची जोडी प्रणयात रंगलेली असताना त्यांना शिकाऱ्यानं बाण मारला. ते बघून व्यथित झालेल्या वाल्मीकींनी रामायण या महाकाव्याचं सर्जन केलं. पुरुषोत्तम रामांना केंद्रस्थानी ठेवून लिहिलेल्या या महाकाव्याचं सर्वप्रथम गायन त्यांच्याच पुत्रांनी, त्यांच्याच समोर कोणाला माहीत

नसलेली एक कथा म्हणून करणं, हा घटनाक्रम खूपच रोचक आहे. गायक पुत्रांना पित्याविषयी किंवा पित्याच्या आयुष्याविषयी काहीच माहिती नाही; परंतु जे श्रोते हे गायन ऐकत होते, त्यांना ही घटना त्यांच्या आयुष्यातली सर्वांत हृदयस्पर्शी घटना वाटली असणार.

महर्षी वाल्मीकींच्या सांगण्यावरूनच रामायणाचं हे गायन अयोध्येच्या राजपरिवारासमोर झालं. गायन संपल्यावर अज्ञात असलेलं नातं उजेडात आलं आणि महर्षी वाल्मीकींनी आपल्या शिष्यांची ओळख करून दिली, तसंच सीता त्यांच्या आश्रमात क्षेम आहेत, असं सांगितलं. सीतामाईंना पुन्हा अयोध्येत आणण्याविषयी वाल्मीकींसमोरही रामानं तेच जुनं म्हणणं पुन्हा मांडलं. ते म्हणाले की, जर सीतेचं चारित्र्य शुद्ध असेल आणि त्यांनी काहीही पाप केलं नसेल, तर महर्षींच्या संमतीनं सीतेनं अयोध्येला अवश्य यावं; परंतु येथे येऊनही लोकांसमोरच स्वत:चं पावित्र्य सिद्ध करावं.

रामांच्या या परवानगीप्रमाणे सीतामाई अयोध्येत आल्या आणि नागरिकांसमक्ष खुद्द वाल्मीकींनी सीता शुद्ध असल्याचं अत्यंत विश्वासानं, खात्रीपूर्वक सांगितलं. वाल्मीकी म्हणाले, "हे रामा, सीतेमध्ये एक अंशही जर दोष असेल, तर माझं हजारो वर्षांचं तप भस्म होऊन जावो! मी आत्तापर्यंत मनानं, वाचेनं आणि कर्मानं जे काही पुण्य मिळवलं आहे; त्याचं फळ जर सीता निष्पाप असेल, तरच मला मिळो!"

वाल्मीकींनी असं म्हटल्यानंतरही रामाने सीतामाईंची शुद्धता सिद्ध करण्याचा आग्रह धरला आहे. राम म्हणाला, "सीतेच्या पावित्र्याविषयी माझ्या मनात काहीही शंका नाही. यापूर्वीही सीतेनं अग्निदिव्य करून स्वत: शुद्ध असल्याचं सिद्ध केलंच आहे. तिनं तेव्हा पावित्र्य सिद्ध केल्यानंतरच मी तिला माझ्या आयुष्यात पुन्हा प्रवेश दिला होता. असं असूनही सध्या जी व्यापक लोकनिंदा होत आहे, तिचा विचार करता, या सर्व लोकांसमोरही सीता जर स्वत:ची शुद्धी सिद्ध करेल, तर मला जास्त आनंद होईल."

रामाचं हे बोलणं ऐकल्यानंतर सीतामाईंनी त्यांची शुद्धता सिद्ध करण्यासाठी भूमातेची प्रार्थना केली आहे. भूमिकन्या सीता आता तिच्या या मातेच्या मांडीखेरीज दुसरीकडे कोठे आश्रय मिळवणार? अग्निपरीक्षा, महर्षी वाल्मीकींनी त्यांची हजारो वर्षांची तपस्या पणाला लावून सांगितलेली शुद्धता, तसंच खुद्द रामानंही पत्नी निष्पाप असल्याचा स्वीकार केल्यानंतरही जर काही थोड्या लोकांच्या तथाकथित निरर्थक टीकेमुळं रामासारखा पुरुषोत्तम पत्नीचा स्वीकार करत नसेल, तर सीतेसाठी आता दुसरं कुठलं स्थान उरलं? एका दृष्टीनं पाहिलं तर सीतामाईंचा हा भूमिप्रवेश, आज हजारो वर्षांनंतरही – सासरी किंवा माहेरी – कोठेही आसरा मिळत नसलेल्या

एखाद्या असहाय परित्यक्ता स्त्रीच्या आत्महत्येसारखाच वाटतो.

सीतामाईंनी भूमातेला वंदन करून म्हटलं, "हे माते, जर मी मनानंही कधी रामांशिवाय दुसऱ्या कुठल्या पुरुषाचा विचार केला नसेल, तर मला तू तुझ्याजवळ घे!" फक्त तीनच श्लोकांच्या या आर्त प्रार्थनेत सीतेच्या संपूर्ण आयुष्याचं दुःख जणू सामावलेलं आहे –

यथाहं राघवादन्यं मनसापि न चिन्तये ।
तथा मे माघवी देवी विवरं दातुमर्हति ।। १४ ।।
मनसा कर्मणा वाचा यथा रामं समर्चये ।
तथा मे माघवी देवी विवरं दातुमर्हति ।। १५ ।।
यथैतत् सत्यमुक्तं मे वे रामात् परं न च ।
तथा मे माघवी देवी विवरं दातुमर्हति ।। १६ ।।

(उत्तराकांड : ९७/१४-१५-१६)

म्हणजे, मी राघवाखेरीज अन्य कोणाचा मनानंही विचार केला नसेल, तर हे भूमाते, तुझ्या उदरात मला जागा दे ।। १४ ।।

मनानं, कृतीनं, वाणीनं मी सदैव जर रामांचीच पूजा केली असेल, तर हे भूमाते, तुझ्या उदरात मला जागा दे ।। १५ ।।

रामांशिवाय मला कोणीही पूज्य नाही हे मी जर सत्य बोलत असेन, तर हे भूमाते, तुझ्या उदरात मला जागा दे ।। १६ ।।

('माघवी' शब्दाचा नेमका अर्थ शब्दकोशांमध्ये मिळाला नाही, म्हणून मातितार्थ घेतला आहे.)

सीतामाईंचा हा आक्रोश त्यांची जन्मदात्री भूमाता सहन करू शकत नाही आणि जमीन दुभंगून सीतामाई आत प्रवेश करतात.

सीतामाईंच्या या भूमिप्रवेशाबद्दल एखादा अतिबुद्धिवादी तर्कशुद्ध प्रश्नही करू शकेल. भूमी अशा तऱ्हेनं कोणाच्या सत्य-असत्य बोलण्याची पारख करण्यासाठी साक्षी होईल, हे जरी तर्कशुद्ध वाटलं नाही; तरी सीतेच्या जन्मकथेवर जर आपण विश्वास ठेवत असलो, तर त्यांचा हा विलापही तितकाच विश्वासार्ह मानला पाहिजे. हे एक प्रतीक मानलं, तरीही जन्मदात्या आईशिवाय अशी अभागी स्त्री आणखी कोणाकडे आश्रय मिळवू शकणार?

सीता भूमिपुत्री होती. भूमाता तिच्यावर पडत जाणारे अपार भार काहीही तक्रार न करता वाहत असते, तसंच या भूमिपुत्रीनंही जन्मभर तिच्या मातेचंच अनुकरण केलं आहे. कवी भवभूतींनी त्यांचा चिरस्मरणीय ग्रंथ 'उत्तररामचरित'मध्ये सीतामाईंच्या या भूमिप्रवेशाच्या क्षणी त्यांच्या तोंडी जो श्लोक घातला आहे, तो जरी मूळ कथेत नसला तरी त्यांच्या संपूर्ण आयुष्याचं सार म्हणता येईल असा आहे. भूमीमध्ये

हळूहळू अदृश्य होत जाणारी सीता दोन्ही हात जोडून मस्तक झुकवून सांगत आहे – 'त्वमेव भर्ता न च विप्रयोग:'...''हे राम, आयुष्यात जे काही घडलं असेल, तुमच्याकडून मला न्याय-अन्याय जे काही मिळालं असेल; त्याचा हिशेब मला करायचा नाही. माझी परमेश्वराकडे एवढीच प्रार्थना आहे की, जन्मोजन्मी मला तुम्हीच पती म्हणून मिळावेत! मात्र, या जन्मात झाली तशी ताटातूट वरचेवर न होवो!''

आकाशाला गवसणी घालेल एवढ्या उच्च दर्जाच्या या सीतामाईंच्या तीव्र इच्छेला भवभूतीनं एकीकडे शब्दांकित केलं आहे; तर दुसऱ्या टोकाला या लेखाच्या आरंभीच ज्या लोकगीताची आपण आठवण केली आहे, ते गीत 'सीताजींना तोले तमे ना आवो राम, तमे सीताजींना तोले न आवो' (सीतामाईंशी तुमची तुलना होऊ शकत नाही माझ्या रामा! तुमची तुलना सीतामाईंशी होऊ शकत नाही!) – आपल्या अंत:करणाला दोन्ही पुलकित करून सोडतात!

■

राम

भारतीय संस्कृतीच्या हजारो वर्षांच्या इतिहासात अब्जावधी माणसं येथे जन्मली आणि काळाच्या दरीत नाहीशी झाली. अशा नाहीशा झालेल्यांमधलीही राम आणि कृष्ण ही दोन नावं अशी आहेत की, ज्यांना आजही आपण परमात्म्याचं स्वरूप मानतो; अमर मानतो. येथे आज अशी असंख्य माणसं आहेत की, ज्यांना रामनामाचा नुसता जप करण्यानं आयुष्य जगण्याचं नवं बळ मिळतं, प्रेरणा मिळते, श्रद्धा ठेवावीशी वाटते. तसंच शेवटच्या श्वासाबरोबर हाच शब्द नुसता उच्चारल्यानं हाच जन्म नव्हे तर परलोकीही आपण धन्य होतो, असं अपार श्रद्धेनं मानणारे लोक येथे खूप मोठ्या संख्येनं आहेत.

जवळजवळ सव्वाशे वर्षांपूर्वी पोरबंदरसारख्या लहानशा गावात मोहन नावाच्या अंधाराला घाबरणाऱ्या एका लहान मुलाला रंभा नावाच्या एका बाईनं रामनामाचा मंत्र दिला होता. त्या मंत्रोच्चारानं मोहनची अंधाराची भीती तर गेलीच; पण ही निर्भयपणाची शिकवण त्यानं इतकी आत्मसात केली की, आयुष्याच्या जवळजवळ आठ दशकांच्या यात्रेत केवळ रामनामाच्या जपानं त्यानं सर्व तऱ्हेच्या भयांवर विजय मिळवला. असा निर्भय झालेला मोहन या देशाचा 'राष्ट्रपिता' झाला आणि जगात सर्वत्र एक असामान्य थोर व्यक्ती मानला गेला. आयुष्याच्या अनपेक्षित अंताच्या क्षणीही त्यानं रामनामाचाच उच्चार केला होता.

ही तर एका असामान्य व्यक्तीची गोष्ट झाली; परंतु इतर साधीसुधी कोट्यवधी माणसं अशी आहेत – जी उठता-बसता, हिंडता-फिरता, जेवता-झोपता – आयुष्यात काहीही करत असताना केवळ या शब्दानं मनोबल मिळवतात. या देशातल्या जवळजवळ पंचाहत्तर टक्के ग्रामीण वस्तीमधल्या लोकांमध्ये तर एकमेकांना अभिवादन करण्यासाठी किंवा निरोप घेण्यासाठीही 'राम-राम' हा शब्द श्वासोच्छ्वास करण्याइतका सहज होऊन गेला आहे. अशा तऱ्हेनं राम ही रामायणातली व्यक्ती

न राहता शेकडो वर्षांपासून कोट्यवधी लोकांसाठी एक जीवनपद्धती किंवा आयुष्याचा भागच बनून गेली आहे. अशा, एक व्यक्ती न राहता परमेश्वरी अंश बनून गेलेल्या व्यक्तीबद्दल लिहिणं, ही सामान्य लेखकासाठी अवघड गोष्ट आहे. मोठमोठे भक्त, कथा-कीर्तनकार किंवा विद्वान – सर्वांनीच रामाविषयी बोलताना वा लिहिताना नेहमी अगदी टोकाच्या दोन बाजू घेतल्या आहेत.

रामाविषयी काहीही म्हणणं विशेष अवघड अशासाठी होतं की, आपण रामाला मनुष्य न समजता परमेश्वराचं रूप समजतो. आपल्याला ठाऊक आहे की, परमेश्वराचा 'जन्म' होत नाही; ती 'अजन्मा' शक्ती आहे आणि अमरही आहे. श्रीराम तर कौसल्येच्या उदरी नऊ महिने वाढून जन्मले होते आणि त्यांनी स्वत:च शरयू नदीमध्ये आत्मविलोपन केलं होतं. परमात्मा तर कधी जन्म घेत नाही, त्याचा कधी विलयही होत नाही. तसं पाहिलं, तर परमात्मा आपल्या सर्वांमध्ये कमी-जास्त अंशात असतोच. आपल्यापैकीच एखाद्या अलौकिक व्यक्तींमध्ये परमात्म्याचा अंश जास्त असतो आणि त्यामुळे ती व्यक्ती सामान्यांसाठी असामान्य आत्मा किंवा परमात्मा होऊन जाते. खुद्द रामांनी रामायणात स्वत:चा परिचय करून देताना प्रत्यक्ष ब्रह्माला आणि देवांना म्हटलं आहे की, –

"आत्मानं मानुषं मन्ये रामं दशरथात्मजम् ।
सोऽहं यश्च यतश्चाह भगवांस्तद् ब्रवीतु मे ॥" (उत्तरकांड : ११७/११)

म्हणजे, "हे ब्रह्मा, मी तर दशरथराजाचा पुत्र रामच आहे. म्हणजे एक साधा मनुष्यच आहे. आता तुम्हीच मला सांगा की, मी कोण आहे आणि कोठून आलो आहे?"

म्हणजे राम स्वत:ला एक मनुष्यच मानतात आणि म्हणून एक मनुष्य समजूनच आपण त्यांच्या व्यक्तिमत्त्वाचा विचार केला, तर सामान्य माणसाहून बऱ्याच श्रेष्ठ अशा मनुष्याचं दर्शन आपल्याला होऊ शकतं. मनुष्याविषयी बोलणं सोपं अशामुळे होतं की, मनुष्य कधीही सर्वगुणसंपन्न नसतो. एकदा का आपण एखाद्याला देव मानलं की, त्याच्याबद्दल वेगळा विचार आपण करू शकत नाही. देवत्व जिथे येतं, तिथे माणसाची विचारशक्ती खुंटते. विचारशक्ती जिथं खुंटते तेथून परमेश्वराचा परमप्रदेश सुरू होतो. विचारशक्ती कितीही प्रचंड असली तरीही तिची एक मर्यादा असते आणि एकदा ही मर्यादा स्वीकारली म्हणजे मगच देवत्वाचं दर्शन होतं. श्रीरामाने आपलं देवत्व कधीही प्रकट केलेलं नाही.

श्रीकृष्णाने जन्मताच आपण मनुष्य नसून, परमतत्त्व आहोत, हे उघड केलं होतं. माता-पिता कारावासात असतानाच त्यांनी पूर्ण परमात्म्याच्या रूपानं दर्शन दिलं होतं, अशी कथा भागवतात आहे. त्यानंतर युद्ध सुरू होण्यापूर्वी तडजोडीच्या वाटाघाटी करताना हस्तिनापुराच्या सभागृहात त्यांनी त्यांचं विराट स्वरूप प्रकट

केलं होतं. त्यानंतर कुरुक्षेत्राच्या रणभूमीवर अर्जुनाला विश्वरूपदर्शनाचा साक्षात्कार घडवला होता. युद्ध संपल्यावर द्वारकेला परत जाताना वाटेत उत्तंकऋषींनाही त्यांनी विश्वरूपदर्शन घडवलं होतं. (मात्र श्रीकृष्णाने, एकदा सोडून बऱ्याचदा मनुष्यत्वाच्या मर्यादेत राहूनच ते काम करू शकतील, असं मात्र सांगितलं आहे.)

रामाने त्याच्यामधील देवत्वाचा असा स्वीकार कधीही केलेला नाही. उलट, एखाद्या सामान्य माणसाप्रमाणे जे खरं हितकारक आहे आणि जे ऐहिक सुख देणारं आहे, त्यांमधल्या संघर्षाच्या त्रासाला तोंड दिलं आहे. संकटं आली तेव्हा कधी धीरोदात्त वीरपुरुषासारखं त्यांना तोंड दिलं आहे. विजय मिळवला आहे, तर कधी व्याकूळ होऊन रडलाही आहे. कधी माता-पिता, बंधू, पत्नी यांच्यासाठी आभाळाएवढं प्रेम व्यक्त केलं आहे, त्याग केला आहे; तर कधी त्यांच्याशी न समजण्यासारखंही वागला आहे. हे सगळं आपण तेव्हा बघू आणि समजू शकतो, जेव्हा आपण रामाला परमेश्वर म्हणून नाही तर एक मनुष्य म्हणून, दशरथ आणि कौसल्येचा पुत्र म्हणून, अयोध्येचा राजकुमार म्हणून, भरत किंवा लक्ष्मणाचा भाऊ म्हणून, सीतेचा पती म्हणून, सुग्रीव किंवा बिभीषणाचा मित्र म्हणून, हनुमानाचा स्वामी म्हणून आणि रावणाचा शत्रू म्हणून – अशा वेगवेगळ्या मानवी नात्यांमध्ये बघू शकू. परमेश्वराच्या पूर्णत्वातून नाही, पण मनुष्याच्या अपूर्णत्वातून रामाचा विचार केला; तर त्यातून जो राम दिसतो, तो आपल्याला मनाला जास्त भिडणारा आणि वंदनीय वाटेल, अशी शक्यता आहे.

रामायणकार महर्षी वाल्मीकी, स्वत: रामनामाचा जप केल्यामुळं वाटमारी करणाऱ्या वाल्याचे; वाल्मीकी झाले, अशी एक उपकथा दुसरीकडे सापडते. महर्षी झालेले वाल्मीकी इक्ष्वाकुवंशी दशरथ आणि राम यांचे समकालीन होते, असं स्पष्टीकरण रामायणाच्या आरंभीच आपल्याला मिळतं; म्हणजे रामकथा रामाचे समकालीन वाल्मीकीऋषींनीच लिहिली आहे. यात विशेष रोचक गोष्ट अशी की, रामकथेचं जे संक्षिप्त सार नारदांनी वाल्मीकींना दिलं; त्यात श्लोक ७ ते ८९ पर्यंतची वर्तमानकालीन कथा आहे. ८९ व्या श्लोकात लंकाविजयानंतर राम अयोध्येला परत आले आणि त्यांचं राज्यारोहण झालं, असा उल्लेख आहे. यानंतरच्या दहा श्लोकांमध्ये रामाच्या भविष्यकाळाविषयी लिहिलं आहे. याचा अर्थ असा झाला की, रामकथा जेव्हा लिहिली, तेव्हा महर्षी वाल्मीकींनी फक्त रामाच्या अयोध्येला परत येण्यापर्यंतचीच कथा लिहिली असावी आणि नंतर उत्तरकांड लिहिलं गेलं असावं. वाल्मीकींनी नारदांना विचारलं आहे की, वर्तमानयुगात गुणवान, शूर, धर्मज्ञ, सत्यवक्ता, जितेन्द्रिय, तेजस्वी आणि ज्याला देवही घाबरतील असा निर्भय पुरुष कोण आहे? उत्तरादाखल नारदांनी वाल्मीकींना रामाबद्दल सांगितलं आहे. याचा अर्थ असा झाला की, त्या काळात राम हा असे सर्व गुण असणारा

परमपुरुष होता.

अशा परमपुरुषाच्या व्यक्तिमत्त्वाचा विचार करू, तेव्हा साहजिकच आपल्या अपेक्षा एका विशिष्ट दिशेला कळत-नकळत वळतात. वाल्मीकी रामायणात रामाचं जे सर्वांगीण दर्शन आपल्याला घडतं, त्यात नारदांनी वाल्मीकींना वर्णन करून सांगितलेल्या गुणांबरोबर इतर कितीतरी अगम्य गोष्टीही आपल्या लक्षात येतात. सामान्यांपेक्षा श्रेष्ठ अशा व्यक्तिमत्त्वाच्या लोकांमध्ये काही ना काही वैशिष्ट्यं असतातच. सामान्य लोकांना विशेष अशा व्यक्तीचं सगळंच वागणं आपल्या स्वत:च्या वागण्याशी तुलना करून बघता येतं. राम आणि कृष्णांसारख्या परमश्रेष्ठ पुरुषांपासून ते आत्ता-आत्तापर्यंत जे आपल्या नजरेसमोर होते, अशा गांधीजींच्या आयुष्यापर्यंत सर्व लोकोत्तर पुरुषांच्या आयुष्यात वरकरणी विसंवादी, विरोधाभासी असं वर्तन आपल्याला वाटतंच; पण याचा अर्थ असा नाही की, प्रत्येक विसंवादी वर्तणूक असलेली व्यक्ती असामान्य असते! असा निष्कर्ष काढणं, हा भाबडेपणा होईल. तरी पण असं व्यक्तिमत्त्व असणाऱ्या माणसांच्या प्रत्येक वागणुकीला आपण आपल्या मापदंडातून मोजलं आणि तसं मोजून ते योग्य किंवा अयोग्य ठरवत गेलो, तर आपण कदाचित स्वत:वरच अन्याय करू, ही भीती असते. येथे हेही स्पष्ट केलं पाहिजे की, जेथे आपल्याला आपल्या मापदंडानं अयोग्य वाटेल, त्याला अयोग्य म्हणायचं नाही किंवा तिकडे दुर्लक्ष करायचं अथवा महर्षी वाल्मीकींनाही अभिप्रेत नसतील अशी विधानं करायची किंवा आपल्या मनची स्वत:ची घालायची, हे मात्र कधीच योग्य म्हणता येणार नाही.

रामाचा जन्म रावणाचा नाश करण्याच्या हेतूनंच झाला होता आणि त्यासाठी देवांनी केलेला विचार, तसंच भगवान विष्णूनं स्वत: मनुष्यरूपानं जन्म घेऊन देवांचं काम करून देईन, असं त्यांचं सांत्वन केलं होतं – अशी कथा बालकांडात आहे. राजा दशरथानं केलेल्या पुत्रकामेष्टियज्ञातून प्रकट झालेल्या यज्ञपुरुषानं विष्णूंचा अंश असा प्रसाद खिरीच्या रूपात दिला. हा प्रसाद राजानं तीनही राण्यांना कमी-जास्त प्रमाणात दिला. त्यानंतर जे चार पुत्र जन्माला आले, ते एका दृष्टीनं पाहिलं तर विष्णूचे अंशच म्हटले पाहिजेत. फरक फक्त प्रसाद कमी-जास्त प्रमाणात दिला गेल्यामुळे झाला असणार. कौसल्या ज्येष्ठ राणी असल्यानं तिला यज्ञपुरुषानं दिलेल्या प्रसादाचा अर्धा भाग मिळाला होता आणि तिला जो पुत्र झाला; त्याच्यामध्ये पूर्ण परमात्मा नाही, परंतु परमात्म्याचा अर्धा अंश होता, असं म्हटलं पाहिजे. म्हणजे रामांमध्ये देवत्वाचा अंश होता आणि ते पूर्णतया परमात्मा नव्हते. हा विचार जर स्वीकारला, तर रामांच्या व्यक्तिमत्त्वाला समजणं जास्त सरळ-सोपं होतं.

माता कौसल्येला गर्भ राहणं आणि तरुण रामाची यज्ञरक्षणासाठी विश्वामित्रांनी

मागणी करणं, या दोन घटनांमध्ये जवळजवळ अठरा ते वीस वर्षं गेली असतील, असं धरून चालणं सुसंगत वाटतं. ही वर्षं म्हणजे रामाचा जन्म, त्याचं बालपण, किशोरावस्था तसंच प्राथमिक शिक्षणाची वर्षं म्हणता येतील. इतक्या दीर्घ घटनाचक्राला महर्षी वाल्मीकींनी फक्त तीस श्लोकांमध्ये आवरलं आहे. बालकांडातील सर्ग-१८च्या आठव्या आणि नवव्या श्लोकात रामाचा जन्म झाला आणि त्याच सर्गात विश्वामित्रांचं आगमन झालं आहे. या तीस श्लोकांमध्येच रामाची पहिल्या वीस वर्षांची हकिगत येऊन जाते. ज्याला 'बालकांड' म्हणतात, त्यात बालक रामाबद्दल काहीही माहिती मिळत नाही. कुलगुरू वसिष्ठांनी बाळाच्या जन्मानंतर करायचे सर्व संस्कार करवून घेतले, तसंच राम घोड्यावर बसून शिकारीला जात असे, एवढीच माहिती आपल्याला मिळते.

आपण, तसेच कथा-कीर्तनकार रामासाठी नेहमी 'रामचंद्र' असा जो शब्द वापरतात, त्या शब्दाचा वापर महर्षी वाल्मीकींनी संपूर्ण रामायणात कोठेही केलेला नाही. महर्षींनी सगळीकडे राम असाच शब्द वापरला आहे. राजा दशरथाने मुलांच्या जन्मानंतर अकराव्या दिवशी त्यांची नावं ठेवण्याचा समारंभ केला. (चारही मुलांचा हा समारंभ एकाच वेळी केला. याचा अर्थ असा होतो की, हे चारही पुत्र एकाच दिवशी जन्मले असणार. राम ज्येष्ठ पुत्र आहे आणि भरत, लक्ष्मण आणि शत्रुघ्न या क्रमानं धाकटे भाऊ आहेत, असं आपण मानतो आणि हीच मान्यता सर्वस्वीकृत आहे. परंतु, या चारही पुत्रांच्या जन्माविषयी जे तीन-चार श्लोक उपलब्ध आहेत, त्यात कोठेही असं स्पष्ट लिहिलेलं नाही. मात्र, रामजन्माच्या श्लोकानंतर भरतजन्माचा श्लोक आहे आणि भरतजन्मानंतर लक्ष्मण तसंच शत्रुघ्न यांच्या जन्माचा श्लोक आहे. श्लोकाच्या क्रमाच्या आधारे आपण या चार भावांच्या जन्माचा क्रमही स्वीकारू शकतो. परंतु त्यांचे नामकरण संस्कार अकराव्या दिवशी एकत्रच झाले, हे लक्षात घेतलं पाहिजे.)

तेव्हा अकराव्या दिवशी राजा दशरथाच्या या ज्येष्ठ पुत्राला जे नाव मिळालं आहे, ते स्पष्टपणे 'राम'च आहे; रामचंद्र नाही.

रामाच्या आयुष्यातली सर्वांत पहिली विशेष नोंद घेण्यासारखी घटना ऋषी विश्वामित्रांच्या आगमनानंच होते. इक्ष्वाकुवंशात कुलगुरू वसिष्ठ आणि विश्वामित्र या दोन्ही व्यक्तींची नावं वेदग्रंथांपासून ते इतर अनेक ठिकाणी योजली गेली आहेत. या दोन्ही व्यक्ती इतक्या दीर्घकाळ त्याच असतील, असं मानणं म्हणजे अतिशयोक्तीच आहे. शक्यता अशी असावी की, ही दोन्ही नावं एखाद्या परंपरेप्रमाणं स्थापित झालेल्या पदांची नावं असतील आणि त्या पदावर जी कोणती व्यक्ती त्या व्यक्तीच्या क्षमतेनुसार येईल, त्या व्यक्तीला विश्वामित्र किंवा वसिष्ठ या नावांनी ओळखलं जात असेल. आजही आपण बद्री, शृंगेरी, द्वारका आणि जगन्नाथपुरी या

चार आद्य शंकराचार्यांनी स्थापन केलेल्या मठांचे अधिपती जे संन्यासी असतील, त्यांना शंकराचार्यच म्हणतो. जरी आद्य शंकराचार्य नवव्या शतकात होऊन गेले असतील, तरीही आज बाराशे वर्षांनंतरही त्यांनी स्थापन केलेल्या पीठाचे अधिपती शंकराचार्य हेच नाव लावतात.

विश्वामित्र कुठल्या प्रदेशात राहत होते याविषयी काही नक्की अंदाज करता येत नाही. हा प्रदेश अयोध्येच्या पूर्वेला कोठेतरी चार दिवस पायी जाण्याच्या अंतरावर असला पाहिजे. एवढंच नाही, तर हा प्रदेश मिथिलानगरीपासून दोन दिवस पायी जाण्याच्या अंतरावर असेल, असाही अंदाज करता येतो. असा अंदाज करण्याचं कारण असं की, राम आणि लक्ष्मणाला विश्वामित्रांबरोबर अयोध्येहून निघून यज्ञाच्या जागी पोहोचण्यासाठी चार दिवस लागले आहेत. तसेच, यज्ञस्थळाहून मिथिलेला पोहोचण्यासाठी वाटेत दोन रात्री गेल्या आहेत. म्हणजे विश्वामित्रांचा आश्रम राजा जनकाच्या मिथिलानगरीपासून कमी अंतरावर आहे. असं असूनही विश्वामित्रांनी यज्ञाच्या रक्षणासाठी जनकाकडून नाही, तर दशरथाकडून मदत घेण्याचं ठरवलं आहे, हे लक्षात घेण्यासारखं आहे. अशी काही मदत जर फक्त यज्ञाच्या रक्षणासाठीच हवी असती, तर मिथिलेचं सैन्य किंवा अयोध्येचं सैन्यही पुरेसं झालं असतं. परंतु विश्वामित्रांनी दशरथाकडेही सैन्याची काही मदत मागितलेली नाही; फक्त रामाचीच मागणी केली आहे. राम तर अजून तरुण होता आणि शस्त्रास्त्रविद्याही शिकलेला नव्हता. असं असताना रामच यज्ञाचं रक्षण करू शकेल, या विश्वामित्रांच्या श्रद्धेमागे काही गूढ कारण नक्कीच असलं पाहिजे. विश्वामित्रांच्या या मागणीला कुलगुरू वसिष्ठांनीही पाठिंबा दिला आहे, हेही लक्षात घेण्यासारखं आहे. म्हणजे विश्वामित्र आणि वसिष्ठ दोघा ऋषींना त्यांच्या तपोबलामुळे इतरांना न समजणारं असं काहीतरी गूढ भविष्य दिसत असेल, असं वाटतं.

विश्वामित्रांच्या यज्ञात मारिच आणि सुबाहूसारखे राक्षस तसंच, त्राटिकेसारखी राक्षशीण विघ्नं आणत होती. ऋषींनी फक्त रामाची मदत मागितली होती आणि लक्ष्मणाचा काही उल्लेखही कधी केला नव्हता. जराशा टाळाटाळीनंतर राजा दशरथानं मुलाला पाठवण्यास होकार दिला. या होकारात जणू काही लक्ष्मणाचा समावेश आपोआपच होत असेल, तसा लक्ष्मण त्यात समाविष्ट झाला आहे. दोन भावांमधील एकात्मतेचा आरंभ येथपासूनच दिसू लागतो. येथून पुढे सगळीकडे जणू राम म्हणजे एकटा राम नाही, तर राम आणि लक्ष्मण दोघे, असाच अर्थ घेतला गेला आहे.

विश्वामित्रांनी अस्त्रशस्त्रांच्या शिक्षणासाठी रामाला दीक्षा दिली आणि अयोध्येपासून यज्ञस्थळापर्यंतच्या प्रवासातच सर्व दिव्यास्त्रांचं, तसंच शस्त्रांचं ज्ञान त्याला दिलं. ज्ञान देण्याच्या या कामातही विश्वामित्रांनी लक्ष्मणाला दीक्षा दिली नाही की, काही

ज्ञानही दिलं नाही. जी अस्त्रं-शस्त्रं विश्वामित्रांकडून रामाला मिळाली आहेत, त्यांमध्ये महर्षी विश्वामित्रांनी अद्भुत असं सजीवारोपण केलं आहे. ही अस्त्रं अशी आहेत की, रामाने नुसती इच्छा केली किंवा नुसता मंत्रोच्चार केला, तरी ती सदेह प्रकट होतात. ही शस्त्रं प्रकट झाल्यावर मंत्र उच्चारणाऱ्याशी बोलतातही. या सजीवारोपणानं शस्त्रं ही हिंसेची सामान्य साधनं न राहता उच्च दर्जाच्या कामांसाठीची दिव्य आयुधं होतात. शस्त्रप्राप्तीनंतर रामाने त्याच्या आयुष्यातला पहिला संहार केला आहे, तो एका नारीच्या देहाचा आहे, ही घटनाही लक्षात घेण्यासारखी आहे. रामाच्या शस्त्रानं मृत्यू पावलेली सर्वप्रथम व्यक्ती त्राटिका होती.

विश्वामित्रांचा यज्ञ निर्विघ्न पार पाडून दिल्यावर राम लगेच अयोध्येला परत जात नाही. त्याच्या शिक्षणाचाच एक भाग असावा तसं विश्वामित्रांनी त्यांना मिथिलेला जनकराजाजवळ असलेल्या एका प्रभावी आणि भव्य अशा शिवधनुष्याचं दर्शन करवण्याचं ठरवलं. मिथिलेला सीतास्वयंवर वगैरे काही नव्हतं. राजा जनक कसल्या तरी यज्ञाचं आयोजन करत होते, परंतु त्यासाठी दशरथ किंवा विश्वामित्र यांना कोणाला निमंत्रण नव्हतं. असं असूनही विश्वामित्र अगदी सहज म्हणून राम-लक्ष्मणाला आपल्याबरोबर घेऊन त्या अपूर्व शिवधनुष्याच्या दर्शनासाठी मिथिलेला जातात. या प्रवासातच आर्यावर्ताचा भूगोल, इक्ष्वाकुवंशाचा इतिहास, तसंच वेदांमधली आध्यात्मिक रहस्यं विश्वामित्रांनी या शिष्यांना शिकवली. रामाच्या शिक्षणाविषयी आणखी दुसरं काही आपल्याला रामायणात कुठंही समजत नाही.

मिथिलेला पोहोचण्यापूर्वी अहल्योद्धाराची जी घटना झाली आहे, ती रामाच्या व्यक्तिमत्त्वातील एक विशेष बाजू समजून घेण्यास उपयोगी ठरण्यासारखी आहे. अहल्या ही एक अशी स्त्री होती, जिच्या नैतिक अध:पतनामुळं तिच्या आयुष्यातलं सत्त्व नाहीसं झालं होतं. गौतमऋषींच्या शापानं ती शिळा बनून गेली होती किंवा वायू आणि भस्म यांच्या आवरणाखाली अदृश्य झाली होती. अशा कथेला प्रतीकात्मक समजून त्यातला मथितार्थ समजून घेतला, तर असंच म्हणता येईल की, ती लज्जित, तिरस्कृत आणि बहिष्कृत झालेली स्त्री एकाकी, रसहीन, चैतन्यहीन जीवन जगत होती. अनेक वर्षं तिच्या मनात घर करून बसलेली अपराधी भावना रामाच्या स्पर्शानं नष्ट झाली. एखाद्या वेळी कळत-नकळत हातून घडणारं पाप एखाद्या ईश्वरी अंशाच्या स्पर्शानं नाहीसं होऊ शकतं. व्यक्ती पुन्हा नव्यानं शुद्ध जीवन जगू शकते. रामाचा स्पर्श असा होता आणि अहल्येच्या पापाची पुरती शिक्षा तिनं भोगून झाली होती, असा या घटनेचा अर्थ होतो. ही प्रतीकात्मक कथा पुढेही रामाच्या व्यक्तिमत्त्वाच्या या बाजूला सार्थ ठरवणारी आहे.

राजा जनकानं सीता या त्याच्या मुलीसाठी त्या शिवधनुष्याच्या भंगाची नाही, पण केवळ प्रत्यंचा चढवण्याचीच अट ठरवली होती. विश्वामित्रांनी त्यांच्या शिष्यांना

ते धनुष्य बघायचं आहे, असंच फक्त म्हटलं होतं आणि जनकानं त्या दोन्ही राजपुत्रांना ते धनुष्य दाखवताना सहजच इच्छा प्रकट केली होती की, रामाला ती प्रत्यंचा चढवता आली तर मी सीतेचं लग्न त्याच्याशी करून देईन. त्यानंतर विश्वामित्रांची परवानगी घेऊन रामाने धनुष्य उचललं आणि तो प्रत्यंचा चढवू लागला तोच धनुष्य तुटून गेलं. म्हणजे सहज बोलता-बोलताच राम आणि सीता यांचं लग्न ठरून गेलं. राम किंवा सीता दोघांनी एकमेकांना बघितलेलं नाही, स्वयंवर योजलेलं नाही. धनुर्भंग होण्यापूर्वी उद्यानात राम आणि सीता भेटले होते आणि त्यांना परस्परांचं आकर्षण वाटलं होतं, अशी कथा वाल्मीकींनी कोठेही लिहिलेली नाही. धनुर्भंगानंतर जनकानं त्याचा धाकटा भाऊ कुशध्वज याच्या दोन मुलींची लग्नंही त्याच्या स्वत:च्या दोन मुलींसहच इक्ष्वाकुवंशातल्या राजकुमारांबरोबर करावीत, असं सुचवलं. हा प्रस्तावाचा निरोप घेऊन ज्या दूतांना जनकानं अयोध्येला पाठवलं आहे, ते चौथ्या दिवशी अयोध्येला पोहोचले आहेत. त्या निरोपात जनकानं दशरथांना सांगितलं आहे, ''हे राजा, विश्वामित्रांबरोबर अचानक फिरत-फिरत येथे येऊन पोहोचलेल्या आपल्या पुत्रानं – रामानं – स्वत:च्या पराक्रमानं माझी मुलगी मिळवली आहे.'' येथे वापरलेले 'अचानक फिरत-फिरत' शब्द महत्त्वाचे आहेत. सुरुवातीला फक्त राम-सीता विवाहाचं बोलणं होतं, पण त्यानंतर अन्य मुलींच्या विवाहाबद्दलही जनकानं सुचवलं आहे.

लग्नानंतर अयोध्येला परत येत असताना रामाचा मिथिलानगरीबाहेरच महर्षी परशुरामांबरोबर जो संघर्ष झाला, त्याबद्दल थोडा विचार करण्यासारखा आहे. रामाने शिवधनुष्य मोडलं, हे समजल्यावर परशुराम क्रोधानं रामाशी युद्ध करायला येऊन पोहोचले. ज्या धनुष्याचा भंग झाला होता, त्या धनुष्यावर 'परशुरामां'चा काही अधिकार नव्हता. खुद्द भगवान शंकरांनी प्रसन्न होऊन जनकाचे पूर्वज देवरात यांच्याकडे हे धनुष्य दिलं होतं. आपल्या मुलीच्या लग्नासाठी जनकानं त्या धनुष्याची अट घातल्याचं सर्वांना माहीत होतं. यापूर्वी अनेक राजांनी जनकाची ही अट पूर्ण करण्याचे प्रयत्न केले होते आणि ते निष्फळ झाल्यानं राग येऊन या राजांनी जनकाशी युद्धंही केली होती. तशी कथा रामायणात आहेच.

तेव्हा, ज्या धनुष्याशी त्यांचं काहीच देणं-घेणं नव्हतं आणि जनकाच्या अटीची जी गोष्ट सर्वांना ठाऊक होती, ती समजल्यावर परशुराम का संतापले; एवढंच नाही, तर संतापाच्या भरात विनाकारण युद्ध करायला का आले, हे समजत नाही. कदाचित एक खुलासा असा करता येईल की, आपल्या तरुणपणी परशुरामांच्या मनात क्षत्रियांबद्दल अत्यंत शत्रुत्वाची, वैराची भावना होती. या वैरापायीच असंख्य क्षत्रियांची त्यांनी विनाकारण हत्या केली होती, ही कथा सर्वांना माहीतच आहे. रामाने शिवधनुष्याचा भंग केल्याचा पराक्रम ऐकल्यानंतर पुन्हा नव्यानं क्षत्रियतेजाच्या

युगाचा आरंभ होत आहे, अशी काही भावना परशुरामांच्या मनात आली असेल, हे शक्य आहे. रामाशी युद्ध करण्याच्या आवेशानं दुसरं एक धनुष्य बरोबर घेऊन परशुराम आले आणि वाटेतच रामाला गाठून त्यांनी 'या धनुष्याची प्रत्यंचा चढवून स्वत:चं सामर्थ्य दाखव', असं आव्हान दिलं. राम जर त्या धनुष्याची प्रत्यंचा चढवू शकला, तर परशुराम त्याच्याशी द्वंद्वयुद्ध करतील, असंही आव्हान त्यांनी दिलं.

येथे कुठल्याही सुज्ञ वाचकाला सहजच असा प्रश्न पडेल की, परशुरामांनी दिलेलं आव्हान स्वीकारून रामाने जर प्रत्यंचा चढवली, तरच परशुराम त्यांच्याशी द्वंद्वयुद्ध करतील, असं सांगितलं आहे. पण रामाला ती प्रत्यंचा चढवता आली नाही, तर मग द्वंद्वयुद्ध करण्याऐवजी परशुराम काय करतील, या प्रश्नाचं काही उत्तर मिळत नाही. रामाने अगदी सहजपणानं परशुरामांच्या वैष्णव धनुष्याची प्रत्यंचा चढवली. एवढंच नाही, तर 'आता धनुष्याला लावलेला हा बाण सोडून कोणाचा विनाश करू', असा प्रश्न रामाने विचारला. परशुरामांनी तत्काळ पराजय कबूल केला. प्रत्यंचा चढवण्याचं पहिलं आव्हान पूर्ण करण्यासाठी खरं तर परशुरामांनी रामाशी द्वंद्वयुद्ध करायला हवं होतं, पण तसं त्यांनी केलं नाही. केवळ प्रत्यंचा चढवल्याबरोबरच त्यांनी दीन आणि नम्र होऊन रामाची प्रार्थना केली की, तुमच्या या बाणानं माझी तपश्चर्या तुम्ही नष्ट करून टाका.

अशा तऱ्हेनं परशुरामांनी विनाकारणच स्वत:ची तपश्चर्या नष्ट का करून घेतली, हा प्रश्न सुटत नाही. रामाच्या हातून स्वत:च्या पुण्यकर्माचा नाश करवून घेऊन परशुराम लगेचच तेथून निघून गेले. त्याचा एक अर्थ असाही काढता येईल की, जे लोक काही कारण नसतानाच दुसऱ्याच्या प्रगतीचा द्वेष करतात किंवा राग धरतात, त्यांचं पुण्य नष्ट होतं. आपल्या नेहमीच्या आयुष्यातही दिसतं की, अशा प्रकारे द्वेष करणं हाच ज्यांचा स्वभाव आहे, अशा व्यक्तींमध्ये तेजाचा अभाव असतो आणि हलक्या दर्जाचे मानवी दोष त्यांच्या स्वभावात असतात.

राजा दशरथांनी जेव्हा रामाला राज्याभिषेक करण्याचा स्वत:चा निर्णय त्याला सांगितला, तेव्हा रामाने काहीच प्रतिक्रिया व्यक्त न करता अगदी तटस्थ राहून तो स्वीकारला. त्याचप्रमाणे नंतर जेव्हा वचनानं बांधले गेलेले दशरथ पत्नी कैकेयीकरवी रामाने वनवासाला जावं म्हणून सांगतात; तेव्हाही राम तितक्याच तटस्थपणानं, अगदी अलिप्त मनानं वनवास स्वीकारतो. अशा तऱ्हेनं तरुण रामाच्या स्वभावातली ही अलिप्तता लागोपाठ झालेल्या या दोन्ही प्रसंगांमध्ये दिसून येते. असा उच्च कोटीचा अलिप्तपणा दाखवल्यानंतर रामाने आयुष्यातल्या इतर अनेक प्रसंगी दु:खानं आणि धक्का बसून, व्याकूळ होऊन शोकही केला आहे आणि अश्रूही ढाळले आहेत. रामाचं हे सामान्य माणसासारखं वागणं जास्त आकर्षक वाटतं. सुखाच्या आणि दु:खाच्या, दोन्ही प्रसंगी मनाची स्वस्थता कायम ठेवता येणं, हा

माणसाच्या चारित्र्यातला उत्तम गुण आहे आणि हा गुण सामान्य माणसापेक्षा थोडी श्रेष्ठ असणारी व्यक्ती कित्येकदा दाखवते. परंतु, ज्यानं एकदा मन शांत ठेवून दाखवलं, त्याच्याकडून तशाच वागण्याची अपेक्षा आयुष्यात नेहमीच ठेवता येणार नाही. राज्य मिळणार होतं तेव्हा किंवा वनवासाला जावं लागलं तेव्हा रामाने जो उत्तम तटस्थपणा दाखवला आहे; तसा कायम, सातत्यानं दाखवला नाही, हे रामाच्या मनुष्यपणाचं द्योतक आहे. (हे ध्यानात घेतलं पाहिजे की, असं कृष्णचरित्रात होत नाही. श्रीकृष्ण त्यांचा साक्षीभाव सदैव राखू शकले आहेत.)

राज्याभिषेकाऐवजी वनवासाला पाठवण्याबद्दल सांगायला कैकेयीच्या महालात रामाला बोलावून घेण्यात आलं, तेव्हा रामाने पित्याला संताप आणि विषाद यांनी वेढलेल्या व्यथित अवस्थेत बघितलं. त्या वेळी रामाच्या मनात खळबळ माजली आणि पित्याच्या या अवस्थेला कारण काय झालं असेल, याबद्दल त्याने ज्या शंका घेतल्या आहेत, त्यांमधून त्याच्या निर्मळ मनाचं दर्शन होतं. कैकेयीला राम म्हणतो, ''माते, माझ्या हातून अशी काही चूक तर नाही ना झाली, ज्यामुळं पिताजींना दु:ख झालं? त्यांची प्रकृती तर ठीक आहे ना? त्यांच्या मनाला दु:ख होईल असं काही तुम्हीच तर नाही ना बोललात? त्यांना दु:खी करणाऱ्या कोणालाही मी शिक्षा केल्यावाचून राहणार नाही.'' रामाच्या या शंकांमध्ये पित्याबद्दलचं प्रेम आणि काळजी दिसून येते. कैकेयीनं जेव्हा सांगितलं की, राजाच्या या अवस्थेचं कारण मी राजाकडून तुला वनवासाला पाठवण्याचं घेतलेलं वचन आहे. तेव्हा राम म्हणाला, ''ओहो! त्यात काय मोठंसं? राज्य रामानं केलं काय आणि भरतानं केलं काय, दोन्ही सारखंच आहे! एवढीशी गोष्ट तर पिताजींना मध्ये न आणता तुम्हीही सांगितली असतीत, तरीही चालली असती!''

मुलाला वनवासाला पाठवण्याच्या राजाच्या या विचित्र इच्छेमुळे लक्ष्मण संतापला, तेव्हा राम त्याला शांत करताना म्हणतो की, जी घटना आपल्याला समजू शकत नाही, ती दैवाधीन असते. माता कैकेयी माझ्यावरही स्वत:च्या मुलासारखंच प्रेम करत होती, तरी ती असं वागली याचा दोष तिला नाही, तर नशिबालाच दिला पाहिजे. ज्या सुख-दु:खाची किंवा लाभ-नुकसानाची कारणं कळत नाहीत, त्यांना दैवी इच्छा मानून ती माणसानं स्वीकारली पाहिजेत.

परंतु माता कौसल्या विलाप करते, तेव्हा आत्तापर्यंत शांत राहिलेला राम संयम ठेवू शकत नाही. पुत्र जवळ नसेल तेव्हाच्या ज्या प्रचंड दु:खांची कल्पना ती माता करते, त्यामुळे राम प्रथमच अस्वस्थ झाला आहे. आईला होऊ शकणाऱ्या दु:खापुढे हतबल वाटून कुठल्याही मुलाला जसं रडू येईल तसं रामही अश्रू ढाळून रडतो. येथे रामाचे अश्रू स्वत:ला वाटणाऱ्या विषादामुळे नाहीत, तर मातेच्या दु:खानं व्यथित होण्यानं आले आहेत.

कौसल्या तिलाही वनवासाला घेऊन जाण्याचा मुलाला रडत-रडत आग्रह करते, तेव्हा राम तिला असं समजावतो की, पती जिवंत असेल तोपर्यंत त्याची सेवा करणं, हाच पत्नीचा धर्म आहे. एवढंच नाही, तर पुत्रविरहानं राजा दशरथांचा मृत्यू होऊ नये यासाठी त्यांच्याकडे नीट लक्ष ठेवण्यासाठीही तिनं त्यांच्याबरोबरच राहिलं पाहिजे. पत्नीचा धर्म पतीबरोबर राहून त्याची सेवा करणं, हाच आहे, असं नीट समजावून सांगतो. पत्नीचं हे कर्तव्य आईला समजावणारा राम याच्या विरुद्ध टोकाची बाजू सीतेपुढे मांडतो. सीता जेव्हा पतीबरोबर वनवासाला जाण्याची मागणी करते, तेव्हा राम तिला अरण्यात किती त्रास होऊ शकतील याबद्दल सांगतो. पत्नीच्या कर्तव्याबद्दल रामाने कौसल्येला सांगितलं होतं, त्याहूनही जास्त सयुक्तिकपणे सीतामाईंनी उत्तरादाखल सांगितलं आहे. रामाच्या पौरुष्याला डिवचेल असा, त्यांच्या रक्षणाची जबाबदारी घेण्याची रामाला भीती वाटते आहे, असा बोचक ताशेराही सीतामाईंनी मारला. या ताशेऱ्यानंतरच सीतेला बरोबर घेऊन जायला राम कबूल झाला होता.

वनवासाला जायला निघतानाही रामाच्या मनात भरत आणि कैकेयी यांच्याविषयी संशय आहेच. सीतेला अयोध्येतच राहण्याचा आग्रह करत असताना राम सांगतो की, तू भरतासमोर कधीही माझी प्रशंसा करू नये. भरत आता नेहमीसाठीच (सनातनम् – अयोध्याकांड : २६/२७) राजा होणार आहे. तेव्हा त्याला प्रसन्न ठेवण्याचा तू प्रयत्न केला पाहिजेस. संतापलेल्या लक्ष्मणालाही रामाने असंच सांगितलं आहे. राज्य हाती आल्यावर कौसल्येशी आणि सुमित्रेशी कैकेयी चांगलं वागणार नाही आणि भरतही कैकेयीच्या सांगण्यावरूनच या दोन मातांचं भरणपोषण नीट करणार नाही, अशी भीती त्यांनी व्यक्त केली आहे.

श्रीरामांना थोडी विनोदबुद्धीही होती आणि वनवासाला निघण्याच्या अतिशय दुःखद वेळी ही विनोदबुद्धी प्रगट झाली आहे! संपूर्ण रामायणात हा एक श्लोक सोडून रामाने सहज थट्टा कधीही केलेली नाही. वनवासाला निघण्यापूर्वी रामाने ब्राह्मणांना दानधर्म केले आहेत. असं दान घ्यायला रामासमोर उभ्या राहिलेल्या एका ब्राह्मणाला त्याने सांगितलं, "हे भूदेव, येथे माझ्या या असंख्य गाई बसल्या आहेत. आपण आपल्या हातातली ही काठी जितकी दूर फेकाल, तेवढ्या विस्ताराच्या आत बसलेल्या गाई मी आपल्याला दान देईन." तेव्हा मग ब्राह्मणानं त्याची काठी खूप जोर करून लांब फेकली आणि शेकडो गाई दान म्हणून मिळवल्या! रामाची ही थट्टा या परिस्थितीत विचित्र वाटते आणि अशी थट्टामस्करी याआधी किंवा यानंतर रामाने कधी केलेली नाही!

सर्वसाधारणपणे मुलानं वडिलांच्या आज्ञेचं पालन करावं, असं कुठल्याही वडिलांना वाटतं. आज्ञाधारक मुलगा असणं, हे वडिलांचं सौभाग्य समजलं जातं.

पित्यानं आपल्या तोंडानं सांगितलेली नसतानाही त्याची आज्ञा राम ज्या तऱ्हेनं मान्य करतो; त्यामुळं व्यथित झालेले राजा दशरथ असं म्हणतात की, माझा पुत्र राम माझ्या आज्ञेचं पालन करायला नकार देईल तर बरं! ही एक भावनापूर्ण, नाजूक क्षणांची घटना आहे. वनाला निघालेल्या रामाला निरोप द्यायला आलेल्या दशरथांनी लांबूनच सुमंताला मोठ्यानं हाक मारत रडत-रडत सांगितलं आहे, ''सुमंत, थोडा वेळ थांब. मी पुन्हा एकदा रामाला बघून घेतो.'' तेव्हा मग रामाने सुमंताला सांगितलं की, आता रथ असा वारंवार थांबवण्यानं पित्याला जास्त दुःख होईल, म्हणून आता तू रथ थांबवू नये; पुढेच न्यावा.

राजाची आज्ञा आणि रामाचं सांगणं या दोन्हींमध्ये अडकलेल्या सुमंतानं त्याला दोन्हीकडून अवघड होत होतं, असं म्हटलं. तेव्हा राम सुमंताला खोटं बोलायला सांगतो. तो म्हणतो, ''सुमंता, परत गेल्यावर पिताजींनी तुला विचारलं तर सांग की, मला तुमची आज्ञा ऐकूच आली नव्हती.'' सत्य कशाला म्हणायचं आणि असत्य कशाला म्हणायचं, याविषयीच्या अतिशय सूक्ष्म आणि विवादास्पद मुद्द्याचं स्पष्टीकरण हे खोटं बोलणं करतं. दशरथाच्या मनाला त्रास होऊ नये, हे बघण्याचा रामाचा हेतू होता. त्यासाठी सुमंत थोडंसं खोटं बोलले तर पित्याला विनाकारण जास्त दुःख देण्याच्या संकटातून वाचता येईल. म्हणजे जास्त महत्त्वाच्या सत्याच्या रक्षणासाठी लहानसं सत्य सोडून द्यावं, असं महाभारतात श्रीकृष्णांनी सांगितलेल्या सत्यवचनाचंच हे जणू बीज आहे.

कोसल प्रदेश ओलांडल्यावर शृंगवेरपूरनगरीच्या सीमेवर रामाने रात्र घालवली आहे. निषादराज गुह हा रामाचा जवळचा मित्र असल्याचा उल्लेख वाल्मीकींनी केला आहे. रामाच्या मित्रांबद्दल रामायणात असे काही उल्लेख सापडत नाहीत की, रामाचे सहजपणे झालेले कोणी मित्र होते. बिभीषण आणि सुग्रीव यांना असे मित्र म्हणता येणार नाहीत. रामाची या दोघांशी मैत्री आहे ती खास हेतुपूर्वक केलेली आहे. येथे निषादराज गुहाला रामाचा जवळचा मित्र असल्याचं म्हटलं आहे खरं, पण या मैत्रीचा यापूर्वी कोठेही उल्लेख सापडत नाही. राम आणि गुह यांच्यामध्ये कोणत्याही प्रकारचा संबंध यापूर्वी आणि यानंतर आलेला नाही.

उत्तरकांडात सीतेविषयीची लोकनिंदा रामाला मित्रांकडून समजली, असा उल्लेख आहे आणि अशा या मित्रांची नावंही तिथे दिलेली आहेत. त्याशिवाय मैत्रीसंबंधांबद्दल रामायणातून खास काही माहिती मिळत नाही. महाभारतात सुदामा, द्रौपदी, उद्धव किंवा अर्जुन यांच्याशी श्रीकृष्णाचे जे मैत्रीचे विशिष्ट संबंध होते, तसे कोणतेही मैत्रीसंबंध रामायणात नाहीत.

नदी पार करताना गुहराजानं रामाचे पाय धुतले, ही गोष्ट वाल्मीकी रामायणात नाही. ही कथा नंतर लिहिल्या गेलेल्या रामायणांमध्ये – विशेषतः तुलसीदासांनी –

आपल्याला सांगितली आहे. नदी ओलांडून जाण्याच्या वेळी सुमंताने रामाबरोबरच वनात जाण्याचा हट्ट धरला, तेव्हा रामाने त्याला अयोध्येला परत जायला सांगितलं. याचं त्याने सांगितलेलं कारण रामाची दूरदृष्टी दाखवणारं आहे. रामाने त्याला सांगितलं की, जर तुम्ही अयोध्येला परत गेलात, तर तुम्हाला बघून माता कैकेयीची खात्री होईल की, राम वनात गेला आहे. जर तुम्ही परत गेला नाहीत, तर तिच्या मनात शंका राहील आणि अशी शंका राहण्यामुळे कैकेयी धर्मपरायण राजा दशरथांनाही ते खोटे बोलणारे आहेत असे म्हणेल; ते योग्य नाही.

दु:ख प्रत्यक्ष सामोरं येण्यापूर्वी माणूस हिंमत ठेवून त्याचा स्वीकार करतो; परंतु जेव्हा ते खरोखर समोर ठाकतं, तेव्हा हिंमत ओसरते. रामाच्या बाबतीतही असं झालं आहे. अफाट अरण्यात पोचल्यावर श्रीराम पुन्हा शोक करू लागतात आणि दीनवाणे होऊन अश्रू ढाळू लागतात. लक्ष्मणाला म्हणतात की, मला अधर्म आणि परलोक यांची भीती वाटते, म्हणूनच अयोध्येच्या सिंहासनावर मी जबरदस्तीनं स्वत:ला अभिषेक करवून घेतला नाही. एवढंच नाही, तर दशरथांविषयीही ते म्हणतात की, मी इतका आज्ञाधारक पुत्र असताना पित्यानं एका स्त्रीच्या सांगण्यावरून माझा त्याग केला आणि भरत आता निष्कंटक होऊन त्या राज्याचा उपभोग घेईल. हे बघून असंच वाटतं की, धर्म निरर्थक आहे आणि कामेच्छाच सर्वांत श्रेष्ठ आहे. रामाचं असं आक्रोश करून अश्रू ढाळणं तो सामान्य मनुष्य असण्याला अनुरूप आहे.

अयोध्या आणि चित्रकूट यांमधलं अंतर दोन रात्रींच्या प्रवासाइतकं असावं, असं वाटतं. राम चित्रकूटावर राहू लागल्यावर भरत जेव्हा त्याला भेटायला गेला, तेव्हा त्यानं प्रवासात दोन रात्री काढल्या आहेत. राम-भरत यांची ही भेट राम अयोध्या सोडून गेल्यावर फार-फार तर एखाद्या महिन्यात झाली असेल, असा साधारण हिशोब करता येतो. या मधल्या काळात रामानं ठिकठिकाणी हिंस्र पशूंना मारलं आहे, तसेच शिकार केली आहे, असे उल्लेख आहेत. शिकारीचा खेळ हा त्या काळच्या क्षत्रियांचा आवडता खेळ असणं शक्य आहे आणि राम याला अपवाद नाही. वालीवधाच्या वेळीही रामाने आपण केलेल्या अशा शिकारींचं समर्थनच केलं आहे.

राम-भरतभेटीबद्दलची माहिती आपण यापूर्वी भरताचं व्यक्तिमत्त्व समजून घेताना घेतलीच आहे. तेव्हा येथे पुनरुक्ती टाळू या. परंतु चौदा वर्षांच्या शेवटी राम स्वत: पुन्हा राज्याची जबाबदारी सांभाळतील, असं कबूल करताना राम पित्याच्या आज्ञेच्याविरुद्ध गेले आहेत, हे स्वीकारलं पाहिजे. भरत, वसिष्ठ तसंच अयोध्येच्या प्रजेच्या प्रेमासमोर त्यांनी नमतं घेतलं आणि चौदा वर्षांनंतर पित्याच्या आज्ञेप्रमाणे ते परत येतील; एवढंच नाही, तर राज्यही सांभाळतील, असं वचन दिलं. पित्याची

आज्ञा चौदा वर्षं वनवासाची होती आणि चौदा वर्षं संपल्यावर राज्य परत मिळवण्याचं काहीही बोलणं झालेलं नव्हतं. राज्य तर भरताला कायमचं देऊन टाकलं होतं. येथे राम व्यवहार्य अशा मूळ स्थितीवर परत जाण्याचा स्वीकार करतात आणि अकारण दुराग्रह धरून बसत नाहीत. हा स्वीकार किंवा त्याग या दोन्ही गोष्टींच्या बाजूनं किंवा विरुद्ध मतप्रदर्शन करता येईल. रामाने अशा तऱ्हेनं पित्याची आज्ञा अर्धी पाळली नाही हे खरं, पण त्याचप्रमाणे हेही खरं की भरत, वसिष्ठ आणि अन्य प्रजाजनांच्या इच्छेला मान देऊन पित्याची आज्ञा पूर्णतया मोडूही शकला असता. (वनवासाला न जाता भरतभेटीनंतर परत येऊ शकला असता.) रामानं या प्रसंगी मध्यम मार्ग स्वीकारला आहे.

भौगोलिक दृष्ट्या अयोध्येच्या अगदी जवळ चित्रकूट आहे. ज्याप्रमाणे भरत येथे आला त्याचप्रमाणे त्यानंतरच्या काळात अयोध्येतील अन्य लोकही येत राहतील, ही शक्यता होती. शिवाय, ज्या जागी भरताशी आणि सर्वांशी रामाची भेट झाली, ती जागा सतत त्यांना त्या भेटीची आठवण करून देत राहिली असती. यातून सुटका करून घेण्यासाठी रामाने चित्रकूट सोडून दण्डकारण्यात प्रवेश केला. राणी कैकेयीनं जेव्हा रामासाठी वनवास मागितला होता, तेव्हा रामाला केवळ वनातच नाही तर दण्डकारण्यात पाठवावं, असं स्पष्ट सांगितलं होतंच.

हे दण्डकारण्य एखाद्या नेमक्या विस्ताराचं नाव असावं याविषयी तर शंकाच नाही. हे घोर अरण्य दाट झाडींनं व्यापलेलं आहे आणि येथे राक्षसांचं राज्य आहे, असं इतरत्रही स्पष्ट लिहिलेलं आहे. रावणानं या प्रदेशावर सत्ता मिळवून तो शूर्पणखेला मुक्तपणे वावरायला दिला होता, अशी कथा दुसरीकडे दिलेली आहे. शूर्पणखेच्या रक्षणासाठी रावणानं खर आणि दूषण या राक्षसांच्या नेतृत्वाखाली चौदा हजार राक्षसांचं सैन्यही या प्रदेशात ठेवलं होतं.

सध्याच्या संदर्भात हा प्रदेश नेमका कोठे असेल, हा विद्वानांमध्ये वादाचा विषय आहे. सर्वसाधारण मान्यता अशी आहे की, आज आपण नाशिक आणि त्याच्या आसपासच्या विस्ताराला रामायणकाळातील दण्डकारण्य मानतो. चित्रकूट सोडून एक-दोन दिवस महर्षी अत्रींच्या आश्रमात राहून राम लगेचच दण्डकारण्यात पोहोचला आहे. अयोध्येपासून पन्नास मैलांच्या अंतरावरच चित्रकूट असावा, याबद्दल पुरेसे पुरावे मिळतात. हे लक्षात घेतलं, तर दण्डकारण्य हे चित्रकूटापासून नाशिकइतक्या अंतरावर असेल काय, याची शंका येते. राम जेव्हा दण्डकारण्यात आला, तेव्हा दण्डकारण्यात राहणाऱ्या ऋषींनी त्याला म्हटलं आहे की, आम्ही तुमच्या राज्यात राहतो म्हणून आमचं रक्षण करणं, हा तुमचा धर्म आहे. हे लक्षात घेतलं, तर ज्या दण्डकारण्यात रावणाचं राज्य होतं, ते दण्डकारण्य अयोध्येच्या राज्यात कसं असेल, हा प्रश्न उभा राहतो. रामाने त्या सर्व ऋषींना रक्षण करण्याचं वचन दिलं.

तसंच धर्मविरुद्ध वागून मांसाहार करणाऱ्या राक्षसांचा वध करून तुम्हा सर्व ऋषींना भयमुक्त करेन, असं आश्वासन दिलं.

पण आश्वासन देणं आणि ते अमलात आणणं, या दोन्हींमध्ये किती अंतर आहे याचा अनुभव रामाला लगेच येतो. ज्या राक्षसांविषयी आत्तापर्यंत केवळ कर्णोपकर्णी गोष्टीच ऐकल्या होत्या, त्यांच्याशी झालेल्या पहिल्याच संघर्षात राम जसा हातपाय गाळतो आणि एखाद्या अनाथ माणसासारखं ओरडून रडायला लागतो, ते वाचून आपल्याला आश्चर्य वाटतं. विराध नावाच्या एका राक्षसानं हल्ला करून सीतेला पकडलं आणि सीतेला स्वत:च्या मांडीवर जखडून ठेवलं. राम-लक्ष्मणांना आव्हान दिलं. हे आव्हान तत्क्षणी शौर्यानं स्वीकारण्याऐवजी रामाचा चेहरा सुकून गेला आणि रडत–रडत तो लक्ष्मणाला म्हणाला की, ही आपत्ती आपल्यावर कैकेयीमुळेच आली आहे. आता सीतेचं काय होईल? या क्षणी मला पित्याच्या मृत्यूपेक्षाही जास्त दु:ख होत आहे.

सदैव रामाची सावली असल्यासारखा राहिलेल्या लक्ष्मणाचं वैशिष्ट्य हे आहे की, वनवासात किंवा इतरत्रही राम जेव्हा संतप्त होऊन शोक करू लागतो, तेव्हा नेहमी तो सावलीऐवजी पहाड होतो. कुरुक्षेत्राच्या रणभूमीवर ऐन युद्धाच्या वेळी अवसान गळून गेलेल्या अर्जुनाला मानसशास्त्रीय पद्धतीनं श्रीकृष्ण पुन्हा मनोबल देतात; त्याच तऱ्हेनं लक्ष्मणही मधून-मधून कठीण प्रसंगी रामाच्या मनाला उभारी देतो. हा पहिलाच प्रसंग होता, जेव्हा गुरू आणि दुसरं कोणीही तेथे बरोबर नसताना भयंकर राक्षसाचा प्रतिकार करायचा होता. त्राटिका किंवा मारिच आणि सुबाहूचा प्रतिकार करताना रामाने शौर्य दाखवलं आहे; पण त्या वेळी गुरू विश्वामित्र समोरच होते. परशुरामांसारख्या अत्यंत शूर योद्ध्याला रामाने पूर्ण स्वस्थ मनानं झुंज दिली होती; परंतु तेव्हा पिता दशरथ आणि अयोध्येचं पूर्ण सैन्य उपस्थित होतं. येथे विराध राक्षसासमोर असे कोणीही नसताना रामाला अवघड परिस्थितीशी सामना करण्याची वेळ प्रथमच आली आहे. सर्व अस्त्र-शस्त्रविद्या येत असताना सीतेला विराधाच्या हातात सापडलेली बघून तो काही क्षण कुठल्याही सामान्य माणसाप्रमाणे डगमगलेला आहे. अर्थात, लक्ष्मणानं धीर दिल्यावर राम आणि लक्ष्मण दोघांनी मिळून विराधाचा वध केला आणि सीतेला सोडवली.

चित्रकूटावरून निघून राम जेव्हा दण्डकारण्यात आला, तेव्हा राक्षसांचा नाश करून त्या प्रदेशात राहणाऱ्या ऋषींना भयमुक्त करण्याचा मुख्य उद्देश होता. रामानं तसं वचनही त्या ऋषींना दिलं होतं. यानंतर राम दण्डकारण्यात सुखानं दहा वर्षं राहिला (अरण्यकांड : ११/२४-२५-२६). ही दहा वर्षं तो कोणत्याही एका ठिकाणी सलग राहिलेला नाही. पण अनेक ठिकाणी थोडे-थोडे दिवस राहिला आहे. अशा तऱ्हेनं वनवासाचा बराचसा काळ निर्विघ्नपणे पार पडला आहे. राक्षसांचा वध

करण्याच्या मुनींना दिलेल्या आश्वासनाप्रमाणे कोठेही काही केलेलं नाही.

त्यानंतर गोदावरीच्या काठी पंचवटी विस्तारात राम राहिला. पंचवटीच्या त्या नव्या जागेत शरद आणि हेमंत असे दोन ॠतू म्हणजे चार-पाच महिने सुखानं गेले. त्यानंतर शूर्पणखेचा प्रसंग घडला. पंचवटीच्या आश्रमात रात्रीच्या वेळी शूर्पणखा आलेली नाही. सकाळी स्नान आटोपून राम आणि सीता बसले होते, तेव्हा शूर्पणखा तेथे आली आणि रामाला बघितल्याबरोबर मोहित होऊन त्याच्याशी लग्न करण्याची इच्छा तिने व्यक्त केली. रामाने शूर्पणखेच्या या इच्छेला फक्त नकार दिला असं नाही, तर माझं लग्न झालेलं आहे आणि मी सपत्नीक येथे राहत आहे, असं सांगून शूर्पणखेला लक्ष्मणाकडे जायला सांगितलं. या लक्ष्मणाकडे जाण्याच्या सूचनेत 'श्रीमान् अकृतदार' असा शब्द वापरला आहे, ज्याचा शब्दश: अर्थ लक्ष्मणाकडे पत्नी नाही असा होतो; पण रामचं काय, आपल्याला सर्वांनाही ठाऊक आहे की, लक्ष्मणाचं लग्न ऊर्मिलेशी झालेलं होतं. म्हणून येथे 'पत्नी नसलेला' याचा अर्थ सध्यापुरतं तो एकटा राहत होता, त्याची पत्नी त्याच्याबरोबर नव्हती, असाच घेतला पाहिजे. असं असलं तरी रामाच्या या शब्दांना अकारण आणि अतिशय जास्त महत्त्व देऊन लक्ष्मणाचं लग्न झालेलंही नसेल, अशी शंका काही टोकाचे बुद्धिवादी विद्वान व्यक्त करतात. ही शंका निराधार आहे आणि निव्वळ शब्दच्छल आहे.

शूर्पणखेला मोह पडला होता; तिचं प्रेम बसलं नव्हतं. लक्ष्मणानंही तिला नकार दिला आणि तिला पुन्हा रामाकडे पाठवले. मोहात पडून किंवा प्रेमात पडून एखादी स्त्री एखाद्या पुरुषाजवळ लग्नाची किंवा शरीरसंबंधांची मागणी करेल, ही घटना कधीही न होणारी, अशी आश्चर्यकारक नाही. गंगेनं अशीच मागणी कुरुकुलातील ज्येष्ठ पुरुष प्रतीप यांच्याकडे केली होती. ऊर्वशीनंही राजा पुरुरव्याकडे अशी विनंती केली होती. म्हणजे शूर्पणखेची मागणी अनुचित असली तरी जगावेगळी नव्हती. उलट, शूर्पणखेच्या या मागणीला ज्या रीतीनं राम आणि लक्ष्मण यांनी चेष्टेचा विषय केला, ते योग्य केलं असं वाटत नाही. अतिशय क्रुद्ध झालेली शूर्पणखा सीतेला जखमी करण्यासाठी तिच्या अंगावर धावली, तेव्हा लक्ष्मणाने तिचे नाक-कान कापले. महायुद्धाची सुरुवात येथेच झाली, असं म्हणता येईल. राम आणि लक्ष्मण यांचं शूर्पणखेशी वागणं कुचेष्टेचं आहे. हेही विसरून चालणार नाही की, हा संपूर्ण प्रदेश शूर्पणखेच्या ताब्यात होता.

शूर्पणखेच्या घटनेनंतर रामाने खर-दूषण आदी चौदा हजार राक्षसांचा संहार केला आणि त्यामुळे कांचनमृग व सीताहरण या घटना घडल्या. या सर्व प्रसंगांविषयी आपण यापूर्वी सविस्तर चर्चा केली आहे, म्हणून पुनरुक्ती टाळली पाहिजे. कांचनमृग ही राक्षसांची मायावी करणी आहे, असं लक्ष्मणानं सावध केलं असतानाही

राम त्याच्यामागे जातो आणि त्यानंतर सर्व दुर्घटना होतात. सीताहरणानंतर राम जेव्हा शोध घेत असतो, तेव्हा सीतेचं अपहरण झालं असल्याची आणि ते रावणानं केलं असल्याची स्पष्ट माहिती त्यांना सर्वांत पहिल्यांदा जटायूकडून मिळते. हे अपहरण रावणानंच केलं आहे आणि रावण लंकेचा राजा आहे, इतकी माहिती मिळाल्यावर रावणावर लगेच आक्रमण करून ताबडतोब सीतेच्या मुक्तीचे काही प्रयत्न करण्याऐवजी सीतेचा शोध सुरूच राहतो, याचं आश्चर्य वाटतं.

राम एकटा होता आणि एकट्यानं रावणावर आक्रमण करणं योग्य नव्हतं किंवा रामामध्ये एवढं सामर्थ्य नव्हतं, असं तर कोणी म्हणू शकणार नाही. रामाने दण्डकारण्यात खर-दूषणांसकट चौदा हजार राक्षसांना 'दीड मुहूर्तात' म्हणजे सव्वादोन तासांत मारून टाकलं होतं, हे लक्षात ठेवलं पाहिजे. शूर्पणखा असो किंवा रामाने केलेल्या संहारातून वाचलेला अकंपन नावाचा राक्षस असो; हे दोघे दण्डकारण्यातून जितक्या थोड्या वेळात लंकेला जाऊन पोहोचतात आणि रावणही जितक्या थोड्या वेळात दण्डकारण्यात येऊन पोहोचतो; ते बघता, लंका ही दण्डकारण्याच्या कोठेतरी जवळपासच असेल, असं वाटतं. हनुमानाने समुद्रोल्लंघन केलं किंवा रामाने जो सेतू बांधला, तशी समुद्राची काही अडचण शूर्पणखा किंवा अकंपनाला आलेली नाही.

सीताहरणानंतर रामाने जो करुण विलाप केला आहे, तो अगदी मनुष्योचितच आहे. हा शोक एका अर्थी पाहिलं तर महर्षी वाल्मीकींची कविता आहे. कालिदासाच्या 'विक्रमोर्वशीयम्'मध्ये प्रियतमेचा शोध करताना राजा पुरुरवा जसा वृक्ष, वेली, डोंगर, निर्झर आणि पक्षी सर्वांना विचारतो; तसा रामही अशोकवृक्ष, केळी, कण्हेर, हरीण, मैना इत्यादी सर्वांना विचारतो. हे विचारताना पुरुरवा प्रत्येक वेळी प्रियतमेचे हात, पाय इ. अवयव तसंच तिचा स्पर्श यासाठी झुरत राहतो, तसाच रामही सीतेच्या आठवणीनं प्रत्येक वेळी झुरतो.

रामाचं पूर्ण मनुष्यत्व दिसून येतं, जेव्हा त्याच्या या सर्व विचारण्याला काहीही उत्तर मिळत नाही. तेव्हा, निसर्गाकडून काहीही प्रत्युत्तर मिळत नाही, तेव्हा सामान्य माणूस जसा राग येऊन ओरडाआरडा करू लागतो तसा रामही अस्वस्थ होऊन सर्व काही तोडून-फोडून टाकावंसं वाटत असल्याचा आक्रोश करतो (अरण्यकांड : ६४/६०-६१). "अरे लक्ष्मणा, मी आता माझ्या बाणांनी त्रैलोक्यातल्या सगळ्या प्राण्यांचा नाश करून टाकेन! सूर्य, चंद्र, अग्नी सर्वांकडून प्रकाश काढून घेऊन अंधकार करून टाकेन! नद्या, सरोवरं कोरडी करून टाकेन! सर्व वृक्षांचा, वेलींचा नाश करून टाकेन! आता मी त्रैलोक्याचा विनाशच करून टाकायला लागतो!" अपराध्याला पकडून त्याला शिक्षा करण्याऐवजी सर्व त्रैलोक्याचा नाश करून टाकण्याइतक्या या अस्वस्थतेत रामाच्या सामर्थ्याचं दर्शन जरूर होतं; परंतु

स्वत:वर असलेल्या नियंत्रणाचं नाही. एखादं टिटवीचं पिल्लूही विनाकारण मरू नये, यासाठी कृष्णांनी घेतलेली काळजी येथे आठवते.

पंपासरोवराकाठी रामाची भेट शबरीशी होते. मतंगऋषींच्या आश्रमात शबरी एकटीच राहत होती. शबरीच्या पूर्वायुष्याविषयी फारसं काही वाल्मीकी आपल्याला सांगत नाहीत. दुसऱ्या काही ठिकाणी असे उल्लेख आहेत की, शबरीचं मूळ नाव मालिनी होतं. ती वनवासी परिवारांतील एका राजाची मुलगी होती. शबरीचं लग्न झालेलं होतं; परंतु पतीनं शाप दिल्यामुळे ती पंपासरोवराच्या काठी मतंगऋषींच्या आश्रमात तपश्चर्या करत होती. शबरीनं रामांना उष्टी बोरं खायला दिली, ही कथा वाल्मीकी रामायणात मुळीच नाही. शबरी शिक्षित आणि सुसंस्कृत होती. पण ती 'बहिष्कृत वर्णा'तली म्हणजे आदिवासी किंवा शूद्र वर्णाची होती, असं लिहिलेलं आहे. राम येथे येणारच आहे, असं वचन तिला मतंगऋषींनी दिलंच होतं. गुरूंच्या या सांगण्यावर विश्वास ठेवून रामाची वाट शबरी बघत होती. राम आणि शबरी यांची भेट हा भक्ती आणि प्रतीक्षा यांचा सर्वोच्च बिंदू आहे. शुद्धीकरणासाठी वेगळ्या कोणत्या बाह्य उपचारांची गरज नसते, असंच जणू कवींना येथे दाखवायचं आहे.

ऋष्यमुक पर्वतावर रामाची सुग्रीवाशी झालेली भेट ही आधीपासून ठरवलेली आहे; ती अनपेक्षितपणे झालेली नाही. यापूर्वी कबंध राक्षसानं मरण्यापूर्वी रामांना असं खास सुचवलं होतं की, आता सीतेला परत मिळवण्यासाठी तुम्ही अशा मित्राला शोधलं पाहिजे, ज्याची परिस्थितीही तुमच्यासारखीच असेल. असा पुरुष सध्या सुग्रीव आहे. सुग्रीवही वालीनं हाकलून दिल्यामुळं तुमच्यासारखाच घरदार सोडून राहतो आहे. तुम्ही जर त्याच्याशी मैत्री केलीत, तर दोघांनाही एकमेकांच्या कामात मदत करता येईल. कबंधाच्या सांगण्याप्रमाणे सुग्रीवाच्या शोधातच राम ऋष्यमुक पर्वतावर आला होता आणि सुग्रीवाशी त्याची भेट झाली होती.

या मैत्रीमध्ये हनुमानाने जी महत्त्वाची भूमिका पार पाडली आहे, त्याची चर्चा यापूर्वी आपण केलीच आहे. सुग्रीवानं रामाला वालीवध करून आपलं दुःख दूर करायला सांगितलं आहे. त्याच्या बदल्यात सीतामाईंना त्या जेथे असतील तेथून शोधून काढेन, असं वचन दिलं आहे. ही मैत्री सहज, निर्व्याज भावनेनं झालेली नाही. येथे अग्नीच्या साक्षीचाही उल्लेख आलेला आहे. मैत्रीमध्ये साक्षीचं काही महत्त्व नसतं; ते महत्त्व एखादा पक्का करार करण्याच्या वेळी असतं. नंतर मात्र मग दोघांचीही कामं झाली, तरीही मैत्री अतूट राहिली. एवढंच नव्हे, तर ती दोघांमध्ये निर्माण झालेल्या निर्व्याज भावनांचं द्योतक होऊन राहिली. ही मैत्री सुरुवातीला एक करार होती, हे सिद्ध करणारा प्रसंग वालीवधानंतर सुग्रीवानं सीतेचा शोध घेण्याच्या काळात जो निष्काळजीपणा दाखवला, तेव्हा रामाला

आलेल्या रागात आहे. रामाने रागावून सुग्रीवाला निरोप पाठवला आहे की, मी वालीला जसा मारला तसाच तुलाही मारेन. निर्व्याज मैत्री अशी नसते! जसजसा काळ गेला तसतशी या नात्यात मैत्रीबरोबर भक्तीही आली, हे राम आणि सुग्रीव दोघांच्याही मनाच्या मोठेपणाचं लक्षण आहे.

एखाद्या नि:सीम भक्तालाही जर बुद्धिवादानं विचार करायचा असेल तर अजिबात समजू शकणार नाहीत आणि त्या वेळच्या त्याच्या वर्तनाचा अर्थच कळणार नाही, असे चार प्रसंग रामाच्या उदात्त जीवनात आहेत. अर्थात, कथा-कीर्तनकारांनी वेळोवेळी वेगवेगळे अर्थ काढून या चारही प्रसंगांना लोकांसमोर मांडण्याचे प्रयत्न केले आहेत. अशा प्रयत्नांमध्ये कित्येकदा तर मूळ कथानकात अजिबातच नसेल अशी काहीतरी तडजोड कोठून तरी शोधून काढून ती जोडून देण्यात आली आहे. परंतु या पुस्तकात आपला प्रयत्न मूळ कथानकाला पूर्णपणे प्रामाणिक राहून या रहस्यांचा अर्थ लावणे, हा आहे. जेथे असं एखादं रहस्य उलगडता येणार नाही, तेथे आपल्या समजशक्तीच्या मर्यादा स्वीकारून महर्षी वाल्मीकींच्या समक्ष नतमस्तक उभं राहून पुन:पुन्हा प्रयत्न करणे, हाच एकमात्र मार्ग आहे.

वाली आणि सुग्रीव जेव्हा द्वंद्वयुद्ध करत होते, तेव्हा राम दाट सावली असलेल्या जवळच्या एका मोठ्या वृक्षाच्या आड लपून उभे होते, असं वाल्मीकींनी स्पष्ट सांगितलं आहे. त्यानंतर रामांनी जेव्हा बाण मारला, तेव्हा धनुष्याच्या दोरीचा टणत्कार झाला, असं लिहिलं आहे. सोडलेला बाण वालीच्या छातीत लागला, म्हणजे रामाने वालीच्या समोर उभं राहूनच त्याला सावध केला होता, असा अर्थ काही जणांनी काढला आहे. असा अर्थ काढण्यात बुद्धी आणि औचित्य दोन्हींची उणीव दिसते. ज्या तऱ्हेनं रावणाशी रणभूमीवर युद्ध करून त्याचा पराभव केला, तसाच वालीलाही युद्धाचं आव्हान देऊन त्याचा वध केला असता; तर ते कृत्य रामाचं पौरुष आणि धर्म दोन्हींसाठी जास्त योग्य ठरलं असतं. एवढंच नव्हे, तर वालीवधानंतर स्वत: केलेल्या कृत्याचं ज्या तऱ्हेनं रामाने समर्थन केलं आहे, तेही योग्य वाटत नाही. ते राजा होते आणि भरताच्या आदेशानुसार अधर्मानं वागणाऱ्याचा वध करणं आपलं कर्तव्य आहे, असं श्रीराम म्हणाले आहेत. शिवाय वालीनं आयुष्यात नेहमी स्वेच्छाचार केला आहे, नेहमी धर्माविरुद्ध आचरण केलं केलं आहे आणि सत्पुरुष ज्यांना निंद्य समजतात अशी सर्व कामं केली आहेत, असे आरोपही त्यांनी केले आहेत. वालीनं यातलं काहीही केलं असल्याचा कोठेही उल्लेख मिळत नाही. राम स्वत: राजा असल्यामुळे अरण्यात वानरांची किंवा हरिणांची शिकार करणं क्षत्रियांना साजेसंच आहे; तेव्हा वालीचा वध ही अशी शिकार म्हणता येईल, असं हसू येण्यासारखं विधानही रामाने केलं आहे.

त्यानंतर रामाने माल्यवान पर्वतावर पर्जन्यकाळ घालवला. या काळाचं वाल्मीकींनी जे वर्णन केलं आहे, ते उत्तम काव्य आहे. शरद ऋतू पूर्ण झाल्यावर सुग्रीवानं सीतेच्या शोधासाठी वानरांना चारही दिशांना पाठवलं. येथे पुन्हा एक प्रश्न मनात उठतो की, सीतेला रावणानं पळवून नेली होती आणि रावण लंकेचा राजा होता, हे माहीत असूनही चारी दिशांना शोध घेण्याचे एवढे परिश्रम का घेतले असतील? शिवाय दक्षिणेला जात असलेल्या हनुमानालाच रामाने स्वत:ची अंगठी दिली; याचा अर्थ हाच होतो की, सीता लंकेत आहे. तिला भेटण्याचं काम हनुमानाकडूनच होणार आहे, याविषयी रामाला खात्री होती. हे सर्व प्रचंड काम न करताच राम त्याच्या वानरसेनेला घेऊन सरळच लंकेच्या सीमेवर युद्ध करण्यासाठी पोहोचला असता, तर ते जास्त तर्कशुद्ध झालं असतं.

युद्धाच्या सुरुवातीलाच शरणागत होऊन बिभीषण आला आहे; मित्र म्हणून नाही. रामाने त्याला मित्राचं स्थान दिलं, त्यामागेही राजकीय आणि युद्धाशी संबंधित असे दोन विचार आहेत. यापूर्वी चित्रकूटावर भरताच्या भेटीच्या वेळी रामाने भरताला राजनीतीबद्दल जो उपदेश केला आहे, त्यामध्ये असं सांगितलं आहे की, जे लोक त्यांच्या राजाबरोबर मतभेद होऊन विरुद्ध पक्षात आले असतील, त्यांना हवं असेल ते देऊन आपल्या बाजूचं करून घेणं, हे राजाचं काम आहे. याच राजनीतीचा रामाने बिभीषणाच्या बाबतीत उपयोग केला असेल, असं वाटतं. बिभीषणाचा लंकेत अपमान झाला होता आणि त्याच्या मनात लंकेचं राज्य आपल्याला मिळावं, ही लालसाही होतीच. ही लालसा रामाशी झालेल्या प्रथम भेटीत जरी व्यक्त झाली नव्हती, तरी रामाने दूरदृष्टीनं विचार करून राजनीतीचा हा प्रयोग केला असावा, असं वाटतं. बिभीषणाला आपल्या पक्षात घेतल्याबरोबरच रामाने त्याला लंकेच्या राज्यपदाचा अभिषेक केला. शरण आलेला बिभीषणही खरोखरीच रामाबद्दल अपार भक्तिभाव दाखवून स्वर्गारोहणाच्या वेळी येऊन पोहोचला होता, परंतु रामाने त्याला पृथ्वीवरच राहण्याचा आदेश दिला होता.

रामाच्या रावणविजयाबद्दल एका गोष्टीची नोंद घेतली पाहिजे. शक्य ते सर्व प्रयत्न करूनही रावणाचा पराभव होईना, तेव्हा इंद्राचा सारथी मातली यानं रामाला आठवण करून दिली की, आपण ब्रह्मास्त्राचा उपयोग का करत नाही? ब्रह्मास्त्र हे अस्त्र-शस्त्रविद्येमध्ये अंतिम शस्त्र समजलं गेलं आहे आणि हे अस्त्र दोन्ही पक्षांनी मधून-मधून या युद्धात वापरलंही आहे. खुद्द रामाने वनवासाच्या काळात कावळ्याच्या रूपानं आलेल्या इंद्रपुत्र जयंतवर हे शस्त्र वापरलं होतं. ज्या रामाने एका कावळ्याला मारण्यासाठी ब्रह्मास्त्रासारखं अमोघ शस्त्र वापरलं, तेच रावणाबरोबरच्या जिवावर बेतू बघणाऱ्या अंतिम युद्धात वापरायला राम विसरला, ही गोष्ट आश्चर्यकारक आहे. वाल्मीकींनी स्पष्ट लिहिलं आहे की, मातलीनं सांगितल्यावरच रामांना ब्रह्मास्त्राची

आठवण झाली. रामांनी मग ब्रह्मास्त्राचा प्रयोग केला आणि रावण मारला गेला.

आणखीही एक गोष्ट बघण्यासारखी आहे की, युद्ध सुरू करण्यापूर्वी धर्माचे सिद्धान्त सांगितले जातात; परंतु प्रत्यक्षात असं होतं की, जेव्हा युद्ध अगदी अंतिम, अटीतटीच्या टोकाला जाऊन पोहोचतं, तेव्हा दोन्ही बाजूंच्या सर्व सेनाप्रमुखांना या सिद्धांताचा विसर पडलेला असतो! युद्धकांड : सर्ग-८० मध्ये रामाने त्याच्या सैनिकांना धर्मयुद्धाचे सिद्धांत काय असतात, हे सांगितलं आहे. या सिद्धांतामध्ये जे युद्धात प्रत्यक्ष लढत नसतील त्यांचा वध करू नये, मायावी युद्ध करू नये, एका व्यक्तीशी अनेकांनी युद्ध करू नये – असे सर्व नियम सांगितले आहेत. परंतु, रात्रीच्या वेळी सुग्रीवाच्या आज्ञेनं वानरांनी लंकेच्या संपूर्ण नागरी वस्तीला आग लावली होती आणि स्त्रिया व लहान मुलांसकट नि:शस्त्र तसेच युद्धात भाग घेत नसलेल्या नागरिकांना निर्दयपणे मारून टाकलं होतं. राक्षसांच्या पक्षाकडे अधर्म तर होताच, त्यामुळे धर्माचरणाची अपेक्षा आपण त्यांच्याकडून करूच शकत नाही. इंद्रजित मायावी युद्ध करत होता, असं वारंवार सांगितलं गेलं आहे; परंतु युद्धकांड : ९३/२६-२७ मध्ये लिहिल्याप्रमाणे रामानेही मायावी युद्धाची परतफेड केली आहे. इंद्रजित अदृश्य होऊन युद्ध करत होता, तर रामही राक्षसांच्या नजरेसमोरून कधी कधी अदृश्य व्हायचा आणि कधी कधी एकाच वेळी रणभूमीवर हजारो राम दिसत असत. तसंच इंद्रजित किंवा रावणाबरोबरही एकटा लक्ष्मण किंवा राम लढला नाही. बिभीषण, हनुमान हे सर्वही एकाच वेळी अशा द्वंद्वयुद्धात प्रहार करत होते.

रावणाच्या वधानंतर त्याचा अंतिम संस्कार करण्यास नकार देणाऱ्या बिभीषणाला रामाने जो उपदेश केला आहे, त्यात आर्य संस्कृतीचं उत्तम स्वरूप प्रकट होतं. एखाद्या व्यक्तीशी असलेलं वैर ती जिवंत असेपर्यंतच असतं, मृत्यू पावल्यानंतर त्या अचेतन देहाशी वैरभावानं वागता कामा नये. त्या देहाचा पूर्ण सन्मानानं अंत्यसंस्कार केलाच पाहिजे. ग्रीक भाषेतील 'इलियड' या ग्रंथातील कथेत पराभव होऊन मृत पावलेल्या हेक्टरच्या मृतदेहाला विजेता ॲचिलिस मेलेल्या गुरासारखं ट्रॉयच्या किल्ल्याच्या आसपास गोल-गोल फरपटत तिरस्कारपूर्वक ओढत नेतो, ती कथा येथे आठवण्यासारखी आहे. ग्रीकसंस्कृतीतील मृत शत्रूच्या देहाचा अपमान करण्याच्या प्रथेच्या तुलनेत आर्यसंस्कृतीत शत्रूच्या मृतदेहाला सन्मान दाखविण्याच्या प्रथेतील फरक प्रकर्षानं लक्षात येणारा आहे.

विजय मिळाल्यावर बंदिवान सीता रामासमोर आली, तेव्हा जे काही झालं आहे; त्याबद्दल रामभक्त, रामकथेचा अभ्यास करणारे विद्वान, विश्लेषणकार तसंच सामान्य वाचक हे सर्व जण – अनाकलनीय प्रश्न म्हणून आजपर्यंत चर्चा करत आले आहेत आणि तरी त्या चर्चेतून सर्वांचं समाधान होईल, असं काही निष्पन्न

झालेलं नाही. रामाचा विजय झालेला ऐकल्यावर हर्षभरित झालेली सीता तशीच सरळ जाऊन पतीला भेटण्यासाठी आतुर झाली आहे. परंतु रामाने तिला स्नान इ. करून संपूर्ण विभूषित होऊनच आपल्याकडे यावं, असा निरोप पाठवला. ज्या क्षणाची दीर्घ काळापासून प्रतीक्षा असेल, तो क्षण आल्यावर प्रिय व्यक्तीला भेटण्यासाठी शृंगार किंवा अलंकार या गोष्टी अर्थहीन ठरतात. रामाने तसा आग्रह धरला; एवढंच नाही, तर पतीच्या इच्छेप्रमाणे विभूषित होऊन सीता जेव्हा रामासमोर आली, तेव्हा रामाने तिचा स्वीकार करण्याचं नाकारलं. तिच्या पावित्र्याबद्दल शंका घेतली आणि वर असंही म्हटलं की, मी स्वत: इक्ष्वाकुवंशी आहे आणि वंशाच्या तसंच इक्ष्वाकूंच्या शौर्याचा स्वाभिमान राखण्यासाठीच मी रावणाचा वध केला आहे. सीतेसारखी सुंदर स्त्री ताब्यात असताना रावण इतके दिवस तिच्यापासून दूर राहू शकलाच नसेल. त्यामुळे आता अशा स्त्रीचा मी स्वीकार केला, तर इक्ष्वाकुकुलाला कलंक लागेल. मला आता तुझ्याशी काही कर्तव्य नाही; तेव्हा तू भरत, लक्ष्मण, शत्रुघ्न, सुग्रीव किंवा बिभीषण – ज्याच्याबरोबर राहायचं असेल, त्याच्याबरोबर राहावंस.

ऐकल्याबरोबर आजही जिवाचा थरकाप होईल असे हे शब्द आहेत आणि असं हे दृश्य आहे. रामाची इच्छा लोकांसमोर सीतेचं पावित्र्य सिद्ध करण्याची होती, म्हणूनच त्यानं असं केलं, हे रामभक्तांचं स्पष्टीकरण पटणारं नाही. पतीनं तिरस्कारानं झिडकारलेल्या सीतेनं अग्निप्रवेश केला आणि त्यासाठीची चिता लक्ष्मणाने रचली. या अग्निदिव्यातून सीता सुरक्षित बाहेर आली, तरीही रामाने तिच्या सिद्ध झालेल्या पावित्र्याचा नंतरही पुन्हा अस्वीकारच केला आहे. जर रामाने सीतामाईंची ही अग्निपरीक्षा त्यांचं चारित्र्य निष्कलंक होतं असं लोकांसमोर सिद्ध करण्यासाठीच घेतली असेल, तर केवळ लोकनिंदेबद्दल ऐकून सगर्भा सीतेचा त्याग त्यानं केला नसता. राजानं लोकनिंदेकडे लक्ष दिलं पाहिजे, या म्हणण्यात काही तथ्य नाही. लोकापवादाचं निराकारण याआधीच झालं होतं. तरीही रामानं निष्ठुर किंवा निर्दय म्हणता येईल अशा रीतीनं सीतामाईंचा त्याग दुसऱ्यांदा केलेला आहे.

अग्निपरीक्षा घेणं भागच होतं, असं असलं तरी त्यासाठी इतकं कठोर आणि क्रूर होणं का जरूर होतं, हे समजत नाही. जो राम सीतेच्या विरहानं सतत शोक करत होता, तोच राम सर्वांसमोर सीतामाईंचा असा घोर अपमान करतो, या वागण्याचा अर्थ समजत नाही.

सीतामाईंचा दुसऱ्यांदा केलेला त्याग कदाचित याहूनही निर्दय आहे. गंगाकिनारी असलेल्या मुनींच्या आश्रमात एक रात्र राहून येण्याची इच्छा सीतामाईंनी पतीला बोलून दाखवली होती. त्या बोलून दाखवलेल्या इच्छेचा गैरफायदा घेऊन एका तऱ्हेनं रामाने सीतामाईंना फसवलं, असंच म्हणावं लागेल. अयोध्येमध्ये सीतामाईंविषयी

निंदाजनक बोललं जातं, असं समजल्यावर रामानं तर त्या अग्निदिव्यातून सिद्ध झालेल्या शुद्धतेचं समर्थन करायलाच हवं होतं. तेच वागणं सीतामाईंशी न्यायाला आणि धर्माला धरून झालं असतं; असं असूनही कर्णोपकर्णी ऐकलेली अशी गोष्ट हीच लोकांचं मत म्हणून रामानं स्वीकारली. सीतेची इच्छा पूर्ण करण्याचा बहाणा करून, तिला समजू न देता रातोरात पाठवून दिले. आपली इच्छा पूर्ण होते आहे, म्हणून प्रसन्न मनानं गंगाकिनारी जात असलेल्या सीतामाईंना अशी कल्पना तरी कशी असणार की, त्यांची भयंकर फसवणूक केली जात आहे? गंगेकाठी रथातून उतरल्यावर लक्ष्मणाने सीतामाईंना त्यांचा त्याग करण्यात आला असल्याचं सांगितलं!

पतीनं त्यागलेल्या सीतामाईंनी जन्म दिलेले दोन जुळे पुत्र महर्षी वाल्मीकींच्या आश्रमात मोठे झाले, शिकले आणि रामायणाचं गानही महर्षींनी या दोन किशोरवयीन मुलांकडूनच अयोध्येच्या राजमहालात करवून घेतलं. गान संपल्यानंतर महर्षी वाल्मीकींनी रामांना सांगितलं की, सीता पवित्र आहे, शुद्ध आहे. ती या दोन राजकुमारांची आई आहे; तेव्हा रामांनी तिचा स्वीकार केला पाहिजे. वाल्मीकींसारख्या महर्षींनी असं म्हटल्यानंतरही सीतामाईंचा स्वीकार राम करत नाहीत; उलट तेथे उपस्थित लोकांसमोर पुन्हा एकदा तिनं स्वत: शुद्ध असल्याचं दाखवून दिलं पाहिजे, असा आग्रह धरतात. लंकेमध्ये तर सीतामाईंनी अग्निदिव्य करून आपलं चारित्र्य सिद्ध केलं होतं, तेव्हा आता त्याहून जास्त अवघड परीक्षा रामांना अभिप्रेत होती, असाच यातून निष्कर्ष निघतो. तेव्हा मग सीतामाईंनी भूमिप्रवेश केला. हा भूमिप्रवेश कदाचित शास्त्रीयदृष्ट्या समजावता येणार नाही; परंतु जसं सीतेच्या जन्माचं गूढ न समजण्यासारखं आहे, तसाच तिचा देहविलयही समजण्यासारखा नाही.

सर्वांत जास्त आश्चर्याची गोष्ट ही की, पत्नीच्या भूमिप्रवेशानंतर रामाने हुंदके देऊन रडत करुण आक्रोश केला आहे! रामानं पृथ्वीला सांगितलं आहे, ''मला सीता परत तरी द्या किंवा मलाही तुमच्या आत सामावून घ्या! मी सीतेशिवाय राहू शकणार नाही. जर मला माझी सीता नाही मिळाली, तर मी पर्वत आणि अरण्यांसकट तुमचा (म्हणजे पृथ्वीचा) नाश करेन!'' रामाचा हा क्रोध आणि हा आक्रोश अत्यंत विसंवादी वाटतो.

ज्या तऱ्हेनं रामाने भूमीचा नाश करण्याची धमकी दिली आहे, त्याचप्रमाणे याआधीही रामाने मनाचं असंच असंतुलन दाखवलं आहे. ही घटना लंकेला जाण्यासाठी समुद्रावर सेतू बांधण्याविषयीची आहे. समुद्र ओलांडण्यासाठी रामाने आधी समुद्राची मदत मागितली आणि मग समुद्राजवळ तीन दिवस व तीन रात्री धरणं देऊन बसले. समुद्रानं काही प्रतिक्रिया दिली नाही, तेव्हा रामाने ज्या तऱ्हेनं समुद्रावर क्रोध दाखवला आहे, ते शब्दही बघण्यासारखे आहेत. धीर सुटलेल्या

रामाने म्हटलं आहे, ''या समुद्राला फार अहंकार आहे. मी प्रार्थना केली तरी माझ्यासमोर येत नाही. असं दिसतंय की, समजावून काही काम होणार नाही, तेव्हा आता मी हा समुद्रच पूर्ण शोषूनच टाकतो. माझ्या बाणांनी त्याचा नाश करून टाकतो; मग समुद्रात राहणारे सगळे जीव मरून गेले तर जाऊ देत!'' त्यानंतर समुद्रदेवानं प्रगट होऊन रामाला निसर्गाच्या परमतत्त्वाबद्दल सांगितलं आहे –

''हे रघुनंदन – पृथ्वी, वायू, आकाश, जल आणि प्रकाश ही सर्व आपापल्या धर्मानुसार अस्तित्वात असतात आणि निसर्गाविरुद्ध जाऊन काही होऊ शकणार नाही. जड तत्त्व म्हणून मी अगाध आहे आणि जर माझा तळ उघडा पडला, तर ते निसर्गनियमांचं उल्लंघन करणं होईल. कोणी इच्छा करण्यानं किंवा कोणाच्या भीतीनं मी ही जलराशी थोपवू शकत नाही. माझ्या या नैसर्गिक अस्तित्वाशी सहकार करूनच तुम्हाला मला ओलांडून जावं लागेल. यासाठी तुम्हाला माझ्या पाण्यावर सेतू बांधायला लागेल आणि तसा सेतू बांधण्याच्या कामात मी अडथळा आणणार नाही.''

समुद्रानं निसर्गाच्या मूलतत्त्वांबद्दल सांगितलं आहे, ते राम स्वत: विसरले कसे असतील, असा प्रश्न कोणालाही पडेल. समुद्रोल्लंघन करण्यासाठी निसर्गनियम मोडून समुद्राचा नाश करायला राम निघाले कसे, हेही एक न समजणारं कोडं आहे. हे सगळं होण्यापूर्वीही सेतू बांधण्याचं काम होऊ शकलं असतं.

परंतु पुनरुक्तीचा दोष पत्करूनही येथे पुन्हा सांगितलं पाहिजे की, रामायण किंवा महाभारत या दोन्हीही ग्रंथांमध्ये श्रीराम, तसंच श्रीकृष्ण यांच्यासारख्या अत्यंत श्रेष्ठ व्यक्तिमत्त्वांचं आलेखन करतानाही वाल्मीकी आणि व्यास अशा महान मुनींनी काही गूढ रहस्यं ठेवली आहेत, जी समजून घेण्यासाठी आजही आपल्या बुद्धीच्या मर्यादा तोकड्या पडतात.

अयोध्येला परत आल्यानंतर लगेचच रामाने पुष्पक विमान त्याचा मूळ मालक कुबेर याच्याकडे पाठवून दिलं आहे. हे विमान कुबेराकडून रावणानं बळकावलं होतं. लंकेचं राज्य ज्याप्रमाणे रावणाचा वारस म्हणून बिभीषणाकडे सोपवलं, त्याचप्रमाणे लंकेचाच एक भाग असं पुष्पक विमानही बिभीषणाकडे सोपवता आलं असतं; पण रामाने तसं केलं नाही. यात रामाच्या निष्पक्ष आणि मनाला भिडेल अशा न्यायबुद्धीचं दर्शन होतं. विजय मिळाला असला तरी त्याचा अर्थ अन्यायानं मिळवलेलं जे काही तेथे असेल, त्यावर मालकी सांगता येणार नाही.

रामाच्या या विशेष न्यायबुद्धीच्या अगदी विरुद्ध टोकाचा म्हणता येईल असा एक प्रसंग उत्तरकांडाच्या शेवटच्या पानांमध्ये येतो. सीतेनं भूमिप्रवेश केल्यानंतर भरताचे मामा केकय देशाचे राजा युधाजित यांनी महर्षी गार्ग्य यांच्याबरोबर रामाला निरोप पाठवला. या निरोपात सिंधू नदीच्या तटावर राहणाऱ्या गंधर्वांवर आक्रमण

करून तो रमणीय प्रदेश जिंकून घ्यावा, असं सुचवलं आहे. रामाने काहीही कारण नसताना ही सूचना स्वीकारली आहे. जे गंधर्व शांतिप्रिय होते. जे दण्डकारण्यातील खर-दूषणांसारखे ऋषींना किंवा तपस्यांना कधीही त्रास देत नव्हते; त्यांचा नाश करून तो प्रदेश जिंकून घेण्यासारखा विस्तारवादी प्रस्ताव रामाने का स्वीकारला असेल, असा प्रश्न पडतो!

ऐतिहासिक दृष्टीनं पाहिलं, तर या लहानशा गोष्टीचं एक विशेष महत्त्व लक्षात येतं. भरताच्या नेतृत्वाखाली हा प्रदेश जिंकला गेला. रक्ताच्या नद्या वाहिल्या, त्यांत माणसांचे मृतदेह तरंगत राहिले आणि शेवटी एका प्रचंड अस्त्रानं भरताने तीन कोटी गंधर्वांचा नाश केला. ही तीन कोटींची संख्या जरी विवादास्पद असली तरी, ही निष्कारण केलेली हिंसा होती, असं वाटल्या वाचून राहत नाही. भौगोलिक रीतीनं हा प्रदेश सिंधू नदीच्या आसपासचा धरला जातो. भरताचे दोन पुत्र तक्ष आणि पुष्कळ हे दोघेही या प्रदेशात राहिले. तक्षानं ती नगरी वसवली, तिचा उल्लेख रामायणात तक्षशिला असा झाला. पुष्कलनं जी नगरी वसवली, तिचं नाव पुष्कलावत असं लिहिलं आहे. (हे पुष्कलावत कदाचित आजचं पेशावर असू शकेल!). रामाच्या व्यक्तिमत्त्वात विस्तारवाद कधीही नव्हता, सत्तेची किंवा प्रदेशाची भूक नव्हती. किष्किंधा किंवा लंकेसारखी राज्य त्यांनी त्यांच्या वारसदारांनाच परत दिली आहेत.

अश्वमेध यज्ञ ही आपण सर्वश्रेष्ठ असल्याचं दाखवून देण्याच्या तत्कालीन राज्यकर्त्यांमध्ये असलेल्या इच्छेला धरून असणारी गोष्ट म्हणता येईल. रामाने असा अश्वमेध यज्ञही केला आहे. या यज्ञात अयोध्येची सर्वश्रेष्ठता त्याने आर्यावर्तातल्या इतर राज्यांवर सैद्धान्तिक रीतीनं स्थापित करून टाकलीच होती. त्यानंतर गंधर्वांचा हा प्रदेश जिंकणं आणि जिंकल्यानंतर ताब्यातही घेणं, याचं औचित्य समजत नाही. अश्वमेध यज्ञात पूजेसाठी सपत्निक बसण्यासाठी रामाने सीतेचा सोन्याचा पुतळा बनवला होता, अशी कथा लोकप्रिय आहे. परंतु वाल्मीकी अशी काही गोष्ट आपल्याला सांगत नाहीत. मूळ कथानकात असं कोठेही नाही.

रामाच्या आयुष्याच्या उत्तरार्धातला शंबुकवधाचा प्रसंगही खूपच विवादास्पद ठरलेला आहे. एका ब्राह्मणाचा तेरा वर्षांचा मुलगा मृत्यू पावला आणि वडील जिवंत असताना मुलगा असा जाणं, हा अकाली मृत्यू ठरतो. राज्यात जर काही फार मोठं दुष्कर्म होत असेल, तरच असा अकाली मृत्यू होत असतो, असं समजून तो ब्राह्मण रामांसमोर येऊन रडला. त्यानं असा आक्षेप घेतला की, राज्यात जर असं काही दुष्कर्म होत असेल, तर त्याची जबाबदारी राजाचीच म्हटली पाहिजे. त्या वेळी सभेत उपस्थित असलेल्या देवर्षी नारदांनी युगधर्म आणि वर्णधर्माविषयी विचार मांडले आणि सांगितलं की, आता सुरू असलेल्या त्रेतायुगात फक्त ब्राह्मण आणि

क्षत्रियच तपश्चर्या करू शकतात. वैश्य आणि शूद्रांना तसा अधिकार नाही. राज्याच्या सीमेमध्ये अधिकार नसलेली कोणी व्यक्ती कडक तपश्चर्या करत असेल, तरच या ब्राह्मणपुत्राचा मृत्यू होऊ शकेल. नारदांच्या सांगण्यावरून रामाने कोशल प्रदेशात सगळीकडे शोध केला आणि तपश्चर्या करत असलेल्या शंबुक नावाच्या शूद्राला शोधून काढलं. तप करत असलेल्या शंबुकाला रामानं विचारलं, "हे तपस्वी, तुम्ही कोण आहात आणि कशासाठी तप करत आहात?" शंबुकानं सांगितलं की, माझा जन्म शूद्र वर्णात झालेला आहे आणि देवलोकावर विजय मिळवण्यासाठी तसंच सदैव स्वर्गलोकात जाण्यासाठी मी असं घोर तप करत आहे. ते ऐकल्याबरोबर क्षणाचाही विलंब न करता रामानं खाली डोकं करून लटकत असलेल्या शंबुकाचा शिरच्छेद केला!

तपश्चर्या करणं हे पापकर्म कसं म्हणता येईल, हा लाखमोलाचा प्रश्न आजही अनुत्तरित आहे. राक्षस, वानर, शबरीसारख्या स्त्रिया – हे सर्व तपश्चर्या करत होते. सर्वांना भौतिक समृद्धीपासून मोक्ष मिळण्यापर्यंत कसल्या-कसल्या अपेक्षा होत्या. शंबुकाच्या गोष्टीत त्याची अपेक्षा धर्माला धरून नव्हती, हे जर ग्राह्य मानलं, तर मग राक्षसांची तपश्चर्याही धर्माला धरून नव्हती. शंबुकाला अशी तपश्चर्या बंद कर म्हणून सांगण्याऐवजी तत्क्षणी त्याचा वध करून टाकणं, किती योग्य म्हणता येईल, हा प्रश्न आजही सुटलेला नाही. परमात्म्यासमक्ष जर सर्व माणसं सारखीच असतील आणि वैदिक संस्कृतीनं या समानतेबद्दल अनेकदा स्पष्ट करून सांगितलं आहे... तर मग शंबुकाचा तप करण्याचा अधिकार कोणीही हिरावून घेऊच कसा शकतो?

शंबुकवधाच्या या प्रसंगाला भारतमातेनं तिच्या भूतकाळात जी पापकृत्यं केली आहेत, त्यांच्या यादीत गुजरातीतील प्रसिद्ध कवी झवेरचंद मेघाणींनी घातलं आहे. "तारा पातकने संभार मोरी मा, हिंद मोरी मा" ('हे माते – हिंदमाते, तू केलेली पापं आठव') अशा शीर्षकाच्या कवितेत मेघाणींनी अर्जुनानं खांडववन जाळलं, तसंच रामांनी शंबुकाचा वध केला; या घटनांना पाप म्हटलं आहे. या शंबुकाच्या प्रसंगाला उद्देशून वर्णाश्रमधर्माचे विरोधी आणि वर्णाश्रमाची बाजू घेणारेही शेकडो वर्षांपासून वाद घालत आले आहेत. राम पूर्ण पुरुषोत्तम नव्हते; मर्यादापुरुषोत्तम होते. हे लक्षात ठेवलं पाहिजे की, रामानं आपण देव आहोत, असं कधीही म्हटलेलं नाही. जेव्हा कधी रामांवर देवत्व लादलं गेलं आहे, तेव्हा तेव्हा त्यांनी ते नम्रतापूर्वक नाकारलं आहे. जेव्हा व्यक्तिमत्त्वातल्या मर्यादेचा स्वीकार करण्यात येतो, तेव्हा त्या काळातील समाजातल्या कुठल्या ना कुठल्या चालीरीतीचा, त्या काळातील एखाद्या ज्येष्ठ श्रेष्ठ व्यक्तीच्या वर्तनाचाही निषेध करावा, असा अनिष्ट प्रतिसाद उमटल्याशिवाय राहत नाही.

ब्राह्मण परशुराम तपश्चर्या करतात, पण शस्त्रंही बाळगतात. क्षत्रिय विश्वामित्र अशाच तऱ्हेनं तपस्वी झाले. शबरीही तपस्या करून एक स्थान मिळवू शकली. श्रवणाचे माता-पिता शूद्र आणि वैश्य जातीचेच होते, तरीही ते जोडपं राजा दशरथांना शाप देऊ शकत होतं; एवढी तपस्वी म्हणून त्यांची क्षमता होती. श्रवणकुमाराचा उल्लेख रामायणकारांनी मुनिकुमार असाच केला आहे आणि राजा दशरथांनीही या वैश्य पिता आणि शूद्र मातेला 'मुनी' म्हणूनच संबोधलं आहे. जर त्रेतायुगात वैश्य किंवा शूद्रांना तपस्येचा अधिकार नसेल, तर दशरथांनीही श्रवणाच्या मृत्यूनंतर या अंध मुनी दंपतीकडून शिक्षा म्हणून शापाची मागणी करण्याऐवजी त्यांचा वध केला असता; पण दशरथांनी तसं केलं नाही. रामाने त्याउलट केलं आहे. या दोन घटनांमधला लक्षात येण्याइतका विसंवादी फरक विचारात घेण्यासारखा आहे.

रामांच्या स्वर्गगमनाची कथादेखील कुठल्याही रामभक्तालाच काय, पण सामान्य विचारी माणसालाही क्षुब्ध करून टाकेल अशी आहे. रामासारख्या असामान्य थोर व्यक्तिमत्त्वालाही वेळ येते, तेव्हा काळ आपल्या पाशात बांधून नेतोच. काळासमोर कोणीच काही करू शकत नाही. प्रत्येक व्यक्तीचं आयुष्यातलं एक ठरवून दिलेलं कार्य आहे. रामासारख्या युगपुरुषाला जीवन समाप्त करण्याचा संदेश काळपुरुषाकडून मिळतो. खरं म्हटलं तर जी व्यक्ती समजूतदार असेल आणि स्वत:च्या आयुष्याकडे जरा तटस्थतेनं बघू शकत असेल, तर असा संदेश मनोमनच त्या व्यक्तीला मिळत असतो. पण माणसाची जगण्याची इच्छा इतकी प्रबळ असते की, हा नि:शब्द संदेश त्याला ऐकू येत नाही, समजत नाही. राम जन्मले मनुष्यरूपानं, परंतु सामान्य मनुष्यापेक्षा त्यांचं व्यक्तिमत्त्व कितीतरी पटींनी महान आहे. महाकाळाची ही नि:शब्द वाणी रामाला ओळखू आली नाही, असं शक्यच नाही.

येथे जी घटना लिहिली आहे, त्यात खुद्द काळपुरुष रामाला जीवनलीला समाप्त करण्याचा संदेश देण्यासाठी येऊन पोहोचलेला आहे. काळाचा हा संदेश राम जेव्हा ऐकत होते, तेव्हा त्या कक्षात कोणीही येऊ नये, असं लक्ष्मणाला सांगून त्यालाच द्वारपालासारखं बाहेर उभं केलं होतं. काळाची सूचना न मानता जर कोणी आत प्रवेश केला, तर द्वारपाल म्हणून उभ्या असलेल्या लक्ष्मणाला रामाने देहांताची शिक्षा द्यायची, असं ठरलं होतं. नेमके त्या वेळी दुर्वासऋषी तेथे येऊन पोहोचले. दुर्वासांनी त्याच क्षणी रामाला भेटण्याचा आग्रह धरला आणि लक्ष्मणाने त्यांना अडवलं तर ते सर्व राज्य आणि तेथील लोक आपल्या तपोबलानं नष्ट करतील, अशी धमकी त्यांनी दिली. लक्ष्मणासमोर दोनच विकल्प होते. एक म्हणजे, रामाची आज्ञा पाळून दुर्वासांना थांबवणे किंवा रामांची आज्ञा न पाळून मृत्युदंडाची शिक्षा

भोगणं. दुर्वासांना थांबवल्यानं रामासकट सर्व राज्याचा विनाश होणार होता. लक्ष्मणानं योग्य निर्णय घेतला. दुर्वासांना आत जाऊ देण्यात स्वत:चा मृत्यू झाला तरी चालेल, परंतु राम आणि सर्व राज्य तर वाचेल! व्यक्तीचा भोग देऊन सर्व समाजाला वाचवण्याची उदात्त भावना येथे दिसते. लक्ष्मणानं त्याप्रमाणे केलं. रामाची आज्ञा पाळली नाही.

काळपुरुषाबरोबर ठरलेल्या अटीप्रमाणे आता लक्ष्मणाला देहांतदंड देणं प्राप्तच होतं. रामासाठी ही घटका अत्यंत अवघड होती. खरं पाहिलं, तर सीतात्यागापेक्षाही कठीण परिस्थिती म्हटली पाहिजे. रामाने या परिस्थितीतून सामान्य माणसासारखा, गयावया करत असेल तसा चतुराईने मार्गही काढला आहे. तो म्हणाला, ''साधुपुरुषाचा त्याग करणं, हे त्याचा वध करण्यासारखं आहे. तेव्हा मी लक्ष्मणाचा त्याग करतो.'' (येथे महाभारतातील एक प्रसंग आठवण्यासारखा आहे. युद्धाच्या सतराव्या दिवशी युधिष्ठिर आणि अर्जुन यांच्यात अशीच समस्या उभी राहिली होती. एकतर अर्जुनानं युधिष्ठिराचा वध करावा किंवा मग अर्जुनानं आत्महत्या करावी. या दोन्ही विकल्पांमधून धर्माच्या नावाखालीच श्रीकृष्णांनी चतुराईनं अर्थ काढून वेळ सांभाळून घेतली होती. येथे रामाने जसा लक्ष्मणाचा त्याग हा वधासारखाच आहे, असं म्हटलं आहे. कृष्णाने थोरल्या भावाचा अपमान हा त्याचा वध करण्यासारखाच आहे आणि आत्मस्तुती ही आत्महत्येसारखीच आहे, असं म्हणून मधला मार्ग काढून सगळं सुरळीत करून टाकलं होतं.)

परंतु अर्जुनानं आणि युधिष्ठिरानं विजयाच्या मोहानं जसा हा अर्थ स्वीकारला, तसा लक्ष्मण स्वीकारत नाही. मृत्यूच्या भीतीनं धर्मपालनाच्या मूळ भावनेला धक्का पोहोचवणं लक्ष्मणाला मंजूर नाही. असं केल्यानं राम थोडे का होईना, असत्यवादी ठरतात; ते लक्ष्मण कसं स्वीकारेल? लक्ष्मण त्याच क्षणी कोणालाही न भेटता सरळ शरयूच्या तटावर गेला आणि योगसमाधीनं त्याने प्राणत्याग केला.

लक्ष्मणाने प्राणत्याग केल्याबरोबर त्या क्षणीच रामानेही काळाच्या आदेशाप्रमाणे स्वत:च्या आयुष्याची समाप्ती केली. शरयू नदीच्या पाण्यात उतरून रामाने सदेह स्वर्गगमन केलं आणि पृथ्वीवरचं आयुष्य संपवलं.

रामचरित्रानं आज शेकडो वर्षांनंतरही कोट्यवधी माणसांच्या हृदयात जे स्थान मिळवलं आहे, ते अद्भुत आहे. अशा या रामकथेला साहित्याच्या किंवा इतर कुठल्याही सामान्य मापदंडानं मोजता येणार नाही. तुलसीदासांनी तर या कथेला फक्त रामचरित्रच म्हटलेलं नाही; तर 'रामचरितमानस' म्हटलं आहे. म्हणजे त्यात केंद्रस्थानी बुद्धी नाही, पण मन आहे. एका मनातून निघणारा विचारांचा, भावनांचा प्रवाह दुसऱ्या मनाला स्पर्शावा; त्याची ही कथा आहे. बुद्धीचा मापदंड लावला तर यामध्ये बऱ्याचदा उणिवा वाटणं शक्य आहे. तशा उणिवा या उणिवाच राहू देऊन

मग जे घडलं, ज्याचा मनानं अनुभव घेतला, तर त्यात सौंदर्य सापडेल, अशी शक्यता आहे. बुद्धीचा प्रदेश जेथे संपतो, तेथून भक्तीचा प्रदेश सुरू होतो. त्या प्रदेशाचे देवाधिदेव राम आहेत. अशा देवाधिदेवांना आपल्या मनात उठणाऱ्या प्रश्नांसकटही वंदन केलं पाहिजे.

राम हे प्रेमाचं प्रतीक आहेत. पिता, माता, बंधू या सगळ्यांबद्दलचं पारिवारिक प्रेम त्यांच्यासाठी सर्वोच्च स्थानी राहिलं आहे. पत्नी सीतेबरोबर जेव्हा त्यांनी त्यागपूर्ण वागणूक केली आहे, तेव्हाही कूळ आणि प्रजा यांच्याबद्दलचं प्रेमच त्या वागणुकीला कारण झालं आहे. दोन प्रेमभावनांमध्ये जेव्हा संघर्ष निर्माण झाला आहे, तेव्हा व्यक्तिगत प्रेमाचा भोग देऊन त्यांनी समष्टिप्रेमाला प्राधान्य दिलं आहे. या अशा प्राधान्याबद्दल वाद होऊ शकतो, हे खरं; परंतु त्याचा स्वीकार आपल्याला केला पाहिजे.

राम ही ऐतिहासिक व्यक्ती नाही; तर पौराणिक कथेत लिहिली गेलेली काल्पनिक व्यक्ती आहे, असं काही बुद्धिवादी म्हणतात. हे खरं आहे. जशी ऐतिहासिक माहिती आपल्याला अकबराविषयी किंवा अशोकाविषयी मिळते, तशी रामांविषयी मिळत नाही. डोळ्यांनी बघता येतील, नेमक्या महितीनं खात्री करून घेता येतील असे पुरावे रामकथेच्या बाबतीत उपलब्ध नाहीत. परंतु डोळ्यांनी बघितलेल्या किंवा गणित मांडून काढलेल्या सत्याला एक मर्यादा असते. त्या मर्यादेपलीकडेही एक परमसत्य असतं. मर्यादेमध्ये मोजता येईल तेच सत्य, असं म्हणण्यात सत्य या शब्दाविषयीची आपली अपुरी समज दिसून येते. केवळ एक नाव– जे लिहिलं गेल्यानंतर हजारो वर्षांनीही आज कोट्यवधी माणसांच्या मनामध्ये प्राणसंचार करू शकत असेल, ते नाव – केवळ काल्पनिक व्यक्ती आहे, असं म्हणण्यात आपण महाकाळावर आणि कोट्यवधी माणसांच्या श्रद्धेवर अन्याय करतो.

आपल्या सांस्कृतिक जाणिवेतली राम आणि कृष्ण ही अनन्य नावे आहेत. बाळकृष्णाच्या रूपापासून योगेश्वरापर्यंत वेगवेगळ्या रूपांमध्ये आपण कृष्णाचं दर्शन करू शकतो. रामाच्या बाबतीत तसं होत नाही. राम म्हणजे धनुर्धारी– हे एकच रूप. त्यामुळं रामाच्या व्यक्तिमत्त्वात कृष्णाची विविधता किंवा भव्यता सापडत नाही, हे कबूल; परंतु राम ही संस्कृतीची भागीरथी आहे आणि श्रीकृष्ण संस्कृतीचा हिमालय आहे. हिमालयाचं दर्शन आणि भागीरथीचं स्नान ही प्रत्येक भारतीयाच्या जीवनाची अंतिम इच्छा असते! आपल्या सर्वांची ही इच्छा पूर्ण होवो!

■

www.ingramcontent.com/pod-product-compliance
Lightning Source LLC
Chambersburg PA
CBHW030337030726
47499CB00003B/806
* 9 7 8 8 1 8 4 9 8 3 0 3 6 *